हार आणि प्रहार

'दिलीपराज प्रकाशन प्रा. लि. 'च्या नवीन पुस्तकांची यादी व माहिती हवी असल्यास आपला पत्ता, दूरध्वनी क्रमांक किंवा *Email* आमच्या *diliprajprakashan@yahoo.in* या *Email address* वर पाठवावा किंवा आमच्याशी दूरध्वनी क्रमांक फॅक्ससहित : ०२०-२४४८३९९५/२४४९५३१४ /२४४७१७२३ यावर संपर्क साधावा. आमच्या वेबसाईटला एकदा अवश्य भेट द्या.

Website: *www.diliprajprakashan.com*

हार आणि प्रहार

(राजकीय लेख)

ग. वा. बेहेरे

 **दिलीपराज प्रकाशन प्रा. लि.**
२५१ क, शनिवार पेठ, पुणे - ४११ ०३०.

हार आणि प्रहार / Harr Ani Praharr

प्रकाशक
राजीव दत्तात्रय बर्वे,
मॅनेजिंग डायरेक्टर,
दिलीपराज प्रकाशन प्रा. लि.,
२५१ क, शनिवार पेठ, पुणे - ४११ ०३०

प्रकाशन दिनांक : १५ सप्टेंबर २०१३

प्रकाशन क्रमांक : २०३६

ISBN : 978 - 93 - 82988 - 17 - 5

मुद्रक
Repro India Limited, Mumbai.

टाइपसेटिंग
मधुराज प्रिंटर्स ॲण्ड पब्लिकेशन्स प्रा. लि.
स. नं. २९/८-९, पारी कंपनीजवळ,
धायरी, पुणे - ४११ ०४१

मुखपृष्ठ - अनिल उपळेकर

आतील सजावट - रेषविश्व ॲड, सागर नेने

एका देदीप्यमान ध्रुवताऱ्याकडे पाहत वाट चालत आम्ही खूप कुठेतरी दूरवर आलो आहोत.

ऐहिक उत्कर्ष, मानसन्मान, सुखस्वास्थ्य यांची या वाटेवर मुळीच सोबत नव्हती.

पण आम्हाला खंत वाटली नाही.

कारण आम्हाला ठाऊक आहे, की हा रस्ता कष्टाचा अन् खाचखळग्यांचा असला तरी सत्याचा आहे.

या रस्त्यावर तो प्रखर बुद्धिवादाचा ध्रुवतारा वावरतो– आम्हाला विश्वास देतो, श्रद्धा देतो, शक्ती देतो.

सिंधुकुलातल्या अखेरच्या महापुरुषाला– विनायक दामोदर सावरकर यांच्या स्मृतीला– अत्यंत नम्रतेने हा ग्रंथ अर्पण.

ग. वा. बेहेरे

प्रास्ताविक

मुख्यत्वेकरून 'सोबत' साप्ताहिकातील १९६८ ते १९७० या वर्षात प्रसिद्ध झालेले हे लेखन आहे आणि सोबत साप्ताहिक ज्यासाठी लोकमान्य होत आहे, ते सर्व गुणदोष त्यात आहेत.

साप्ताहिकाचा जमाना संपलेला आहे अशी हाकाटी चालू असताना मी सोबत साप्ताहिक काढण्याचा निर्णय घेतला.

कल्पना होती की या निर्णयाची किंमत पाच पंचवीस हजार रुपये ठरेल.

पहिली दोन वर्षे खरोखरीच ती कल्पना खरी ठरली. सुमारे वीस हजार रुपयांचे कर्ज झाले आणि ते वाढणारे आहे, याविषयी खातरजमा पटली.

पुष्कळ शत्रू निर्माण करीत, स्वत:चे रक्त जाळीत मी हे व्रत ज्या तळमळीने आचरीत होतो ते हेच का, हे मला उमगत नव्हते.

मी करत होतो ते लोकांना आवडत नव्हते का? का माझे यत्न लोकांपर्यंत पोचत नव्हते?

काहीही असो, पण माझा यत्न म्हणजे पाण्यावरील अक्षरे ठरत होती.

म्हणजे मला तसे वाटत होते.

पण माझे ते वाटणे चुकीचे होते.

असे काहीसे सत्यशोधक, निर्भय आणि रक्तबंबाळ करणारे वृत्तपत्रीय लेखन जवळपास अदृश्य झालेला तो काळ. त्यामुळे माझा यत्न लोकांपर्यंत पोचून त्याची पावती मिळण्यास वेळ लागला.

पण एकदा लोकमान्यतेचा अचूक रस्ता दिसू लागल्यावर मग निरुत्साहाचे सर्व विचार जळून गेले. आपण करतो आहोत त्याचे परिणाम कुठेतरी घडत आहेत या विचाराने अंगावर रोमांच उठू

लागले.

आपली ही लढत एकाकी नाही– त्यात पुष्कळच वाटेकरी आहेत आणि तेही केवळ शाब्दिक सहानुभूतीचे नव्हेत तर वित्ताने– श्रमानेही, ही जाणीव कोठे तरी उगवू लागली. आपण कुठेतरी कोणाच्यातरी हृदयाला हात घालीत आहोत ह्यापरता अन्य आनंद नाही.

सोबत साप्ताहिकाने मला हा आनंद दिला आहे आणि म्हणूनच मलाही सोबतच्या वाचकांना इमान दिले पाहिजे.

ऐहिक आमिषे सदोदित वावरत असतात. स्वत:च्या प्रतिष्ठेचा बडेजाव उगाचच फूत्कारत असतो. दुसऱ्याच्या व्रणावर प्रहार करण्याची आसुरी लालसा नेहमी जिव्हा काढून लासवटासारखी आसुसलेली असते. अशा वेळेला धारदार खरे, पण नेमके शस्त्र निवडणे फार कठीण जाते. न्यायान्यायविवेक सांभाळणे अवघड जाते. कधी नावीन्यात मौज वाटते तर कधी श्रेष्ठींना नग्न करण्यात भूषण वाटते. कधी थोड्याशा आधारावर मोठमोठे गगनचुंबी उंच इमले उभे करण्याचा मोह होतो. तर कधी जाणीवपूर्वक जोपासलेल्या श्रद्धांचा उमाळा अनावर होतो. मित्रांचे मित्र भीड घालतात तर शत्रूंचे मित्र मर्मभेदासाठी जाग आणतात. अशा वेळेला आपली नेमकी क्षुद्रता सदैव लक्षात ठेवावी लागते. मी ती ठेवतो आहे.

पण त्यातूनही मार्ग काढायचा असतो. अंतिम सत्य कोणालाच सापडले नाही तरी सत्याचा रस्ता निश्चितच ठाऊक असतो आणि त्या रस्त्याला सोडचिठ्ठी देता येत नाही. अखेरी सर्व अभिनिवेश, सर्व आग्रह, सर्व हव्यास याच सत्याच्या आश्रयाने चालायचे असतात. शिवाय कोणत्याही सत्याची किंमत त्वरित मिळणारी नसते. तो एक पोस्टडेटेड चेक असतो. म्हणजे मानवी सद्‌भावना, कृतज्ञता आणि स्मरणशक्ती यावर विश्वासावेच लागते. सत्यासारखे सन्मित्र या भूतळी कोणी नसतात. पण अखेर सत्य हीही स्वत:च्या ज्ञानाने, स्वत:च्या अनुभवाने, स्वत:भोवती निर्माण केलेली एक वस्तू असते. सत्य-सत्य हेही अखेरी व्यक्तिसापेक्षच असते. पु. भा. भावे यांना जे सत्य वाटते ते आचार्य भागवत किंवा ना. ग. गोरे यांना वाटतेच असे नाही. मनाच्या गाभाऱ्यात अत्यंत पवित्र, सात्त्विक आणि उदार अशी जी तत्त्वे असतात, त्यातूनच सत्याची निर्मिती होते आणि पुष्कळ वेळा सत्याला समानरूप लाभू शकते ते त्या औदार्यातूनच.

सोबतमध्ये वादग्रस्त विषय पुष्कळ वेळा आले. त्या त्या वेळेला ते संतापजनक वाटले. ते टीकाविषय झाले. जेवढा समाजघात मोठा, तेवढा कडवटपणा

अधिक. हे हल्ले त्या त्या विषयापुरते मर्यादित असतात. त्या एका मुद्याव्यतिरिक्त त्या कोणाही माणसाने समाजाचे नुकसान केलेले नसते आणि म्हणून अन्यथा तो टीकेस पात्रही नसतो. कित्येक वेळा एखाद्या संदर्भामुळे त्याचा गुन्हा मोठा ठरतो. पण सारासारविवेक ठेवूनच त्या त्या व्यक्तीवर लिहून झाले की माझे मन मी साफ स्वच्छ करतो. वृत्तपत्रकाराच्या भूमिकेतून त्याच्या बुद्धीच्या मर्यादेपर्यंत त्याने झाल्या अपराधाबद्दल शिक्षा केलेली असते. म्हणजे त्याच्या लेखी तो विषय संपूर्णतया संपलेला असतो. कसलेच किल्मिष मानसी न ठेवता संपादक त्या व्यक्तीचे उर्वरित चरित्र अनुभवीत असतो, त्याने अनुभवायला हवे. त्याच्या कौतुकासाठी सिद्ध असावयास हवे. मी ते करण्याचा यत्न करतो. हळूहळू काही रागलोभ दूर होतात. पण काही तसेच मागे उरतात. वर्षे उलटत गेली की हे उरलेले राग साचत साचत त्यांची एक प्रचंड भिंत बनते. माझ्याभोवती अनेक जणांच्या रागाची अशी एक प्रचंड भिंत आहे. घाबरावयास होईल अशी ही भिंत आहे. पण घाबरून चालणार नाही. तीही मला मोडली पाहिजे. या भिंतीमुळे सामाजिक जीवन अशक्य होते. कुणाला तरी आपण दुखावले होते ही जाणीव आपण विसरलो तरी ज्याला जखम झाली तो ती जाणीव विसरणार कशी? तो ती जखम बरी होऊच देत नाही. सार्वजनिक जीवनात वावरणाऱ्यांनी असे हळवे होऊन चालणार नाही. मनुष्याचे चारित्र्य हे बव्हंशी स्वत:च्या आत्मविश्वासावर व कार्यपद्धतीवर अवलंबून असते, कोणाच्या टीकेवर नव्हे. चुकीच्या रस्त्याने निघालेल्याला थोपवून योग्य रस्त्याकडे फिरवता येते, पण ज्याचा ठिकाणाच जेथे वाममार्गी आहे त्याला ठेचावे लागते, रक्तबंबाळ करावे लागते– प्रसंगी नष्ट करावे लागते. वृत्तपत्रकाराने स्वत:ची कातडी बचावण्यासाठी अशा वाममार्गी लोकनेत्यांना चुकूनही क्षमा दाखवता नये. प्रसंगी लढून हार पत्करावी लागते किंवा समबळ नसेल तर पत्रकाराला घायाळ व्हावे लागते. ऐश्वर्याचे महाल बांधून पुष्ट देहाने मिरवणाऱ्या लाचार पत्रकारापेक्षा प्रसंगी घायाळ, पराभूत आणि परिस्थितीशी झगडणारा पत्रकार या दरिद्री, भरडल्या जाणाऱ्या देशाला हवा आहे. ऐश्वर्य सर्वांनाच हवे असते पण त्या ऐश्वर्याची किंमत मात्र वृत्तपत्रस्वातंत्र्य ही खास नव्हे.

एखाद्या लेखासाठी जुन्या अंकाची मागणी करणाऱ्याच्या सोईसाठी हा सोबतमधील लेखांचा पहिला खंड छापीत आहे. त्यात पुष्कळ लेख येऊ शकलेले नाहीत. त्याला खूप कारणे आहेत. वाचकांनी या संग्रहाला पसंतीची पावती दिली तर पुढे असाच दुसरा खंड काढण्याची मनीषा आहे. वृत्तपत्रातील

लेखन नेहमीच अल्पायुषी असते आणि जे फार चटपटीत, मर्मभेदक किंवा परखड वाटते ते कालाच्या इतिहासात फारच मामुली वाटू लागते. या ग्रंथाच्या संपादनात तसे काही होऊ नये याविषयी दक्षता घेतलेली आहे.

या पहिल्या खंडात व्यक्तिविषयक, आत्मचरित्रात्मक, वैचारिक, पत्रात्मक, उपहासात्मक, हिंदु-मुस्लीम प्रश्न आणि राजकीय अशी लेखांची विभागणी केली आहे.

या पुस्तकाचे प्राथमिक संपादन श्री. शंकर सारडा यांनी केले. त्यांची धडपड, साहित्यावरची अपार निष्ठा शब्दांकित करण्यापलीकडची आहे. त्यांनी नेट धरला म्हणून जो काही थोडा आकार ग्रंथाला आला तो आला आहे. त्यांचे आभार मानण्यापेक्षा त्यांच्या सततच्या सहकार्यासाठी त्यांचे ऋण बाकी ठेवणे शहाणपणाचे ठरावे.

पुण्यातील साहित्यिक क्षेत्रात श्री. बाळ गाडगीळ, श्री. वि. शं. पारगावकर, श्री. वि. ग. कानिटकर, श्री. श्री. ज. जोशी, श्री. द. मा. मिरासदार व श्री. विद्याधर पुंडलिक यांनी मजभोवती सदैव पहारा केला आहे. त्यांचा तीव्र विरोध आणि मनसोक्त प्रशंसा मी दोन्हीही अनुभवली आहेत. माझे मुंबईतले मित्र श्री. माधव मनोहर आणि श्री. धों. वि. देशपांडे हेही जागरूकतेने माझ्यावर लक्ष ठेवतात– पुष्कळवेळा कठोर टीका करतात. या सर्वांचा मी मन:पूर्वक ऋणी आहे.

ग. वा. बेहेरे

अनुक्रमणिका

१.	फासावरील नि:श्वास	१३
२.	महात्माजींचा हिंदूद्रोही नातू	२८
३.	एक मुलुखमैदान तोफ नि:स्तब्ध झाली...	४२
४.	सर परशुरामभाऊ कॉलेजसमोरील गोळीबार	४९
५.	पतनाचा क्षण	६०
६.	माझ्या बहुजन समाजातील मित्रांनो	६७
७.	नेते हवेत ग बाई, नेते हवेत!	७९
८.	कमंडलू आणि राजदंड	८४
९.	शरीरविक्रीचा व्यवसाय केव्हा सोडणार	८८
१०.	वरच्याचा पाय ओढा पण खालच्याला हात द्या	९१
११.	अर्धशिक्षितांची फौज	९५
१२.	नाठाळ बायकोला वठणीवर आणणारा कायदा...	९९
१३.	जोगिणी-निर्यातीचा राष्ट्रीय व्यापार	१०४
१४.	आता एकच झेंडा हवा आहे!	१०८
१५.	कोण जिंकले, कोण हरले?	११३
१६.	या भयंकर साथीला आवरणार कसे?	११९
१७.	अनुभव आणि आविष्कार	१२६

१८.	मध्यमवर्गीय राजकारणविन्मुख का?	१३०
१९.	नव्या समाजासाठी शब्दांना नवे अर्थ द्या	१३४
२०.	मी... मराठी भाषेचा छिन्नविच्छिन्न पुढारी!	१३९
२१.	'गड सासवडा'ची एक स्फूर्तिदायक गोष्ट	१४३
२२.	अमेरिकन गव्व्याची गलबते फोडून टाका	१४७
२३.	हे सिंधुसरिते, मला तुझी आठवण येते...!	१५१
२४.	अरे, आमचे कौतुक करा - हार आणा	१५५
२५.	भारत विकाऊ आहे!	१५९
२६.	छत्रपती शिवाजीचा रजेचा अर्ज	१६४
२७.	एक समजूतदार निर्णय!	१६८
२८.	सत्य अहिंसेच्या प्रयोगाचा जय असो!	१७३
२९.	रामराज्याची पहाट आता फार दूर नाही	१७७
३०.	हिरवे संकट	१८१
३१.	युनूस सलीमसाहेबास सलाम	१८५
३२.	भिवंडी जळाली... पुढे काय?	१८८
३३.	तो शिवाजी तुमचा नव्हे!	१९३
३४.	खुदा हापिझ् पाणिनी, खुदा हाफिझ्	१९०
३५.	आम्हाला हिंदू म्हणून जगू दिले तरच...	२०२
३६.	लांडग्यांना पिटाळण्याची वेळ आली...	२०५
३७.	बरे झाले... बाईचे नाक कापले!	२०९
३८.	सुभेदारीला सुरुंग लावा...	२१४
३९.	पानिपतनंतरचा मराठ्यांचा पराभव	२१८
४०.	मोहिते, कोठे मिळतो हो तो समाजवाद?	२२२
४१.	नमस्ते वसंतरावदादा पाटील-तुम्हीसुद्धा?	२२६
४२.	जयचंदी अवलाद अजून जिवंत आहे!	२३०

- बारा -

१.

फासावरील निःश्वास

प्रत्येक प्रश्नाला दोन बाजू असतात. कधीकधी त्यांपैकी एकही सत्य नसते किंवा दोनही अर्धसत्येच असतात. सत्यासत्याचा हिशोब करावयासाठीसुद्धा दोन्ही बाजू समोर यावयास हव्यात.

आज एक बाजू, तीही थोडक्यात तुमच्यापुढे येते आहे.

कोणतीही हत्या– कितीही अपरिहार्य वाटली तरीही आताच्या युगात निंदनीयच.

पण तरीही हत्या होत राहणारच– त्याच्या मागे त्या माणसाचे हट्ट, आग्रह उभे असतात.

त्या हट्टांची ही तरफदारी नव्हे. समर्थन तर नव्हेच नव्हे.

हा आहे एक काळ्याकुट्ट कालखंडाचा आलेख. त्यातला एक तुकडा.

कल्पनेने चितारलेला.

त्यामुळे इतिहासाच्या जिज्ञासूला दुसरी बाजू थोडी माहिती होईल आणि साधेल तो समतोल.

माझ्यासमोर लोंबता फास आहे. आणखी काही क्षणांनी मी या सृष्टीत जड स्वरूपात नसेन. माझा पुनर्जन्मावर विश्वास आहे, आणि माझी मनोदेवता सांगते, याच भूमीत मी जन्म घेईन. या भूमीवर माझे जिवापाड प्रेम आहे. या भूमीच्या इतिहासाशी माझे अतूट नाते आहे. या मातीचा सुगंध आसमंतात दरवळतो आहे आणि या सुगंधी लहरींवरूनच मी परलोकात निघालो आहे. या जगावर माझा राग नाही. ज्यांनी मला अकाली फासावर ढकलले,

त्यांच्यावर तर माझा मुळीच राग नाही. मी ह्या भूमीत राहिलो, इथली व्यवस्था, कायदा, दंडविधान मला मानले पाहिजे आणि माझ्या मायभूमीच्या न्यायदानानुसारच मी फासावर चढतो आहे.

हा फास तसा माझ्या ओळखीचा आहे. अनेक देशभक्तांच्या मानांनी स्पर्श केलेला हा दोरखंड या अवनीतलावरच्या सर्वात पवित्र गोष्टीशी निगडित आहे. कोणी लुटारू, डाकू वा खुनी या फासाच्या दोरीत सापडले असतील. पण अनेकविध डाकू व खुनी माणसांची पापे पचविण्याचे सामर्थ्य एका देशभक्ताच्या हुंकारात आहे. स्वातंत्र्यार्थ बलिदान करणाऱ्या कोणाही देशभक्ताच्या रक्ताची कारंजी शतकोटी गंगानदीच्या जलापेक्षा पवित्र असतात, आणि म्हणून फासाचे पावित्र्य अबाधित राहिले आहे.

याच फासावर तात्या टोपेने अखेरची मान टेकली. कान्हेरे, राजगुरू, सुखदेव, उधमसिंग, धिंग्रा, भगतसिंग, चापेकर बंधू, खुदी बोस.... खरे तर कोणाकोणाला आठवू? कोणाला स्मरू? ती सारी मंडळी आता मला अधिक ओळखीची वाटत आहेत. अधिक स्पष्ट दिसत आहेत. पूर्वी फार मोठी वाटणारी, फार दूर वाटणारी ही महापवित्र माणसे आज माझी नातलग झाली आहेत- माझे ज्येष्ठ भ्राते झाले आहेत. या साऱ्यांनी मजभवती फेर केला आहे. मी ह्या फासावर चढेन, माझी मान निष्प्राण होऊन लोंबकळेल तेव्हा ते सारेजण मला झेलून घेतील आणि त्यांच्या डोळ्यांत दिसणाऱ्या स्वागतांनी माझा हा अखेरचा प्रवासही सुखाचा, सुंदर होईल.

मी आता हे जग सोडून निघालो आहे. एका थोर पुरुषाचा मी जाणूनबुजून वध केला याबद्दल चार लोकांच्या साक्षीने माझा वध केला जात आहे. मी जेव्हा त्या महात्म्याचा वध केला तेव्हा मी अस्वस्थ होतो– सचिंत होतो– पण माझ्यासमोर उभी असणारी ही सर्व माणसे माझ्या वधासाठी किती आतुर आहेत पहा बरे. या घटकेला या देशातला मी सर्वात तिरस्करणीय माणूस आहे. या देशातल्या बहुसंख्य लोकांच्या आदरातला एक माणूस मी माझ्या हातांनी अचेतन केला आहे. या सर्व क्षुब्ध समाजाची मजबद्दल प्रतिक्रिया एवढीच, की मी एक हत्यारी आहे, खुनी आहे.

पण, खरेच का मी एक हत्यारी आहे? खरेच का मी एक खुनी आहे? खरेच का दुष्ट आहे? आजवर खुनांची काही साखळी का मी निर्माण केली? या पूर्वीचा माझा सारा काळ खरोखरच काळा आहे का? गंमत हीच आहे की खून तर राहोच पण प्रत्यक्ष दंडेली, टर्रेबाजी, मारामारी आदि तामसी गुणावगुणांपासून

मी फार फार दूर राहिलो आहे. मला ओळखणाऱ्यांना माहीत आहे की मुंगीला दुखवणं मला जमले नाही. रक्ताबद्दल मला असलीच तर भीती होती. प्रेम खचित नव्हते. मी एक सरळ साधासीधा नागरिक होतो. मला जमले तर अत्यंत साध्या पद्धतीने नागरिक म्हणून जगायचं होतं. पण असे असून नियतीच्या खेळातला मी एक बाण होतो. हा बाण वास्तविक केला होता पुरुषोत्तम अर्जुनासाठी; पण सोडावा लागला घटोत्कचासाठी. जेव्हा घटोत्कच आटोपेनासा झाला तेव्हा तो एकमेव बाण त्याच्यावर सोडण्याची आज्ञा नियतीने कर्णाला केली आणि मग नि:शस्त्र कर्णाला अखेरी जमिनीने गिळून टाकले.

होय, मलाही जमिनीने गिळून टाकावे. माझे श्वास, रक्त, आरोळी आणि चैतन्य आता याच भूमीत जावयास हवीत. हेच अपरिहार्य आहे. कुणास ठाऊक, येथे उद्या फुले फुलतील. लालबुंद जास्वंदी फुले कि उग्रपवित्र झेंडू. बाकी कुणी फुले होतात तर कुणी खत होते. पण सारी मातीच-मातीत मिळणारी. हे जर खरे तर मग मी माझ्या या अखेरच्या क्षणी मृत्यूपुढे का भिऊ? का मान लववू?

मी तर हे जग सोडून जाणारच आणि हे जग सोडून जाण्याची मला घाईही लागली आहे. माझे काम संपले आहे. मी निघालोही आहे. पण या माझ्या क्षणाभोवती कित्येकांचे हुंदके, सुस्कारे, अश्रू गुंतलेले आहेत. त्यामुळे पाय अडखळत आहेत.

मी ज्या महात्म्याचा वध केला त्याचे मोठेपण मला ज्ञात आहे. या देशात राजकीय विचाराचे लोण खालच्या थरापर्यंत नेणारा हा नेता वंदनीयच आहे. त्याचे स्वत:चे व्यक्तिगत चारित्र्य, देशभक्ती, सर्वस्पर्शी असा मनुष्यसंग्रह... या त्याच्या प्रत्येक गुणासाठी त्याच्यापुढे मान लववली पाहिजे. त्याच्या कर्तृत्वाचे मोजमाप करायला उपलब्ध पट्टी आहेच कुठे? त्यांनी वीस पंचवीस वर्षांत अशा प्रकारे स्वत:चे नाव आणि कर्तृत्व निर्माण केले की त्यांच्यावर प्रचंड प्रमाणात लोक विसंबू लागले. निवृत्तीमार्गी अशा हिंदू समाजाला हे सारे तत्त्वज्ञान नवीन नव्हते. पण पुन्हा एकदा विसाव्या शतकात हे तत्त्वज्ञान सांगणारा महापुरुष लोकांनी देवत्वाच्या कोटीवर नेला.

पण म्हणूनच मोहनदास करमचंद गांधी ही केवळ व्यक्ती बनली नाही, ती एक आरोळी बनली. ती व्यक्ती देवतारूप बनली आणि मग त्या शक्तीतले एक अहंकाराचे पान उलगडले. महात्मा गांधी ही एकच व्यक्ती ३५ कोटी लोकांच्या प्राणांशी खेळू लागली. अनेक पतिव्रतांचे कुंकू केवळ त्यांच्या लहरीवर अवलंबून राहू लागले. अनेक कोवळी कुसुमे उमलण्याची वाट पाहत होती, ती

केवळ त्या महात्म्याच्या सुस्काऱ्याने कोमेजून गेली.

मोठ्या माणसांच्या चुका मोठ्या असतात आणि मोठ्या माणसांच्या त्या चुका म्हणजेच इतिहासाची काळी पाने असतात. पराक्रमाच्या सोनेरी पानावर या चुका ओरखडे ठरतात. भारताच्या स्वातंत्र्याच्या रुपेरी पानावर तर केवळ अनेक अर्भके, अनेक कुमारिका आणि अश्राप हिंदूंचे रक्त– याचे न पुसता येणारे डाग आहेत आणि त्या सर्वांचे उत्तरदायित्व त्याच मोठ्या माणसाला स्वीकारावे लागणार आहे.

गांधींचे समर्थन करणाऱ्यांनी अनेक पळवाटा काढून फाळणीच्या दुःखाची जबाबदारी अन्य कशावर तरी ढकलण्याचा यत्न केला. कुणी असहिष्णु मुसलमानांवर, कुणी निवृत्तीमार्गी हिंदूंवर, कोणी इंग्रज कपटनीतीवर, तर कोणी नेहरूंच्या उतावळेपणावर... पण ही सारी कारणे खोटी आहेत.

कारण एकच आहे आणि ते दडले आहे एकाच गोष्टीत. हा महात्मा अखेर विसरला स्वतःचा इतिहास, देशाचा इतिहास, मनुष्यजातीचा इतिहास. महात्माजींपेक्षा थोर संत-महंत, नीतितत्त्ववेत्ते, विचारवंत सदैव मनुष्याचा देव करण्यासाठी धडपडले. माणसाने अहंकार विसरावा, स्वार्थ विसरावा, परस्परांशी मित्रत्वाने वागावे आणि नैसर्गिक शक्तीचा, सौंदर्याचा, कर्तृत्वाचा विकास साधावा, ही सारी शिकवण देणारे महात्माजी काही एकटेच नव्हते. हे कार्य अविरत चालू आहे. त्यात चूकही नाही. माणसातला पशू नष्ट करून त्या ठिकाणी देव निर्माण करावा असा यत्न करणे ही एक सत्प्रवृत्ती आहे. माणसाचे पशुत्व क्षणोक्षणी वाढत असताना त्याला देवत्वाची दीक्षा देणारे महात्मा समाजाला सदैव हवेही असतात.

महात्माजी तसेच होते. तेवढ्याच गोष्टीचा ते प्रचार करीत राहते तर मग माझ्यासारख्या गरीब, साध्यासुध्या नागरिकाने त्यांचा उदोउदो केला असता, त्यांना देवही मानले असते.

पण महात्माजी केवळ संत राहिले नाहीत. ते पुढारी झाले. ते केवळ मोक्षाचे प्रवासी नव्हते, तर ते या जगातील सुखाची वाटणी करू लागले. ते विचारवंत उरले नाहीत तर राजकारणी होऊ लागले. समाजधारणेची दोन अंगे आहेत. एक जड देहाची बूज राखणे, आणि दुसरे अंतिम सत्याची बूज राखणे. दोन्ही गोष्टी त्यांना एकत्र व्हावयास हव्या होत्या. ह्या दोन गोष्टी परस्परविरोधी आहेत. अंतिम सत्याच्या दृष्टीने धर्माधर्मात वाकडेपणा असू शकत नाही. पण जड देहाचा विचार करता त्या देहाचे अस्तित्व धर्माने बांधलेले आहे. संस्कार, वातावरण, शिक्षण, धर्माज्ञा, आर्थिक परिस्थिती आणि जगातील तत्कालिक

औदार्य यावर जडदेहाचे चलनवलन चालू असते. अंतिम सत्य कालबाह्य आहे. व्यक्तिसापेक्ष नाही; म्हणून राजकारण आणि तत्त्वज्ञान यांचे फारसे जमत नाही. तत्कालिक प्रश्नांची उकल पुष्कळदा, नव्हे बहुश: अंतिम सत्याच्या प्रेतावरच उभी राहते, तशीच ती असते.

संत महात्मा आणि भारताच्या नेतेपदावर आरूढ झालेले महात्मा यांनी सहिष्णुता बाणवण्याचा यत्न केला, पण त्यासाठी सहिष्णु किंवा दुबळ्या समाजाला अधिक सहिष्णु बनविले आणि कडवा, धर्मांध, बळजोर असा जो समाज- त्यांच्या सर्व पापांची कड घेतली. महात्माजींजवळ न्याय नव्हता. हिंदू-अहिंदू असा विचार न करता ते सर्वत्र समान सहिष्णु राहते तर भारताचे सारेच राजकारण नीट राहते. पण आपण धर्मापलीकडे आहोत असा बहाणा करीत ते मुसलमानांच्या बाजूलाच उभे होते. कदाचित हट्टी मुलासाठी त्यांचे न्याय व ममता निराळी असेल. काहीही असले तरी त्यांच्या अंत:करणात मुसलमानांबाबत व खिश्चनांबाबत अधिक माया होती. कदाचित हिंदूंच्या औदार्यावर त्यांचा विश्वास असेल. कदाचित त्यांना इंग्रजांशी लढण्यासाठी भेकड हिंदूंपेक्षा बलदंड मुसलमान हवे असतील– त्यांचे मन काही सांगता येत नाही. सत्य सांगता सांगता ते असत्याची पूजा करीत होते एवढे खरे.

हे असत्य अर्थात अंतिम सत्यासत्यापैकी नव्हे, हे असत्य ते सेक्युलर होते हे होय. हिंदूंच्यावर होणारा अन्याय त्यांना तेवढा टोचत नसे. ते वास्तविक अन्यायाविरुद्ध लढाई करीत होते. पण जेव्हा हिंदू-मुसलमानांचा प्रश्न उभा राही तेव्हा तेव्हा त्यांनी मुसलमानांची कड घेतली. स्वत:च्या निधर्मीपणाविरुद्ध त्यांनी वर्तन केले, आणि म्हणूनच अशा माणसाच्या हातून समाजघात, धर्मघात, राष्ट्रघात होणे अपरिहार्य आहे. मोठ्या माणसाच्या हातून होणाऱ्या चुका मोठ्या असतात असे जे मी म्हणालो ते अशाच अर्थाने. हिटलर भला देशभक्त असेल, पण त्याच्या करणीने जर्मन जनतेचा– जर्मन देशाचा चिरकालीन तोटा झाला. मानवता, अंतिम सत्य जरी बाजूला ठेवले तरीही एकवटलेल्या शक्तीचा वापर चांगल्या प्रकारे केल्याची उदाहरणे दुर्मीळ असतात.

गांधीजींनी प्रत्यक्ष कोणाचा वध केला नसेल, त्यांच्या हाताला प्रत्यक्ष रक्त लागलेले नसेल, त्यांनी सैन्य ठेवले नसेल, तोफा डागल्या नसतील पण अखेरी त्यांचा शब्द हाच एक लक्षावधी प्राणांवर रोखलेला तोफगोळा होता. एवढी प्रचंड शक्ती क्वचितच एकवटलेली असेल. हिंदूंच्या जिवावर उठलेली अगर हिंदू संस्कृतीचा विनाश करू शकणारी अशी शक्ती खुद्द हिंदुस्थानच्या

आक्रमकांजवळही नव्हती, आणि म्हणूनच मला वाटते, हा पवित्र देश, इथली पवित्र संस्कृती, इथली देवभाषा आणि अत्यंत उत्कृष्ट, उदार आणि पुराणा असा हिंदुधर्म यांच्या रक्षणासाठी काहीतरी केले पाहिजे.

ज्या दिवशी मी गांधीजींना राजकीय क्षेत्रातून नाहीसे करण्याचे ठरविले त्याचवेळी या जगात माझे म्हणून म्हणण्यासारखे जे काही राहिले असेल ते मी सर्वस्वी गमावून बसेन याची मला खात्री होती. मी काही श्रीमंत गृहस्थ नाही. पण तरीसुद्धा ज्याला मध्यमवर्ग म्हणतात, त्यात मी मानाचे आणि आदराचे स्थान निश्चितपणे कमावले होते. मी माझ्या प्रांताच्या सार्वजनिक जीवनात भाग घेतला होता आणि त्याची आजपर्यंत जी सेवा मी बजावू शकलो तीमुळे मला आमच्या छोट्याशा जगात मानाचे नि आदराचे स्थान निश्चितपणे मिळालेले होते. संस्कृती, समाज आणि मानवी सुधारणा याविषयींच्या उच्च कल्पना मला काही नवीन नाहीत. यशस्वी रीतीने रचनात्मक कार्याच्या काही कल्पना माझ्या दृष्टीसमोर होत्या आणि त्या हाती घेण्यास आणि पूर्णत्वास पोचविण्यासाठी लागणारी हिंमत आणि उत्साह मजजवळ भरपूर असल्याची मला खात्री होती. माझी प्रकृती दणकट होती. माझ्यात कोणतेही व्यंग नव्हते आणि मला कसलेही व्यसन लागले नव्हते. जरी मी स्वत: विद्वान नसलो तरी विद्वान लोकांविषयी माझ्या मनात नेहमी आदरबुद्धी आणि कौतुक आहेच.

ज्यावेळी राष्ट्रीय सभेने सविनय कायदेभंगाची मोहीम सुरू केली, तेव्हा मी भारताच्या सार्वजनिक क्षेत्रात एक कार्यकर्ता या नात्याने प्रवेश केला. त्यावेळी मी फक्त विद्यार्थी होतो. परंतु या चळवळीविषयीची व्याख्याने ऐकून आणि तिची वर्णने वृत्तपत्रातून येत ती वाचून माझ्या मनावर बराच परिणाम झाला आणि मी त्या चळवळीत भाग घेऊन सार्वजनिक कार्याला आपले आयुष्य वाहून घेण्याचा निश्चय केला. दुर्दैवाने ही चळवळ संपल्याबरोबरच मुसलमानांच्या प्रश्नाने फारच उग्र स्वरूप धारण केले आणि हिंदूंच्या एकीकरणाची चळवळ, डॉ. मुंजे, भाई परमानंदजी, पंडित मदनमोहन मालवीय यांनी व त्याचप्रमाणे आर्य समाजाच्या काही पुढाऱ्यांनी व राष्ट्रीय स्वयंसेवक संघाच्या काही कार्यकर्त्यांनी हाती घेतली. मी अशा चळवळीत भाग घेतला, सजा भोगली, फटके खाल्ले आणि माझ्या निष्ठांची किंमत मोजली.

बिहार सरकारने भागलपूर येथे हिंदूमहासभेचे अधिवेशन भरविण्यास बंदी घातली. सरकारचे हे कृत्य अन्याय्य आणि बेकायदेशीर असल्यामुळे महासभेने ही बंदी मोडण्याचे ठरविले. बिहार सरकारने हे अधिवेशन भरविले जाऊ नये

म्हणून सर्व तऱ्हेची सावधगिरी घेऊनसुद्धा हे अधिवेशन व्यवस्थित रीतीने पार पडले. सुमारे एक महिना भूमिगत राहून या अधिवेशनाच्या पूर्वतयारीत मी भाग घेतला. या काळातील वर्तमानपत्रे चाळीत असताना माझ्या कार्याच्या प्रशंसेची वर्णनेही माझ्या वाचनात आलेली आहेत. माझ्या सार्वजनिक सेवेविषयी जनतेने काढलेले पसंतीचे उद्गारही मी ऐकले आहेत.

ज्यांच्याशी माझे वैयक्तिक संबंध आहेत ते मला एक शांत स्वभावाचा इसम म्हणूनच ओळखतात. परंतु इतके असूनसुद्धा ज्यावेळी राष्ट्रीय सभेच्या पुढाऱ्यांनी गांधीजींच्या संमतीने या देशाचे तुकडे तुकडे केले आणि आम्ही वंदनीय समजतो त्या देशाला ज्यावेळी त्यांनी छिन्नविछिन्न केले त्यावेळी मात्र मन अगदी क्षोभकारक विचारांनी भरून गेले.

मी राष्ट्रीय सभेचा शत्रू नाही. आपल्या देशाच्या राजकीय उत्थानासाठी प्रयत्न करणारी सर्वप्रथम संस्था म्हणून मी राष्ट्रीय सभेला मानीत आलो आहे. तिच्या पुढाऱ्यांशी माझे मतभेद होते आणि आजही आहेत.

गांधीजींच्यात आणि माझ्यात वैयक्तिक कारणावरून कधीच वैर नव्हते. पाकिस्तानच्या मागणीची प्रशंसा करण्यामागील गांधीजींच्या प्रामाणिक हेतूंची जे प्रशंसा करतात, त्यांना मी एवढेच सांगू इच्छितो की गांधीजींच्या प्राणावर हात टाकताना– परिस्थितीचा काडीचाही विचार न करता जनता आपले माझ्याबद्दलचे मत बदलील हे मला स्पष्टपणे दिसत होते. समाजातील माझा दर्जा आणि मला मिळणारा मान आणि मजविषयी समाज दाखवीत असलेली आपुलकी या सर्व गोष्टींना मी वंचित होईन, हे मी जाणत होतो. भारतीय जनता यापुढे मला एक अत्यंत तिरस्करणीय गृहस्थ म्हणून मानू लागेल याची मला स्पष्ट जाणीव होती.

वृत्तपत्रातून माझ्याविरुद्ध काहूर उठविण्यात येईल हे मी चांगलेच जाणून होतो. परंतु वृत्तपत्रातून होणाऱ्या टीकेच्या काहुराला दबून मी माझे कार्य सोडून देण्याइतका भेकड नाही एवढा मला आत्मविश्वास होता. जर भारतीय वृत्तपत्रांनी निःपक्षपातीपणाने गांधीजींच्या अराष्ट्रीय धोरणावर प्रथमपासूनच टीका केली असती आणि जर त्यांनी केवढ्याही मोठ्या व्यक्तीच्या लहरीपेक्षा राष्ट्रीय हित हे अधिक महत्त्वाचे आहे असे जनतेच्या मनावर ठसविले असते, तर गांधीजी आणि त्यांचे अनुयायी हे आज जितक्या सुलभ रीतीने पाकिस्तान देण्यास धजले तितक्या सुलभ रीतीने ते देण्यास कधीच धजले नसते. भारतीय वृत्तपत्रे राष्ट्रीय सभेच्या वरिष्ठ पुढाऱ्यांशी इतकी नमून आणि भेकडपणाने वागली की त्यांनी राष्ट्रीय सभा करीत असलेल्या चुका अगदी उघडउघड होऊन दिल्या आणि

भारताचे विभाजन आपल्या एकंदर धोरणाने होऊ दिले.

काही ठिकाणी असे म्हटले जाते की पाकिस्तानची मागणी मंजूर केल्याशिवाय भारताला स्वातंत्र्य कधीच प्राप्त झाले नसते. परंतु हा सर्वस्वी चुकीचा आणि फसवा दृष्टिकोन आहे, असे मला वाटत असे. पुढाऱ्यांनी घेतलेल्या निर्णयाची योग्यता आमच्या मनावर ठसविण्यासाठीच हा केवळ युक्तिवाद आहे. गांधीवादी पुजारी आपण स्वराज्य जिंकून आणले असा दावा नेहमी करीत असतात. जर त्यांच्या म्हणण्याप्रमाणे त्यांनी स्वराज्य जिंकून आणले असेल तर जे ब्रिटिश त्यांना शरण आले, त्यांनी स्वातंत्र्य देण्यापूर्वी पाकिस्तान मान्य करण्याची अट घातली होती असे समजणे अगदीच उपहासात्मक होईल.

पाकिस्ताननिर्मिती झाली जनतेला फसवून आणि सिंध, पंजाब, बंगाल नि सरहद्द प्रांत यातील जनतेच्या भावनांची कदर न करून ते देण्यात आले. अखंड भारताचे दोन तुकडे करण्यात आले आणि एका भागात एक धर्माधिष्ठित राज्य निर्माण करण्यात आले. मुसलमानांना त्यांच्या अराष्ट्रीय चळवळीचे आणि कृत्यांचे फळ पाकिस्तानच्या रूपाने मिळाले. गांधीवादी पुढाऱ्यांनी पाकिस्तानच्या विरोधकांना एकीकडे देशद्रोही आणि जातीय वृत्तीचे असे म्हणून त्यांची हेटाळणी केली आणि जिनांच्या मागण्या मान्य करून भारताच्या एका भूभागावर मुसलमान राज्य स्थापले. केवळ या पाकिस्तानच्या देणगीमुळेच गांधीजीबद्दलचा माझ्या मनाचा तोल सुटला असे नव्हे. परंतु पाकिस्तान दिल्यानंतर सुद्धा जर या गांधीवादी सरकारचे पाकिस्तानातील हिंदूंचे न्याय्य हितसंबंध रक्षण्याची खबरदारी घेतली असती आणि त्या दिशेने पावले टाकली असती तरी मला माझे मन आवरणे शक्य झाले असते. परंतु कोट्यवधी हिंदूंना मुसलमानांच्या दयेवर फेकून देऊन परत गांधीजी आणि त्यांचे अनुयायी त्यांना पाकिस्तान न सोडता तेथेच राहण्याचा सल्ला देत राहिले. अशा रीतीने हिंदूच तेवढे मुसलमान सत्ताधीशांच्या हातात बेसावधपणे पकडले गेले आहेत आणि अशा रीतीने त्यांच्यावर संकटांमागोमाग संकटे कोसळली आहेत. यावेळी घडलेल्या सर्व भयंकर प्रसंगांची मला जेव्हाजेव्हा आठवण होते तेव्हातेव्हा माझ्या शरीरात जळता अंगार धगधगू लागतो.

उगवणारा प्रत्येक दिवस हजारो हिंदूंची कत्तल झाल्याच्या बातम्या आणीत होता. जवळजवळ १५००० शीख ठार मारले गेले होते. शेकडो हिंदू स्त्रियांच्या अंगावरील कपडे फाडले जाऊन त्यांच्या नागव्या मिरवणुकी काढण्यात आल्या होत्या आणि हजारो हिंदू स्त्रिया भर बाजारात गुराढोरांप्रमाणे विकल्या गेल्या

होत्या. हिंदूंना आपला जीव बचावण्यासाठी हजारोंच्या संख्येने पळून जावे लागले होते आणि अशा रीतीने पळून जाताना आपले सर्वस्व गमवावे लागत होते. ४० मैल लांब पसरलेला निर्वासितांचा काफिला भारताकडे सरकत सरकत येत होता. या सर्व भयंकर घटनांची दाद भारत सरकारने कोणत्या तऱ्हेने घेतली तर निर्वासितांकडे हवेतून भाकऱ्या फेकून!

या कत्तली आणि हे रक्तस्नान- जर भारत सरकारने पाकिस्तानमधील अल्पसंख्य लोकांना देण्यात आलेल्या वाईट वागणुकीविरुद्ध निषेध नोंदवला असता अथवा तोडीस तोड म्हणून भारतातील मुसलमानांना पाकिस्तानातील हिंदूंप्रमाणेच वागविण्याची धमकी दिली असती तर- आपोआप थांबले असते. परंतु गांधीजींच्या बोटाच्या तालावर नाचणाऱ्या सरकारने वेगळाच मार्ग पत्करला. पाकिस्तानातील अल्पसंख्याकांची दु:खे आम्हा वृत्तपत्रकारांनी वेशीवर टांगण्याचा प्रयत्न केला तर जातीजातील वैमनस्य माजविण्याचा हा प्रयत्न आहे असे तिरस्कारिले जाई आणि असे करणे हा एक गुन्हा आहे असे उद्घोषित केले जाई. या गुन्ह्यासाठी निरनिराळ्या प्रांतांतील सरकारांनी वृत्तपत्रांकडून प्रेस इमर्जन्सी पॉवर्स ॲक्टखाली एकमागून एक जामीनक्या मागण्याचे सत्र सुरू केले. माझ्या एकट्यावर १६००० रु. च्या जामीनकी भरण्याच्या नोटिसा बजावण्यात आल्या. मंत्र्यापुढे वृत्तपत्रांनी आपली शिष्टमंडळे नेली, तरीसुद्धा त्यांच्या तक्रारी दूर करण्यासाठी कोणतेही प्रयत्न करण्यात आले नाहीत. अशा तऱ्हेने गांधीजींच्या धोरणाने वागत असलेल्या राष्ट्रीय सभेच्या मंत्रिमंडळावर शांततामय मार्गांनी दडपण आणण्यात माझी सर्वस्वी निराशा झाली आणि म्हणून मी अवैध असा भलताच मार्ग पत्करला.

अगदी याच वेळी गांधीजींनी आपल्या आमरण उपोषणास सुरुवात केली. हा उपवास मुसलमानांच्या बाजूनेच, हिंदूंच्या विरुद्ध होता.

आपला उपवास सोडण्यासाठी गांधीजींनी घातलेल्या सात अटींपैकी एका अटीचा संबंध दिल्लीतील निर्वासितांनी भरलेल्या मशिदींविषयी होता. ती अट अशी होती की निर्वासितांनी भरलेल्या सर्व मशिदी त्यांनी ताबडतोब खाली करविण्यात याव्यात आणि त्यांचा ताबा मुसलमानांना देण्यात यावा. गांधीजींनी सरकारला आणि इतर कित्येक पुढाऱ्यांना केवळ उपवासाचेच दडपण आणून ही अट मान्य करण्यास लावली. त्या दिवशी मी सहज दिल्लीत होतो आणि ही अट अगदी पूर्णपणे अंमलात आणताना जे काय प्रत्यक्षात घडले ते मी आपल्या डोळ्यांनी पाहिले आहे. ते दिवस अगदी कडक थंडीचे होते आणि गांधीजींनी

ज्या दिवशी उपवास सोडला त्या दिवशी तर प्रत्यक्ष पाऊसच पडत होता. अशा अस्वाभाविक हवामानाच्या वेळी व्यवस्थित कपडे घातलेला श्रीमंत मनुष्यसुद्धा काकडून जात होता. दिल्लीला आसऱ्यासाठी आलेली निर्वासितांची कुटुंबेच्या कुटुंबे रस्त्यावर फेकली जात होती आणि असे करताना त्यांच्या निवाऱ्याची आणि वसतिस्थानाची दुसरी काहीही व्यवस्था करण्यात आली नव्हती. एक दोन निर्वासित कुटुंबे, त्यातील मुले व स्त्रिया हातात मावेल एवढे सामान घेऊन "गांधीजी, आम्हाला आसरा द्या!" असे म्हणत बिर्ला भवनापाशी पोचली. प्रासादतुल्य बिर्ला हाऊसमध्ये राहणाऱ्या गांधीजींच्या कानावर या गरीब हिंदूच्या करुणास्पद आरोळ्या पोचणे शक्य तरी होते काय? मी माझ्या डोळ्यांनी हा प्रसंग पाहिला. अत्यंत निष्ठुर अशा माणसाचे हृदयसुद्धा द्रवले असते. पण या हृदय द्रवण्यापेक्षा अधिक खोलवरचे विचार माझ्या मनात शिरकाव करू लागले. ज्या स्वत:च्या घरातून हे निर्वासित उखडले गेले त्यांना या मशिदी आपल्या घरादारांपेक्षा चांगल्या वाटू लागल्या ही खरोखर आनंदाची गोष्ट होती काय? या निर्वासितांना ज्या परिस्थीतीने आणि घटनांनी मशिदीत राहण्यास भाग पाडले ती कारणे व ती परिस्थिती गांधीजींना अवगत नव्हती काय? देशाचा जो भाग आज पाकिस्तान म्हणून ओळखला जात आहे त्याच्यात एकही देऊळ वा गुरुद्वार शिल्लक राहिलेले नाही ना? आपण मागे टाकून आलेल्या आपल्या देवळांचा नि गुरुद्वारांचा घाणेरडा उपयोग, शीख आणि हिंदू यांच्या भावनांचा अपमान करण्यासाठी केलेला या निर्वासितांनी, आपल्या डोळ्यांनी प्रत्यक्ष पाहिलेला आहे. ज्यावेळी हे निर्वासित रस्त्याच्या कडेला अथवा एखाद्या झाडाखाली कसातरी आसरा घेत असत त्यावेळी पंजाब व सरहद्दप्रांत येथील आपल्या घरादारांचा विचार त्यांच्या मनात आला असता तर त्यात नवल ते काय?

जर निर्वासितांनी ताब्यात घेतलेल्या या मशिदी सोडण्यापूर्वी त्यांच्यासाठी काहीतरी दुसऱ्या बदली आसऱ्याची व्यवस्था करावी असा आदेश दिला असता तर त्यांच्या मागणीस काही माणुसकीचा आधार आहे असे तरी वाटले असते. निर्वासितांनी मशिदी खाली कराव्यात अशी मागणी करण्यापूर्वी त्यांनी पाकिस्तानातील मुसलमानांनी हिंदूंची देवळे त्यांच्या ताब्यात द्यावीत अशी किंवा त्याच्यासारखी एखादी मागणी पाकिस्तानातील मुसलमानांकडून मंजूर करून घेतली होती काय? तसे झाले असते तर गांधीजींची अहिंसेची शिकवणूक, हिंदु-मुसलमान ऐक्याविषयीची त्यांची आतुरता किंवा त्यांचा आपल्या इच्छाशक्तीवरील विश्वास ही अजातीय, हिंमतीची आणि भेदभाव न करणारी आहेत अशी जनतेची खात्री पटली असती.

गांधीजींनी आपला उपवास सोडण्यासाठी, पाकिस्तानातील मुसलमानांनी कबूल करावी म्हणून जर एखादी अट घातली असती, तर या उपवासाचा शेवट जरी गांधीजींच्या मृत्यूत झाला असता तरीसुद्धा, एकाही मुसलमानाला आपल्या मृत्युविषयी बिलकूल दुःख वाटले नसते हे समजण्याइतके गांधीजी खास हुशार होते, आणि याच कारणामुळे मुसलमानांसाठी एखादी अट घालण्याचे त्यांनी जाणूनबुजून टाळले. त्यांच्या मागील अनुभवावरून जिना हे जरासुद्धा त्यांच्या उपवासाला घाबरलेले नव्हते आणि त्यांच्या आतल्या आवाजाला मुस्लीम लीगने कवडीचीही किंमत दिलेली नव्हती.

गांधीजींच्या अस्थी भारतातील बहुतेक नद्यांतून टाकल्या गेल्या. परंतु पाकिस्तानमधून जाणाऱ्या सिंधू नदीमध्ये त्यावेळचे तेथील हिंदी हायकमिशनर श्रीप्रकाश ह्यांनी खूप प्रयत्न करूनसुद्धा त्या टाकता आल्या नाहीत.

आता पंचावन्न कोटींचा प्रश्न विचारात घ्या. हे पंचावन्न कोटी रुपये न देण्याबद्दल, कोणत्याही सरकारला आपला निर्णय बदलण्यास लावणे हे अत्यंत कठीण आहे, असे स्वतः गांधीजी म्हणाले होते. परंतु तरीसुद्धा पाकिस्तानला ५५ कोटी रुपये देण्याचे थांबविण्याचा भारत सरकारचा पहिला निर्णय भारत सरकारने बदलला आणि त्याचे कारण गांधीजींची आमरण उपवासाची धमकी हे आहे, हे गांधीजी व भारत सरकारनेही स्वतः कबूल केलेले आहे.

जे आपणास जनतेचे सरकार म्हणवते अशा सरकारने पाकिस्तानला ५५ कोटी रुपये देण्याचे थांबविण्याचा निर्णय घेतलेला होता. परंतु जनतेच्या सरकारने घेतलेला निर्णय गांधीजींच्या उपवासाच्या हुकमाबरोबरच बदलण्यात आला. माझ्या मनाला गांधीजींच्या पाकिस्तानधार्जिण्या वृत्तीपुढे जनतेच्या मनाची शक्ती कस्पटासमान मानली जाते ही गोष्ट अगदी स्पष्ट दिसत होती.

गांधीजींचा उल्लेख हल्ली राष्ट्रपिता हे विशेषण लावून केला जातो. असे जर असेल तर ज्याअर्थी देशाचे विभाजन करण्यास मान्यता देऊन त्यांनी अत्यंत विश्वासघातकीपणाचे वर्तन केलेले आहे त्याअर्थी ते आपले वडील या नात्याचे कर्तव्य करण्यास खास चुकले आहेत. जर गांधीजींनी त्यांनी सुरुवातीस दाखविलेला पाकिस्तानचा विरोध खरोखरच कायम ठेवला असता तर पाकिस्तानची मागणी करण्याची हिंमत मुस्लीम लीगला झाली नसती, आणि त्याच्या निर्मितीसाठी ब्रिटिशांनी केलेले सर्व प्रयत्न निष्फळ ठरून ते पाकिस्तान निर्मितीही करू शकले नसते. पाकिस्तान देण्यामुळे राष्ट्रपिता या नात्याने आपले आवश्यक कर्तव्य पार पाडण्यास गांधीजी खास चुकले आहेत.

हैद्राबादच्या प्रकरणाची तीच गत आहे. निजामाचे मंत्री आणि रझाकार यांनी हिंदूंवर केलेल्या पाशवी अत्याचाराचे वर्णन करण्याची मुळीच जरुरी नाही. हैद्राबाद संस्थानचा पंतप्रधान लायकअल्ली याने जानेवारी १९४८ च्या शेवटच्या आठवड्यात गांधीजींची मुलाखत घेतली. गांधीजींनी हैद्राबादच्या प्रश्नाकडे ज्या रीतीने लक्ष घातले तीवरून गांधीजी आपला अहिंसेचा प्रयोग हैद्राबादवर करणार आणि रझाकार प्रमुख कासीम रझवी याला नराधम सुऱ्हावर्दीप्रमाणेच आपला दत्तकपुत्र बनविणार ही गोष्ट अगदी उघड होऊन चुकली. जोपर्यंत गांधीजी जिवंत आहेत तोपर्यंत हैद्राबादसारख्या मुसलमानी संस्थानाविरुद्ध आपल्या हातातील सर्व शक्तीचा वापर करणे आणि त्याविरुद्ध कडक उपाय योजणे हे आपल्या सरकारला कधीच शक्य झाले नसते. जर सरकारने हैद्राबाद संस्थानाविरुद्ध सैनिकी कारवाई करण्याचे योजले असते तर गांधीजींनी आणखी एक उपास सुरू केला असता आणि गांधीजींचा जीव बचावण्यासाठी पाकिस्तानला ५५ कोटी रुपये देण्याचा आपला निर्णय जसा भारत सरकारला बदलावा लागला तसाच हैद्राबादमध्ये सैनिकी कारवाई करण्याचाही निर्णय बदलावा लागला असता.

गांधीजीच्या मते आक्रमकाने दिलेले तडाखे सहन करणे आणि शस्त्राने वा शारीरिक बळाने त्याचा प्रतिकार न करणे आणि ते सर्व तडाखे निमूटपणे कुरकुर न करता सहन करणे म्हणजे अहिंसा पाळणे होय असे आहे. एखाद्या वाघाने इतक्या गाई मारून खाव्यात की त्याचा त्याला वीट यावा आणि तो वीट येईपर्यंत गाईंनी त्याला आपणास खाण्यास मोकळीक द्यावी असे एक उदाहरण गांधीजींनी आपल्या अहिंसापालनाच्या व्याख्येचे वर्णन करताना दिले आहे.

मी स्वत:शीच विचार केला की मी गांधीजींचा वध करण्याचे ठरविले तर माझा सर्वनाश होईल. माझ्या वाट्यास जनतेकडून होणारा तिरस्कार तेवढा येईल आणि मी ज्याला जीवितापेक्षाही मौल्यवान समजतो तो माझ्याविषयीचा जनतेतील आदर मी एका क्षणात गमावून बसेन. हे पुढचे भविष्य मला त्याचवेळी दिसले होते, परंतु त्याचवेळी माझ्या ह्या कृत्यामुळे यापुढील भारताचे राजकारण जास्त व्यवहारी बनेल, भारत आक्रमकाविरुद्ध प्रतिहल्ला चढविण्यास समर्थ होईल आणि सैनिक शक्तीच्या बळावर तो सामर्थ्यशाली होईल हेही दिसत होते. गांधीजींच्या वधामुळे माझे भविष्य खलास होणार यात काडीचाही संशय नव्हता, परंतु पाकिस्तानी आक्रमणापासून भारत मात्र निश्चितपणे बचावणार होता. जनता मला नावे ठेवील. माथेफिरू अथवा मूर्ख म्हणून माझी संभावना करील. मी कोणाशीही याविषयी चर्चा केली नाही. मी आपले बळ दोन्ही हातात एकवटले आणि ३०

जानेवारी १९४८ रोजी बिर्ला प्रासादातील प्रार्थनास्थळी एक अलौकिक कृत्य केले.

जर आपल्या राष्ट्राविषयी निष्ठा बाळगणे हे पाप असेल तर ते पाप मी केलेले आहे. हे पाप करण्यातच मला अभिमान वाटतो. त्या पापाचा धनी मी आहे हे मी नम्रपणे सांगू इच्छितो. मानवी समाजाने स्थापलेल्या या न्यायालयाच्यावर जर एखादे ईश्वरी न्यायालय असेल तर त्या न्यायालयात माझे कृत्य अन्याय्य ठरणार नाही असा मला आत्मविश्वास वाटतो.

खरे सांगायचे म्हणजे मी ज्यावेळी गांधीजींवर गोळ्या झाडल्या त्याचवेळी माझेही आयुष्य संपुष्टात आले. तेव्हापासूनचे माझे दिवस मी ध्यानधारणेत आणि ईशचिंतनात घालवीत आहे. ह्या काळात माझ्या कार्याचे जे परिणाम माझ्या नजरेस पडले त्यामुळे माझ्या मनाला संपूर्ण समाधान प्राप्त झाले आहे.

गांधीजींच्या प्रयाणानंतर हैद्राबादचा प्रश्न आपल्या सरकारने सैनिकीबळाचा वापर करून योग्य रीतीने व अविलंबे करून व्यवस्थित रीतीने सोडविलेला आहे. ऊर्वरित भारताचे हल्लीचे सरकार आता व्यवहारी पद्धतीने आपले राजकारण हाताळीत आहे. आपले गृहमंत्री, आपले राष्ट्र आधुनिक शस्त्रास्त्रांनी आणि युद्धसाहित्यांनी सुसज्ज असे सैन्यबळ बाळगून असले पाहिजे असे मत प्रदर्शित करतात; मात्र ते अजूनही हे पाऊल गांधीजींच्या ध्येयवादाशी सुसंगतच आहे असे म्हणत असतात. त्यांनी स्वत:च्या समाधानासाठी फार तर असे म्हणावे. पण ते अर्थातच खोटे ठरेल.

या राष्ट्राकरिता गांधीजींनी हालअपेष्टा सोसल्या आहेत हे कबूल करण्यास मी तयार आहे. जनतेच्या मनात त्यांनी जागृती निर्माण केली ही पण गोष्ट खरी आहे. त्यांनी कोणतीही गोष्ट वैयक्तिक स्वार्थासाठी केलेली नाही. परंतु तरीसुद्धा त्यांनी आपल्या अहिंसेचा सर्व बाजूंनी होत असलेला पराभव कबूल करण्याचा प्रामाणिकपणा दाखविला नाही असे म्हणणे माझ्या मनाला यातना देते. गांधीजींनी केलेल्या त्यागापेक्षाही अधिक त्याग केलेल्यांची आणि गांधीजींहून अधिक बुद्धिवान आणि वीर्यशाली पुरुषांची चरित्रे मी वाचली आहेत. पण ते काहीही असले तरी मी, गांधीजींनी या देशाची जी सेवा बजावली आहे, त्या सेवेपुढे नि गांधीजींपुढे मी आदराने मानच लववीन. मी त्यांच्यावर गोळ्या झाडण्यापूर्वी प्रत्यक्ष त्यांचे शुभचिंतन करून त्यांना प्रथम प्रणिपात केला. परंतु माझी त्यांच्याविषयी इतकी वैयक्तिक आदराची भावना असूनसुद्धा या थोर देशभक्तालासुद्धा जनतेची फसवणूक करून या भारत देशाला विच्छेदित करण्याचा अधिकार नव्हता असे मला स्पष्टपणे वाटत होते.

मी महात्माजींचा वध तर केला-

पण आता मी आणि महात्माजी दोघेही जड देहाने या जगात राहणार नाही. मी जातीने ब्राह्मण, याला माझा इलाज नाही. पण माझ्यामते मी आहे फक्त हिंदू, माझ्या हिंदू रक्ताबद्दल मला अभिमान आहे, आणि म्हणून कुठले तरी रागलोभ साधून घेण्यासाठी माझ्या पोटजातीचा उल्लेख केला गेला आहे. पण ब्राह्मणातच टिळक, गोखले, आगरकर, नेहरू, राजगोपालाचारी, डांगे, एस. एम. जोशी, गोरे... शेकडो लोक आहेत, त्यांची ब्राह्मणद्वेष्ट्यांना का आठवण होत नाही? मी गांधींचा खून केला तो मी ब्राह्मण म्हणून निश्चित नव्हे. ब्राह्मण-ब्राह्मणेतरांची वैरे त्यांनी खुशाल आपआपल्यापरीने भांडावीत वा उगाळावीत. माझे कृत्य वाईट असले तर ते हिंदूंचे कृत्य म्हणूनच वाईट वा चांगले असेल. किंबहुना ब्राह्मणी संयमी-थंड अशा डोक्यामुळे मी या महत्त्वपूर्ण निर्णयाला फार उशीर केला. मी जातीने तापट माथ्याचा, क्षत्रियकुलाचा, सळसळणाऱ्या रक्ताचा असतो तर पाकिस्तान निर्माण होण्यापूर्वीच मी हे कृत्य करून मोकळा होतो. पण माझी परंपरा काही शस्त्रधारण करणारांची नव्हे. शस्त्रधारण करणारे, समाजाचे रक्षण करणारे, भूमीचा सांभाळ करणारे जर अहिंसात्मक बनले तर या भूमीचे रक्षण करावयाचे कोणी? माझ्यासारख्या ब्राह्मणाने? अन्यायाविरुद्ध बंड करायचे कोणी? पोथीपुराणात मग्न राहणाऱ्या तपस्व्याने? क्षत्रिय भेकड बनले, त्यांनीच समाज बुडू दिला, त्यांनीच आयाबहिणींची विक्री केली, तरी तपस्व्याने संतापू नये? जे काम वास्तविक ब्राह्मणेतरांचे, ते त्यांनी केले नाही, जे काम वास्तविक शस्त्रपूजकांचे, ते त्यांनी केले नाही, आणि मी ते केले तर त्यासाठी माझी सारी जमात बहिष्कृत. ब्राह्मणेतरांना विद्या शिकू दिली नाही, पाणी मिळू दिले नाही, अवमानाने वागवले, चातुर्वण्याने विषमता वाढवली, या सर्व गोष्टींसाठी ब्राह्मणांना जी काय व्हायची ती शिक्षा जरूर व्हावी. पण क्षत्रियांचे काम ब्राह्मणांनी केले, राष्ट्र विकणाऱ्यांना शासन केले म्हणूनच त्या जातीविरुद्ध काहूर कशासाठी?

वास्तविक मी कसला ब्राह्मण! मी कधीच जात-पोटजात मानली नाही. माझे दैवत जे सावरकर त्यांनी अस्पृश्यतेवर शस्त्र उगारले व समानतेचा धोशा धरला. वर्णविरहित, बलिष्ठ हिंदुसमाजाची मागणी केली. त्यासाठी बहुजनसमाजाची मनधरणी केली. त्यांच्या लेखी श्राद्धपक्ष नव्हते. त्यांच्या लेखी रूढाचार आणि ग्रंथप्रामाण्य यांना मुळी जागाच नव्हती. असा हा कडवा हिंदूसुद्धा हरामखोरांनी जातीय ठरवला. जातीयतेचा उच्छेद करणारा हा माणूस जातीय, त्यांचे अनुनायी जातीय आणि पुरोगामी कोण तर जातीशिवाय ज्यांना बोलता येत नाही ते. ते म्हणजे

दलित. ते म्हणे बहुजनसमाजाचे पुढारी. फुल्यांच्यापेक्षा तर्कशुद्ध आंबेडकरांच्याहून कडवा, शाहू छत्रपतीहून तेजस्वी असा हा बुद्धिवादी भांडखोर माणूस खरा बहुजनसमाजाचा नेता असायचा, पण भेकड आणि दुबळ्या राजकारणाने त्याची पोटजात काढून त्यांना बदनाम करण्याचा यत्न केला. सावरकरांचे अखंड हिंदुसमाजाचे तत्त्वज्ञान आणि दलितांविषयीची कळकळ गाडून त्यांनाच जातीय ठरवण्यात आले. होय. ते धर्माभिमानी जरूर होते. पण जातीय? त्यांनी पुंड मुसलमानांविरुद्ध दंड थोपटले. पण तेच हात बहुजनसमाजापुढे जोडले; जातिमुक्त समाजासाठी या देशात सावरकरांएवढा आक्रोश कोणीच केला नाही. सारी ब्राह्मणजात नष्ट झाली तरी हरकत नाही, पण सावरकरांना विसरणे मात्र फार फार महाग पडेल. जातिमुक्त हिंदुसमाज- शस्त्रसज्ज हिंदुसमाज- विज्ञाननिष्ठ हिंदुसमाज निर्माण करायचा असेल तर गांधीजींच्या हृदयपरिवर्तनाधिष्ठित अस्पृश्योद्धारापेक्षा सावरकरांची हक्काधिष्ठित समानता श्रेष्ठ होय.

आम्ही सारे जेव्हा विसरले जाऊ तेव्हा या माझ्या परमपवित्र भूमीवर हिंदूचेच राज्य असेल. येथील भेकड संस्कृती तेव्हा मर्द संस्कृती झाली असेल. सारा समाज एकसंध उभा असेल आणि गांधार-शरावती यांच्या पलीकडे त्याचे पाऊल असेल. नव्या मनूचा नवा समान वेद येथे दुमदुमेल आणि त्या भारतभूमीकडे कोणीही वाकडे डोळे करून पाहणार नाही. मी जे कर्म केले, मी ज्यासाठी देहदंड सोसला ते हे माझे स्वप्न कोणीतरी पुरे केले म्हणजे मी कुठेही असलो तरी सुखी होईन.

सिंधूच्या किनाऱ्यावर अस्वस्थपणे हिंडणारे क्रांतिकारक त्या दिवशी स्वस्थचित्त होतील. सिंधूनदीकाठचा परिसर हिंदूंच्या गीतांनी भारून गेला की वाट पाहणारे सारे संत महंत आशीर्वाद देतील. सिंधूच्या मुक्तीशिवाय सारे काही आम्हाला व्यर्थ आहे.

मित्रांनो, मी चाललो. माझ्या या बऱ्यावाईट कृत्याची ही तरफदारी नव्हती. मी केलेले हे कृत्य अघोर असेल, बेकायदा असेल, तुम्हाला आज रुचलेले नसेल, ठीक आहे. तुमचा निर्णय बदलेपर्यंत मी थांबेन, तो दिवस फार दूर नाही.

(दिवाळी १९६९)

-०-०-०-

२.

महात्माजींचा हिंदूद्रोही नातू

आज जाऊ, उद्या जाऊ म्हणता म्हणता चार दिवसांवर दिवाळी अंक आला. अजून जायला जमले नाही. विषय डोक्यात भिरभिरतो आहे. मन कोठेतरी दुखावले आहे. पाचगणीसारख्या एका थंड हवेच्या गावात तो विषय माझी वाट पाहतो आहे. मला वेळ होत नाहीये. तिथे जायला अनेक व्यवधाने मागे लागलेली आहेत आणि सारा कारभार एकाकी आहे. आधी पैसे कमी- तोट्यात जाणारे सोबत सारखे उपदव्याप– कागद दुर्मीळ– लेखकांकडच्या खेपा– आयत्या वेळेचे नकार– जाहिराती... अरे बापरे जाहिराती म्हटलं म्हणजे नको ते प्रवास– नकोत त्या खेपा. अगदी नाइलाज होऊन टाकलेल्या चतकोर भाकरीसारखे जाहिरातीचे तुकडे– पुन्हा मागील वर्षाची वसुली– अजीजी...

खरे तर नको हा वृत्तपत्रव्यवसाय असे वाटण्याइतकी या व्यवसायात घालमेल आहे. हजारो रुपये हातून जातात, हाती काहीच उरत नाही. लेखकांचे राग-रुसवे तर विचारू नका. जाहिरातीत नाव मागेपुढे झाले तर प्रभाकर तामणे-शामराव ओक यांच्यासारखे लेखक एकदम अनेक दिवसांचे संबंध तोडण्याइतपत कालवा करतात. माणसे वयाने वाढतात तशी समजाने का वाढत नाहीत हेच कळत नाही. केवळ ऑफिसात चार खेपा घातल्या अन् गाठ पडली नाही म्हणून नारायण धारपासारखा माणूस इतका नाराज होतो की लेखन-कर्तृत्वाच्या एका मुलाखतीत ज्या मासिकाने त्यांना लौकिकपदी पोचवले त्याची तो साधी नोंद करू इच्छित नाही. भाव्यांच्यासारखा ज्येष्ठ आणि संभावित लेखक तर, त्यांच्याशी त्याच्या वाचकाच्या झालेल्या न्याय्य

मतभेदात त्या वाचकाची बाजू घेतली, असे समजून साऱ्या समृद्ध अन् खोलवर मैत्रीवर पाणी सोडतो. यांपैकी कोणाचेही पै-पैशाचे देणेघेणे नाही. भांडण नाही. उलटपक्षी अगदी वेळेवर-इतरांपेक्षा अधिक वक्तशीरपणे त्यांना पैसे मिळाले. एवढ्यातेवढ्यासाठी माणसे भांडू लागली म्हणजे वाईट वाटते. त्यात तत्त्व नसते, आढ्यताही नसते. संपादकांचे वैपुल्य झाले आहे- कोणाची कोणाला गरज उरलेली नाही हेच बहुश: कारण असावे. माझे कधी चुकत नाही असे थोडेच आहे? चुकते, पण मी मैत्री विकायला काढीत नाही.

असा बिनकिफायतशीर धंदासुद्धा मला आवडतो. एकतर या धंद्यात धंदा आणि हौस यांची सीमारेषा ठरवता येत नाही. माणसे सकाळ-संध्याकाळ येत असतात. प्रतिभावान– काहीतरी घडवणारी, नव्या जगात हिंडून आलेली. त्यातली काही या जगातली नसतातही. परमेश्वराचा स्पर्श झालेले काही कलावंत आले की देवळाला पावित्र्य असते तसे माझ्या कार्यालयाला येते. त्यातही पुष्कळ माणसे उबदार असतात. खूप खूप माया जोडतात. कोणी माझ्या ललित साहित्यावर प्रेम करतात– कोणी गद्य लिखाणावर, विशेषत: माझ्या आक्रमक लेखनावर प्यार करतात. कोणाला माझे लेखन मुळीच आवडत नाही– मी आवडतो. पुष्कळसे लंगडे, पांगळे, बायकी असे सहव्यवसायी माझ्या चैनबाजीचा, मित्रपरिवाराचा मत्सर करीत, माझी निंदा करीत माझ्या कार्यालयाबाहेरून जातात. त्याची घाण आतपर्यंत येते. त्यांचे विषारी फूत्कार अस्वस्थ करतात पण मनाच्या रोगावर इलाज नसतो. अशा विकृतीची दया करावी हेच शेवटी पटते. जीव-जिवाणूला सुद्धा गल्लीबोळात जगू द्यावे हा संतांचा उपदेश मनी राहतो.

पण या धंद्याला जे 'तारुण्या' चे दान आहे ते नाकारणे करंटेपणाचे आहे. म्हातारे होणाऱ्या संपादकांना या व्यवसायातून ढकलले जाते. हे म्हातारेपण मनाचे असते. रंगनाथ देशपांडे, माधव मनोहर, ग. ल. ठोकळ ही मंडळी अजूनपर्यंत ऐन पंचविशीतच नाही का राहू शकली? प्रा. फडकेसुद्धा परवा परवापर्यंत तरुणच होते. हे जमायला हवे. जमेल. आज ना उद्या जमेल. पण तोचतोचपणा– तीच वैरे– तेच छंद– स्वत:बद्दलचे तेच तेच बोलणे माणसाला एकदम जीर्ण करून टाकते. 'आमच्यावेळी' चे कालबाह्य पुराण करणारे पुष्कळ साहित्यिक संपादक या धंद्याला पांजरपोळाची कळा आणतात. कधी कधी कॉलेजातले तरुण उमलणारे– खूप अस्वस्थ असणारे– कदाचित उद्याचे मर्ढेकर होणारे– भेटतात आणि जखम करून निघून जातात. त्या जखमा मात्र फार सुंदर असतात. उगवत्या सूर्यासारख्या. अशाच जखमा होत राहाव्यात असे वाटते.

स्तुतीची, निंदेची, धमकीची, याचनांची पत्रे वाट पाहत असतात. दिवस कसा जातो तेच कळत नाही.

मोठी मजा असते.

मी पन्नाशीच्या जवळ जवळ येत चाललो हे मला मुळी कळतच नाही. मला संदर्भग्रंथ कसे वापरायचे ते समजते म्हणून मी विद्वान, मला चार लोक वागवता येतात म्हणून मी संपादक, बरे-वाईट चार शब्द लिहिता येतात म्हणून लेखक. एरवी संपादकाने लिहिण्याची या भागात आजकाल फारशी पद्धत नाही आणि मी तर ज्याला 'खाज' किंवा 'कंड' याशिवाय अन्य पर्यायी शब्द नाही या विकाराने ग्रस्त झाल्यामुळे या व्यवसायात पडलेला. 'पैंजण' काय, 'बुवा' काय, तिथे मला नीटसे व्यक्त होता येत नव्हते, पण आता 'सोबत' आहे-तिथे थोडे हुंदडता येते. कधी ते हुंदडणे थोडे मर्यादेबाहेर जात असेल, पण सर्वसामान्यतः मलूल अशा समाजाला जागते ठेवण्याला यावाचून पर्याय नसतो. वृत्तपत्रव्यवसाय तसा मला नवीन नाही. १९४८ ते ५१-५२ पर्यंत मी एक साप्ताहिक चालवले होते. बापूसाहेब माटे त्यात खूप लिहीत. नानासाहेब गोखले (अरुणोदय संगीत मंडळींचे चालक), ह. वि. वाडेकर, मनमोहन, भा. द. खेर, द. का. हसबनीस, वि. वि. हडप, ज्योतिषी लवाटे अशी मंडळी त्यात लिहीत. पण तेव्हाची भट्टी जमली नाही.

वृत्तपत्रव्यवसायाची गंमत ही आहे, की जिथे अन्य कोणाला प्रवेश नाही तिथे वृत्तपत्रव्यावसायिकाला सुखेनैव प्रवेश मिळतो. सत्याच्या तो एवढा जवळ जाऊ शकतो की कधीकधी अंग भाजते. अंग भाजण्याच्या धोक्यापेक्षा सत्याचे आकर्षण एवढे आहे की, त्या आगीचा चटका त्याला जळून जाईतो कळतच नाही. अनेकदा या सत्याच्या शोधात हाती येते ते सत्य नसतेही; सत्याभासी असत्य असते. पण हाती काय येते हे दुय्यम आहे. सत्याचा पाठलाग हा खरा आणि वृत्तपत्रव्यावसायिकाचे हे सुविहित कर्तव्य होय. ती एक नशा आहे आणि त्या नशेला अन्य तुलना नाही वा पर्यायही नाही.

सत्यशोधनाची तडफड, तो जीवघेणा पाठलाग, ती झुंज, ते डाव-प्रतिडाव हे केवळ संपत्तीने किंवा वारसा हक्काने मिळण्याजोगे नाही. 'किर्लोस्कर' हे संपन्न मासिक आहे. पण 'सत्यकथे'ची बोच त्याला नाही. 'सत्यकथा' हेच साहित्यिकांचे मासिक. पुष्कळजण तेथे प्रवेश नाही म्हणून नाके मुरडतात, पण त्यांचे डोळे मात्र त्या मासिकच्या पायरस्त्यावर लोभावत असतात. दैनिकात 'लोकसत्ता' किती खपते, पण त्याला काही खास रागलोभ नाही. सत्यासत्याची

चाड नाही. लोकरंजनासाठी राजकीय मताला ते खुशाल मुरडू लागते. आजचा नव्हे पण कालपरवाचा 'केसरी' कमी खपत होता. निदान 'सकाळ', 'लोकसत्ता'पेक्षा कमी खपत होता. पण 'सकाळ' च्या अग्रलेखाने जे होत नसे ते केसरीतील पत्रकर्त्यांच्या स्फुट सूचनेने होत असे. ती एक यज्ञवेदी होती. वाटते, आयुष्यात काही जमले नाही तर त्या काळच्या ज्वलंत केसरीचा लेखक नाही, निदान प्रुफरीडर व्हावे.

पण जमाना बदलतो आहे. व्यक्ती गेली की ती इतर मिळकतीप्रमाणे वृत्तपत्राची मिळकत ठेवून जाते. पण वृत्तपत्र ही तशा अर्थाने मिळकत नव्हे तर व्रत आहे. तो ठेवा नाही, ती कर्जी आहे. कोणीतरी खर्ची पडल्याशिवाय जनमानसात खोल रुजणारी पत्रे निर्माण होत नाहीत. आज टिळकांचे वारस, केसरी ही मिळकत समजतात, पण टिळकांची छाती तेवढी वजा करून ही मिळकत सांभाळणे म्हणजे सावकारीवरचे व्याज खाणे आहे. टिळक हवेत तर तो गरजणारा केसरी हवा– केसरी हवा तर अनृताविरुद्ध लढाई हवी आणि लढाई शिखंडी करीत नाहीत. आज केसरीत जमा झालेल्या व सुस्थितीच्या दिशेने चालणाऱ्या 'राजकन्या' केसरीला 'पपी' करीत आहेत. असू देत. जमाना बदलला आहे. त्याला कोण काय करणार!

आणि म्हणून वृत्तपत्रांची नशा कमी होत चालली आहे. स्वास्थ्य कोणाला नको असते? मलासुद्धा हवे आहे. घर बांधावे अशी इच्छा आहे. मित्राने पाठविलेली मोडकी गाडी विकून चांगली ॲम्बेसिडर मिळाली तर हवी आहे आणि किमान ५००० पुस्तकांचा संग्रह हवा आहे. एखादा उपसंपादक हवा आहे– सुसज्ज छापखाना हवा आहे आणि निदान कागदवाल्याचा तगादा ताबडतोब थांबायला हवा आहे. पण हे सर्व होण्यासाठी वृत्तपत्रीय नशा मात्र हवीच हवी. ती जाणार असेल तर मात्र वरचे काही नको. त्यापेक्षा आहे ते फार चांगले आहे. कारण याही परिस्थितीत काही क्षण असे येतात की ते अनेक दैन्ये भुईसपाट करतात. एकदम श्रीमंती कोसळू पाहते. एक एक दिवस सारे कसे बदलून जाते.

तसे खूप दिवस गेल्या दोन वर्षांत आले आहेत. पण परवा एक दिवस एकदम कोसळला. दिवस चालू झाला होता. प्रेसवर काम चालू करून देऊन मी ऑफिसात आलो होतो. सिगारेट शिलगावून काम करावे या विचारात होतो. तेवढ्यात माझ्या एका मित्राचा फोन खणखणला. फोनवर तो म्हणाला की, "माझ्याकडे कोणी लष्करी अधिकाऱ्याने (नाव मी विसरलो आहे) एक गृहस्थ पाठवला आहे. त्याला एक पुस्तक छापावयाचे आहे."

पुस्तक छापण्यात मला फारसा रस नव्हता. पण तो पुढे म्हणाला, ''त्याची स्वतःची कहाणी मोठी विचित्र आहे. एकदा तू ऐक.''

या खुर्चीवर कित्येकदा उगाचच दुसऱ्याची दुखणी ऐकत बसावे लागते. कुणाचा अहंभाव, कुणाची लाचारी, कुणाचे स्वप्नरंजन, कुणाची मनोवेदना. मी 'ठीक' म्हणालो अन् कामाला लागलो.

पंधरा एक मिनिटांनी एक गृहस्थ दबकत दबकत ऑफिसमध्ये आला. वेष बावळा होता. खालच्या मानेनं तो बोलत होता. पुरेपूर आश्वासन दिल्यावर तो मोकळेपणाने बोलू लागला. त्याने एक विचित्र असे कथन केले. त्या कथनाच्या पुरस्कारार्थ त्याने पिशवीतून एकामागोमाग एक अशी पत्रे, फोटो, तारा काढावयास सुरुवात केली. त्याच्या तशा अर्थाने गावंढळ बोलण्यात एक प्रकारची चीड होती— आवेश होता. बघता बघता तो लाल झाला. संतापाने धगधगू लागला. त्याच्या त्या लांबलचक कहाणीत कुठेतरी खोलवर सत्यही धगधगत होते. ह्या सत्याची मला ओढ आहे. ते भेटण्यासाठी मी तडफडत असतो. आकार नसलेल्या त्याच्या कलाहीन कथनातून मला काहीतरी निराळे दृश्य दिसू लागले.

त्याचे कथन संपलेच नसते. मी थांबवले. एकतर पुष्कळ मंडळी खोळंबून होती. संपादकाने आपल्याला खोळंबत ठेवलेले कोणाही लेखकाला आवडत नाही. मी त्याला सांगितले, ''तुम्ही जे म्हणता ते जर खरे असेल तर ते भयंकर आहे. ज्याच्या विरुद्ध तुमची तक्रार आहे ती मंडळी मातब्बर आहेत आणि त्या संस्थेच्या प्रमुखपदी गांधीकुटुंबातला माणूस आहे. पूर्ण चौकशी केल्यावाचून मी तुम्ही म्हणता त्यावर विसंबून काहीच करू शकणार नाही.''

डोळ्यात पाणी आणून अत्यंत कळकळीच्या स्वरात समोरच्या गृहस्थाने आपल्या वृत्तांताची सत्यता सांगितली. मी सदरहू कहाणी छापू शकणार नसलो तर आपल्या खर्चाने कहाणी छापायची त्याची तयारी होती. त्याने आपल्या मातृभाषेत हिंदीत वेडीवाकडी काही पाने लिहिली होती. त्याच्या सांगण्यात काही वेळा विचित्र अपेक्षा येत. पण एकूण त्याचे म्हणणे विचारात घ्यावे असे होते. मी त्याला म्हणालो, ''मी चौकशी करतो. तुला कळवतो.''

आणि मग मी त्याने दिलेले धागेदोरे तपासू लागलो. राजमोहन गांधी हे नाव मला परिचित होते. महात्मा गांधींचा हा नातू— राजगोपालचारींचा हा नातू. देवीदास गांधींचा हा मुलगा, 'हिंमत' नावाचे एक साप्ताहिक संपादित करतो. याचे सर्व शिक्षण परदेशातच झाले. वारंवार परदेशाला जातो. कुठचा तरी परदेशचा पैसा आणतो इतपत मला त्याची माहिती झाली होती. ख्रिश्चन मिशनऱ्यांशी

त्याचे चांगले लागेबांधे आहेत. मॉरल रीआर्मामेंट या संस्थेच्या प्रमुखपदी तो आहे आणि या संस्थेने पाचगणी गावात पाचपन्नास लाख रुपये खर्च करून कसले तरी केंद्र चालू केले आहे.

राजमोहन गांधी किती झाले तरी महात्मा गांधींचा नातू आहे. महात्मा गांधींवरचे माझे प्रेम जगजाहीर आहे. अशा संदर्भात हे माझे लिखाण वाचले जाईल. यामुळे मी जास्तीच चौकस होतो. मी राजमोहन गांधींना पत्र लिहिले आणि त्यांची भेट मागितली. ते परदेशी होते. त्यांच्या चिटणीसाने मला M.R.A. या संस्थेच्या अन्य जबाबदार अधिकाऱ्याला भेटावयाचे सुचवले. त्यानुसार मी दिनांक ४ रोजी दुपारी श्री. माथूर, मॉरल रीआर्मामेंट, एशिया प्लेटो, पाचगणी व श्री. हिरालाल जेधिया (मुकादम) या दोघांना तारा केल्या आणि दि. ६ ऑक्टोबरला– रविवारी– पाचगणीस पोचलो.

आता जो मनुष्य मजकडे या सर्व प्रकरणाचे सूत्र घेऊन आला तो हिरालाल जेधिया, आणि ज्या संस्थेविरुद्ध त्याच्या तक्रारी, ती मॉरल रीआर्मामेंट ही संस्था असे दोघेही मला भेटणार होते.

हिरालाल जेधिया हा एक राजस्थानी गृहस्थ अहे. त्याचे वय सुमारे ५४-५५ आहे. तो जातीने राजस्थानी भंगी असावा आणि तो, त्याची बायको, पाचगणी म्युनिसिपालिटीत सॅनिटरी विभागात काम करत आहेत. हरिजनांचा उद्धार करणारी देवता म्हणून या हिरालालला महात्माजींबद्दल अतीव आदर वाटतो. वीस-बावीस वर्षांपूर्वी महात्माजींचा मुक्काम पाचगणीत होता. योगायोगाने महात्माजींची सेवा करावयाचा योग हिरालालला आला. जेथे महात्माजींचा मुक्काम होता त्या इमारतीची स्वच्छता करण्याची कामगिरी हिरालालकडे होती. एकदा बोलता बोलता बापूजी म्हणाले, ''तुझ्यावर प्रेम करणाऱ्यावर मी प्रेम करतो. तुझ्यासारख्याचा अव्हेर करणाऱ्याचा मी तिरस्कार करतो.'' बापूजींच्या त्या आपुलकीच्या बोलण्याने हिरालाल थरारला. काहीतरी अनाकलनीय भाषण आपण ऐकले असे त्याला वाटले. निरक्षर माणसाच्या अंतःकरणाला स्पर्श करण्याची बापूंची ही रीत होती. हिरालाल भारावला. तो म्हणाला, ''बापूजी, माझी सर्व अपत्ये मी तुम्हाला देऊन टाकीन. तुमच्याजवळ ती हरिजनांचा उद्धार कसा करायचा याचे शिक्षण घेतील.'' पण त्यानंतर फारच थोड्या अवधीत महात्माजींचा वध झाला आणि हिरालालच्या मनात रुजू लागलेले आत्मोद्धाराचे बीज मुळातच करपले. काहीतरी लकाकून जावे आणि डोळ्याला तो प्रकाश जाणवण्यापूर्वीच सारे नभ अंधारावे असे हिरालालचे झाले. गांधी गेले म्हणजे आपला आधार

गेला असे त्याला वाटले आणि खालच्या मानेने त्या बिचाऱ्याने हे दुःख गिळून टाकले.

पण कोठेतरी ठुसठुसत असणारे हे शल्य एक दिवस अकस्मात जागे झाले. १९६४ च्या मे महिन्यात या हिरालालची राजमोहन गांधींशी गाठ पडली. राजमोहन हा एक हुशार माणूस आहे. हिरालालचे आणि बापूजींचे ते तथाकथित संभाषण त्याला माहीत असावे. तो पाचगणीस का आला हे तेव्हा हिरालालला कळण्याजोगे नव्हते. मॉरल रीआर्मामेंट ही तेव्हा अमेरिकेच्या पैशावर चालणारी व त्यामुळे बदनाम झालेली संस्था त्याला फारशी परिचित नव्हती. आल्याआल्याच राजमोहनने हिरालालवर मायाजाल टाकले. आपण हरिजनांच्या उद्धारासाठी पाचगणीत महाविद्यालय काढणार असल्याचे त्याने घोषित केले. हे विद्यालय केवळ हरिजनांसाठी असणार होते. शिवाय हिरालालला सुंदर व शानदार बंगला तो बांधून देणार होता. अट एवढीच की त्याने पूर्वी बापूजींना कबूल केल्याप्रमाणे राजमोहनच्या स्वाधीन त्याची मुले करावीत. या मुलांचे सर्व शिक्षण व संस्कार स्वतः राजमोहन करणार होता.

हिरालाल 'गांधी' या नावाने आधीच सुखावला होता. कारण महात्माजींचे स्वप्न त्यांच्या नातवाच्या हातून पुरे होणार होते. त्यामुळे तर हिरालालचा आनंद गगनात मावत नव्हता. शिवाय जातीचा उद्धार, स्वतःची समृद्धी यामुळे राजमोहनच्या मागणीचा त्याने एकदम स्वीकार केला. मॉरल रीआर्मामेंट या शब्दाचा अर्थ ज्याला कळत नव्हता तो हिरालाल एकदम त्या संस्थेचा हितेच्छु बनला आणि त्याने आपली तीन मुले 'गौरी, मंगला, आणि साईलाल' राजमोहनच्या स्वाधीन केली. पाचगणीच्या शाळेतून ती त्वरित काढली गेली आणि मोठ्या शहरातील उत्तम व परिपूर्ण शाळेत रवानगी करण्यासाठी राजमोहनच्या स्वाधीन करण्यात आली.

या मुलांनी यापुढे कधीच शाळा पाहिली नाही. पुस्तकाचे, शिक्षकांचे किंवा विद्यालयाचे त्यांना दर्शनही घडले नाही. घडणारही नव्हते. कोणीतरी अस्पृश्य मुले राजमोहनला हवी होती. हिंदुस्थानातील दारिद्र्याचे, अज्ञानाचे, चांगले प्रदर्शन करावयास राजमोहनला दुसरी चांगली वस्तू सापडली नसती. म. गांधींनी ज्या अस्पृश्याचे 'हरिजन' केले त्यांनाच देशोदेशी फिरवून विक्रीची वस्तू करण्याचे राजमोहनने योजले होते.

ही तर गोष्ट निश्चितच आहे की हिरालाल हा गरीब माणूस आहे. त्याला चांगली दहाबारा (कदाचित जास्तही) मुले आहेत. त्या सर्वांचे पालनपोषण करणे

त्याला मिळणाऱ्या वेतनात शक्य नाही. हेही शक्य आहे की मुलांच्या शिक्षणाची व्यवस्था करण्याची परस्पर जबाबदारी घेतलेली पाहून तो हुरळला असेल. पण दारिद्र्याची हेटाळणी करण्याचा अधिकार धनवंताला दिला कोणी? शतकानुशतके ज्ञानाचे दरवाजे बंद असणाऱ्या समाजाला हा मोह का न पडावा? हा लोभ काही संपत्तीचा नव्हता, ज्ञानाचा होता. राजमोहनने हिरालालची मन:स्थिती पूर्णपणे ओळखली होती आणि त्यामुळेच त्याची मुलेही त्याला दैवाने दिलेला ठेवा वाटली.

मला अजूनही मॉरल रीआर्मामेंट हे कोडे उमगले नाही. मी स्वत: पाचगणीला गेलो. तिथल्या प्रमुखाची म्हणजे माथूर यांची भेट घेतली. गोड बोलण्यात हा गृहस्थ प्रवीण होता. शक्यतो अडचणींचे प्रश्न टाळण्याचे खास शिक्षण त्याने घेतलेले होते. ही संस्था नव्हे– हा विचार आहे, असे काहीसे भाबडे स्पष्टीकरण त्याने दिले; परंतु त्या इमारती, फर्निचर, पैसा, पगार या सर्वांना काही शास्त्रशुद्ध स्वरूप आहे. ती संस्थाच आहे. त्या संस्थेचे धोरण, कार्यक्रम, भवितव्य याविषयी माथूर याने काही सांगितले नाही. प्रश्नोपप्रश्नात त्याने अनेक प्रकारे त्या संस्थेच्या कामाचा कसलाही थांग लागू दिला नाही. राजमोहन गांधी स्वत: तेथे असूनही त्यांची गाठ पडू दिली गेली नाही. ह्या संस्थेत प्रत्यक्ष-अप्रत्यक्ष काम करणाऱ्या कोणा विद्यार्थ्याची गाठ पडेल अशा आशेने मी त्याला ती भेट करू द्यावी असे सुचवले, पण तेही त्याने सुखेनैव टाळले. पण त्या टाळण्यात कटुता नव्हती. साखरेत शब्द घोळवून तो बोलत होता. सुंदर कपडे, उच्च व्यक्तिमत्त्व, गोड इंग्रजी या बळावर त्याने मला दीड तास केवळ झुलवत ठेवले यात मुळीच शंका नाही. स्वत: माथूर म्हणजे तिथला क्रमांक तीनचा अधिकारी. तर मग वरचे अधिकारी आणि त्यांचा प्रतिपरमेश्वर राजमोहन काय जातीचे असतील ते देव जाणे! चांगली चांगली मुले या चकचकीत आयुष्यक्रमाकडे, उत्तम इमारतीकडे, गोड भुलावणीने भुलतात. तिथे एकटी राहतात. कीर्तनकार जसे माया-आत्मा-नश्वरता वगैरे शब्द वापरून आध्यात्मिक वातावरण निर्माण करतात, तसेच स्वार्थत्याग, स्वार्थरहित सेवा, सदविचार आदी शब्दांची पखरण करून इथं कारभार चालतो. खुद्द अमेरिकेतही शोभिवंत वाटावी एवढी सुंदर वास्तू, बागा, फर्निचर, पियानो, राहण्याची सोय, इथे आली आहे. म्हटले जाते की, देशोदेशींच्या नागरिकांच्या देणगीतून हे झाले आहे. देशोदेशींचे नागरिक राजमोहन गांधी अन् त्याचा गोतावळा इथे चैनबाजीने राहावा एवढ्यासाठी यांना पैसे पाठवीत असतील तर ते मूर्ख असले पाहिजेत. दरिद्रीनारायणाची सेवा

मखमली कपडे घालून अन एअरकंडिशन्ड खोल्यांतून राहून करावयाचा हा मामला माझ्या समजाच्या आटोक्याबाहेरचा आहे. अर्थात इथे येणारे भारतीय उच्चतर स्तरातले असतात. ज्याप्रमाणे थिऑसफी हे लाडके वेड कालपरवापर्यंत श्रीमंत समाजात नांदत होते, त्याच प्रकारचे हे वेड आहे. एवढे बरे आहे की येथे प्रत्यक्ष काहीच करायचे नसते. येथे चर्चा असते-चर्चासत्रे असतात. तेथे पाचदहा दिवस आपल्या खर्चाने (रोजी किमान ५० रुपये) राहावयाचे, छान छान जेवण करावयाचे आणि गोड गोड भाषेतील स्वार्थत्यागाची गाणी ऐकावयाची. अमेरिकन पैशाचा जो महापूर या देशात गेल्या दहा-पंधरा वर्षांत वाहतो आहे त्यातून अनेक प्रचारकेंद्रे उत्पन्न झाली. ती सर्व उघडपणे अमेरिकेचा प्रचार करीत नाहीत– पण ती अखेरी अमेरिकेची बाहुलीच आहेत. अमेरिकेच्या सूत्रात बुद्धिवादी समाजाचे विघटन महत्त्वाचे असते. त्यामुळे पत्रकार, लेखक, प्राध्यापक यांना विकत घेण्यासाठी अनेक उपद्व्याप अमेरिकेच्या पैशाने चालू असतात. त्या चळवळी बाह्यत: उदार, स्वातंत्र्यवादी, कम्युनिस्टविरोधी, लोकशाहीच्या पुरस्कारार्थ आणि दलितोद्धारार्थ असतात. मॉरल रीआर्मामेंट ही संस्था त्यापैकीच एक आहे.

केवळ अमेरिकेने पुष्टित झालेली संस्था एक वेळ आम्हाला चालली असती. इथे जोवर पाकिस्तानधार्जिणी पत्रे अन् संस्था आहेत, इथे जोवर कम्युनिस्टधार्जिणी पत्रे व संघटना आहेत, इथे अरब जगाचे हित पाहणारी ब्लिटझसारखी वकिलात आहे तर आम्ही तक्रार म्हणून कोणाविरुद्ध करायची? अमेरिकन पैशाने देश विकायला काढणारे उच्चवर्णीय आणि आर्थिक फायद्यासाठी लाचार झालेले कनिष्ठवर्गीय या सापळ्यात अडकणारच. कुणाला परदेशप्रवास हवा असतो. कुणाला समाजसेवेच्या नावाखाली करमणूक हवी असते. कुणाला रिलीफ हवा असतो. कुणाला हीनगंडाने पछाडलेले असते. या अमेरिकन सापळ्यात मी-मी म्हणणारे धनिक, विद्वान, सेवक सापडतात. जेव्हा त्यांना सत्यस्वरूप कळते तेव्हा ते भ्रमचित्त होतात– हिरालालसारखे

आणि हिरालाल तरी भ्रमचित्त का झाला? राजमोहनने त्याची फसवणूक केली किंवा आर्थिक लाभ नाकारला म्हणून नव्हे. तो तर त्याला किंवा त्याच्या मुलांना मिळतच होता. तो चक्रावला– राजमोहन जेव्हा त्याला धर्म बदलावयास सांगू लागला- बायबल वाचावयास सांगू लागला तेव्हा. हा हरिजन गरीब आहे. उच्चवर्णीयांबद्दल त्याच्या मनात राग असेल, पण त्याला आपल्या धर्माचा अभिमान आहे. धर्म सोडण्याची कल्पना त्याच्या डोक्यात येणेच शक्य नव्हते. हा धर्म बदलण्याचा प्रस्तावही राजमोहनने मोठ्या चतुराईने घडवून आणला.

राजमोहनच्या ताब्यात गौरी, साईलाल आणि मंगला गेल्यावर राजमोहनच्या डोक्यात निराळ्याच कल्पना घोळू लागल्या. भीक मागणे हा जगातला सर्वात श्रेष्ठ स्वरूपाचा धंदा आहे हे त्याने ओळखले होते. इंग्लंडच्या वातावरणात एकूण जगात हिन्दुस्तान व इतर भूकग्रस्त आशिया याबद्दल अनुकंपा आहे याची त्याला कल्पना आली होती. महात्मा गांधींचा वारसा आणि हिंदुस्थानातील लोकांच्या दारिद्र्याची, भुकेकंगालपणाची– दैन्याची रडगाणी या जोरावर आपण युरोप अमेरिकेतून पैशाचा पाऊस पाडू हे या लबाड ठकाने ओळखले आणि 'इंडिया अराईज्ड' (जागा झालेला हिन्दुस्थान) या नावाने त्याने एक संगीताचा कार्यक्रम ठरवला. खूप रडायचे, दारिद्र्याचे प्रदर्शन करावयाचे, झोळी फिरवायची, फाटके कपडे पेहरायचे अशा द्रव्यदायी कार्यक्रमाची परिणामकारकता चुणचुणीत मुले आणि मुली यांनी फारच वाढते हे राजमोहनला सहज कळण्याजोगे होते. त्यातून ती मुले जर हरिजनांची असतील तर सोन्याहून पिवळे!

राजमोहनला अशी करुणा उत्पन्न करणारी हरिजन मुले हवी होती आणि ती त्याला हिरालालने पुरविली. ही मुले स्वाधीन होताच राजमोहनने आपले 'नाटक' बसवण्याचे काम चालू केले. रडावे कसे व किती हे त्यांना त्याने सप्रयोग शिकविले. या धनोत्पादक व्यवसायात पडायचे असल्यास त्या दहाबारा वर्षांच्या मुलांचे शालेय शिक्षण कशासाठी करायचे? शिकून तरी काय करायचे? पैसेच मिळवायचे ना! हा गांधींचा नातू– राजगोपालचारीचा नातू– देवीदास गांधींचा मुलगा त्या पोरांना भारतीय दुर्दशेचे चित्र उभे कसे करावे ते शिकविण्यात गढून गेला. हिरालाल जेव्हा त्या मुलांना मुंबईत भेटावयास जाई, तेव्हा नाटकातलाच एक भाग म्हणून ती मुले त्याला चक्क खोटे सांगत. शाळा चांगली आहे– शिक्षण उत्तमच आहे, मग हिरालाल खुशीत असे. एकदा तो म्हणाला, "शाळा पहायला हवी" तेव्हा राजमोहन म्हणाला, "ती मुलींची शाळा आहे. पुरुषांना तेथे प्रवेश करण्यासाठी परवाना लागतो."

असे दिवस जात होते. शहरात राहिल्यामुळे मुले चुणचुणीत झाली होती. हिरालालला कृतकृत्य वाटत होते. एक दिवशी कलकत्त्याची तार आली तेव्हा हिरालाल तेथे गेला. हॉटेलमध्ये उतरून तो मुलांची आणि राजमोहनची वाट पाहत होता. कुणीतरी सांगितले की तुझ्या मुलाचे आज नाटक आहे. 'मुलाचे नाटक?', हिरालाल घाबरून गेला. मुलाचे नाटक ही काय भानगड आहे हेच त्याला समजेना. थिएटरचा पत्ता शोधून तो राजमोहनपुढे जाऊन उभा राहिला. त्याची मुले भरगच्च भरलेल्या थिएटरमध्ये लोकांच्या डोळ्यांतून पाणी काढीत

होती. मुलांची ही नाट्यकला पाहून रागवावे की कौतुक करावे हेच हिरालालला कळेना. मुलांनी दोन वर्षांत शाळेचे तोंड पाहिलेले नाही हे त्याला थोड्याच वेळात कळले. तो राजमोहनवर खूप रागावला. गोड भाषेचा वारसा मिळालेला राजमोहन हिरालालला म्हणाला, "अस्पृश्यांच्यासाठी मला पाचगणीत जे कॉलेज काढावयाचे आहे, त्यासाठी हे नाटक करतो आहे. तुझा, तुझ्या मुलांचा, तुझ्या कुटुंबाचा, तुझ्या जातीचा त्यात उद्धारच आहे. तुझ्या मुलाचे शिक्षण आम्ही खाजगी शिक्षक ठेवून करतो आहोत!"

खुळा हिरालाल, राजमोहनचे मायाजाल त्याला अनाकलनीय होते. त्याचे स्वबांधवांवरचे प्रेम अमर्याद होते. तोही राजमोहनच्या अस्वली खेळात सामील झाला. तोही त्यांच्याबरोबरच्या जगप्रवासाला तयार झाला. दरवेशाच्या खेळातली ही लहानमोठी अस्वले, अश्रूंच्या भांडवलावर जगातून लक्ष्मी हस्तगत करण्यासाठी बाहेर पडली.

पण दरवेशी पैसा मिळवतो अन् अस्वल गाजरावर राजी राहते. चांगले कपडे, चांगले खाणे-पिणे यावर हिरालाल भुलला. पैशांचा पाऊस पडत होता. राजमोहनला एका मुलीच्या भानगडीत दिल्ली पोलिसांनी अडकवून धरले म्हणून तो उशिरा सायप्रसला पोचला. लहानलहान वयाची कोवळी मुलेमुली आणि राजमोहनसारखे लांडगे असा हा पन्नास जणांचा ताफा युरोपात व मध्य आशियात हिंडला. तेच भुकेल्या भारताचे चित्रण, तीच अन्नान्नदशा, तीच रडत कहाणी, प्रेक्षकांच्या डोळ्यांतून पाणी काढण्यासाठी त्या लहान पोरांना उंच स्वरात किंचाळाव्या लागणाऱ्या करुण स्वराची भेंडोळी.

सर्वसामान्यत: राजमोहनने या 'भारत-दारिद्र्य-दर्शनात' थोरामोठ्यांची पोरेबाळे अडकवली होती. परदेशच्या प्रवासाचे आमिष, नाट्यकलेची धुंदी यामुळे राजमोहन हे का करतो, कशासाठी करतो इकडे त्या मुलांचे पालक कशाला लक्ष देतील. उच्चभ्रू समाजातली भटकणारी मुले या आईबापांच्या अशा बेछूट वागण्यातून निर्माण होतात. या टूरनंतर राजमोहनविरुद्ध चार-दोन ठकवाठकवीच्या तक्रारी नोंदवल्या गेल्या. पैशाच्या बळावर त्यांची तोंडं बंद करण्यात आली. या तक्रारी नेमक्या कशाबद्दल होत्या याचा ठावठिकाणा सरकारने अवश्य घ्यावा.

एकूण तीस ते चाळीस लाख रुपये या कामी राजमोहनने गोळा केले. ही सर्व रक्कम रिझर्व्ह बँकेकडे कळविली गेली की नाही? कळवली नसल्यास गांधी नातवाला त्यातून सुटका कशी मिळाली हेही तपासण्याजोगे आहे.

या प्रवासातून राजमोहन श्रीमंत झाला. कीर्तिमान तर झालाच. भारत पोखरू पाहणाऱ्या परकीय सत्तांना भरल्या कुटुंबातला मातब्बर माणूस मिळाला. मग त्यांचे गोडवे गावयास आरंभ झाला.

मॉरल रीआर्मामेंटची आजची वास्तू ही केवळ वरच्या पैशातून निर्माण झाली आहे असे नव्हे, तर अमेरिकेने या चळवळीवर खास मेहरबानी केली आहे. कम्युनिस्टांविरुद्ध आम्हालाही लढावयाचे आहे, पण ते या भाडोत्री अमेरिकन एजंटाकरवी नाही. आमचे राज्यकर्ते नादान असतील, जर ते शक्य झाले तर आमच्या बळावर आम्ही बदलू. ते अमेरिकेच्या दातृत्वाने किंवा कम्युनिस्टांच्या गुंडगिरीमुळे आम्ही बदलू इच्छित नाही. भारत ही आम्ही अमेरिकेची आणि कम्युनिस्टांची साठमारी खेळली जाणारी मैदाने होऊ देणार नाही.

हिरालालची मुले परत आली ती बापाचे उणे काढत. राजमोहनच्या तालमीत ती चांगली तयार झालेली होती. मुलांचे शिक्षण न होता त्यांच्या आयुष्याची चार मौल्यवान वर्षे खोट्या थापाथापीत राजमोहनने व्यर्थ घालविली म्हणून हिरालाल तक्रार करू लागला. त्यावर उतारा म्हणून गौरी, हिरालालची थोरली मुलगी त्यालाच शिकवू लागली. गौरीप्रमाणेच सारी मुले आईबापाशी बदलून गेली. त्यांची भाबडी प्रेमळ दुनिया मोडून गेली. राजमोहनने नवे गुलाम तयार केले.

अखेरीस बऱ्याच वादानंतर राजमोहनने मुलांना शाळेत घालण्याची कबुली दिली. पण तो हलकेच म्हणाला, ''हिरालाल, तुमचा देव एवढा सामर्थ्यशाली नाही (हिरालालच्या भाषेत पॉवरबाज), तेव्हा तू येशुपुढे माथा लववीत जा अन् मी सांगतो ती प्रार्थना कर.'' हिरालाल अडाणी नाही. गांधींच्या स्पर्शाने व जागृतीने तो शहाणा झाला आहे. त्याने राजमोहनचा कावा ओळखला. राजमोहन आणखी पुढे म्हणाला, ''मी सुद्धा रोज येशूची प्रार्थना करतो आणि मला तो आदेश देतो. येशू माझ्यावर प्रसन्न आहे.''

राजमोहनची ही येशू-प्रशस्ती चांगली दोन महिने चालू होती. पण हिरालालचे मन भावत नव्हते. त्याला पैशाचा मोह दाखविण्यात आला, पण तो बदलला नाही. हिरालालला साऱ्या युरोपभर हरिजन पुढारी म्हणून हिंडवून आणले होते. त्याची चौकाचौकातून व्याख्याने झाली होती, फोटो आले होते, राष्ट्राध्यक्ष झाकीर हुसेनबरोबर त्याचे फोटोही निघाले होते. थोडक्यात, हरिजन म्हणून त्याचा उपयोग व्हायचा तो झाला होता. त्याच्या मुलांचा वापर झाला होता. राजमोहनचे खिसे भरले होते. आता तो श्रीमंत झाला होता. असला भिकार

कार्यकर्ता पोसण्याचे त्याला कारण नव्हते.

एक दिवस हिरालालची मुले घरी परत आली. सामानाशिवाय, शिवलेल्या नव्या कपड्याशिवाय, पुन्हा पूर्वीचे जिणे जगण्यासाठी.

कोवळी पिसे झडलेली ही पाखरे चार वर्षांनी आता घरट्यात आली होती. आई बापांच्या उबेत आली होती. जगाच्या क्रूर खेळातून ती फेकली गेली होती.

शाळा त्यांचा स्वीकार करू शकत नव्हत्या.

ती तशीच घरीच बसून होती. अनंत तऱ्हांनी प्रयत्न करून हिरालालला राजमोहन आता थांग लागू देत नव्हता. ज्या चिमण्या जिवांचा खेळ करून त्याने सोन्याची लंका बांधली, त्या सोन्याचे दर्शन आता दुर्लभ झाले होते.

हिरालाल आपली ही कहाणी सर्व जगाला सांगणार आहे, हे कळताच एक दिवस राजमोहन हिरालालकडे भेटावयाला गेला. हिरालालचे तोंड गप्प करण्यासाठी त्याने ३०००० रुपये देऊ केले. पण पैशाने प्रश्न सुटण्याची वेळ गेली होती. हिरालालचे डोळे उघडले होते. आपल्यासारखीच पुष्कळांची फसवणूक होणार हे तो कळून चुकला होता.

त्या गरीब माणसाने ते पैसे नाकारले आणि तो राजमोहनविरुद्ध युद्धाला आज उभा आहे.

कदाचित तो युद्ध हरेलही, पण त्याची युद्ध करण्याची धमक और आहे. अमेरिकन राजसत्ता, देशोदेशींचे धनिक, इथलेच लाचारलेले, लालचावलेले उच्चभ्रू राजमोहनचे आज भाट आहेत. एका गरीब अस्पृश्याची हाक कोणाला ऐकू जाणार!

पण हा देश गरीब असला तरी भिकारी असू नये, असे मानणारे आम्ही पत्रकार या माणसाच्या मागे उभे राहू.

महात्माजींच्या राजकारणाविषयी आमच्या मनात गंभीर शंका आहेत, पण त्यांचे हिंदूधर्मावरचे प्रेम वादातीत होते. त्यांना धर्मरहित समाज नको होता तर समधर्मी समाज हवा होता. आम्हाला एवढे अर्थात अपुरे वाटते. आजवर जे बाटवले गेले ते निश्चितपणे सत्तेने, लालचीने व पैशाने बाटवले गेले. ते ख्रिश्चन असोत वा मुसलमान असोत, त्यांच्यावर एकेकाळी जी जबरदस्ती झाली ती चूक आम्हाला दुरुस्त व्हावी असे वाटते. पूर्वीच्या धर्मात पुन्हा नेणे, हा जबरदस्तीने धर्म बाटवण्यापेक्षा निश्चित कमी प्रतीचा गुन्हा आहे. तो आम्ही करू म्हणतो. महात्माजींनी वर्णरहित हिंदुसमाजावर अनिवार प्रेम केले. ते अंतर्बाह्य हिंदू होते.

त्या हिंदू महात्म्याचा अवलक्षणी नातू राजमोहन, हिंदू धर्मावर उठला आहे. देश विकायला निघाला आहे. परकीय आर्थिक आक्रमणाचा वाहक झाला आहे. हेरगिरीचे एक मोठे केंद्र त्याने पाचगणीस स्थापन केले आहे. त्याला गोंडस नाव दिले आहे. धनिकांना व श्रीमंतांना आतिथ्याने व श्रीमंतीने त्याने मोहात पाडले आहे. परदेशगमनाच्या मोहाने पुष्कळ तरुण एम. आर. ए. च्या सापळ्यात गेले आहेत आणि भोंगळ भाषणबाजी शिकले आहेत.

हा धोका आहे, हा देशद्रोह आहे.

हिरालालच्या निमित्ताने मॉरल रीआर्मामेंट आणि राजमोहन गांधी यांना जनतेसमोर चौकशीसाठी पेश केले पाहिजे.

समाजाचा बुद्धिभेद करणारी ही बांडगुळे समूळ कापली पाहिजेत.

हिरालालने हे जळते सत्य माझ्या दरवाजात आणून सोडले आहे.

त्याच्यासाठी मला उभे राहिले पाहिजे.

वृत्तपत्रात असल्याचा आनंद अशावेळी जागा होतो.

हिरालाल, तू घाबरू नकोस! आम्ही तुझ्या पाठीशी आहोत.

महात्म्याच्या आशीर्वादाने तू काही स्वप्ने पाहिलीस.

त्याच्या नातवाने ती चोळामोळा केलीत.

काही हरकत नाही. न्यायाची घंटा आपण वाजवू या.

एक दिवस न्यायालयाला जाग येईल.

हिरालाल, आम्ही आहोत... तुझ्याबरोबर.

(दिवाळी १९६८)

-०-०-०-

३.

एक मुलुखमैदान तोफ निःस्तब्ध झाली...

"पत्रव्यवसाय हा जरी धंदा असला तरी पत्रकाराची वृत्ती हा मात्र एक महान धर्म आहे. धंद्याला धर्माचे स्वरूप द्यावं, पण धर्माचा मात्र धंदा करू नये. जनताजीवनाच्या प्रत्येक क्षेत्रात क्रांती व्हावी म्हणून पत्रकारांच्या लेखणीलेखणीमधून क्रांतिरसांच्या चिळकांड्या उडाव्यात आणि वृत्तपत्रे ही क्रांतिरसांची कारंजी व्हावीत! जनताक्रांतीचा जयजयकार करणे हाच खरा पत्रकारांचा धर्म आहे!"

- आचार्य अत्रे

आचार्य प्रल्हाद केशव अत्रे यांच्यासारख्या अजस्त्र व्यक्तिमत्त्वाचा बलदंड माणूस कालपुरुषाने बघताबघता हस्तगत केला याबद्दल कोणीही विस्मयचकितच होईल. वास्तविक प्रत्यक्ष कालपुरुषालासुद्धा त्यांची लफडीकुलंगडी बाहेर काढण्याची धमकी द्यायला अत्रे हा माणूस कचरला नसता. 'मेरिलिन मन्रोवर झडप घालणारा बदमाश किंवा हेमिंग्वेच्या असामान्य प्रतिभेवर गोळी झाडणारा नरराक्षस' अशा शीर्षकाने खुद्द अत्र्यांनीच या काळपुरुषाची हबेलंडी उडवली असती. कळिकाळानंही शरण जावे असा आवेश आणि शब्दफेक अत्र्यांच्या लेखणीत होती, आणि म्हणूनच अत्र्यांची लेखणी आणि वाणी बंद पाडल्याशिवाय खुद्द काळालाही आचार्यांच्या जवळ जाता आले नाही.

पण आचार्य अत्रे यांच्या अक्राळविक्राळ व्यक्तिमत्त्वापेक्षा मला अंत:करणपूर्वक आठवतात ते म्हणजे पुण्याच्या गल्लीबोळातून हिंडणारे अत्रे मास्तर– कवी केशवकुमार. त्या काळात अत्रे देखणे

दिसत असत. हे थोडे अतिशयोक्तीचे वाटेल, पण अत्रे हे स्वरूपवान नसले तरी देखणे आणि भारून टाकणारे पुरूष होते. त्यांच्या त्या उंच्यापुऱ्या व्यक्तिमत्त्वात एक हळुवार अंत:करणाचा तसा भाबडाच, श्रद्धाळू पुरुष तेव्हाही वसत होता आणि त्याचेच नाव केशवकुमार.

टीकाविषय झालेल्यांनाही हसण्यावाचून गत्यंतर नसावे अशी नर्मविनोदी उपहासगर्भ टीका त्या विनोदी कवितांतून नुसती शिगोशीग ओसंडते आहे. त्या नंतरच्या काळात अत्रे यांच्या बेछूट लेखणीने पुष्कळांवर शरसंधान केले आणि त्या लेखणीच्या धारेने सारेजण रक्तबंबाळ झाले. नाजूक गुदगुल्या करीत विरोधकांना ठार करणारे विडंबनकार अत्रे मात्र बघताबघता गायब झाले.

अत्र्यांच्या आयुष्यातला तो कवीचा कालखंड इतका चांगला होता की, अखेरी त्यांच्या अनंत व्यापातूनसुद्धा त्यांचे हळवे कविमन सदैव हुंकारत असे. काही चांगले पाहिले की ते गलबलून जात आणि त्या चांगल्याचा ते इतक्या अतिरिक्त पद्धतीने पाठपुरावा करीत की पुसता सोय नाही. त्या अतिशयोक्त स्तुतीत त्या क्षणाला तरी कधीच खोटावा नसे. खरोखरीच अतिशय सामान्य व कलेच्या दृष्टीने अनुल्लेखनीय अशा पुष्कळ कलाकृतींना वा व्यक्तींना त्यांनी एवढ्या पदवीला नेऊन पोचवले की, अत्रे यांचा व्यासंग किंवा जाण ज्यांना ज्यांना माहीत असे त्यांना विस्मय वाटे. ती अतिरंजित भाषा पुष्कळदा नाटकी वाटे. पण तशी ती नसावी. कारण, तेवढ्या क्षणापुरते त्या कलाकृतीवर वा त्या व्यक्तीवर ते बेहद्द लट्टू होत. लहान मुलाला रंगीत खेळणे मिळाल्यावर तेवढा क्षण ते मूल खरोखरीच त्या खेळण्यात बुडून जाते तसेच अत्र्यांचेही होई. म्हणून अत्र्यांच्या साहित्यिक दृष्टीबद्दल पुष्कळांच्या मनात शंका आहेत, तशा माझ्या मनात मुळीच नाहीत. त्यांच्यातला रसिक आणि बालक जीवनातल्या प्रत्येक आनंदात बुडी मारण्यासाठी एवढा उत्सुक असे, की समोर आहे तो सागर किंवा नद नव्हे तर ती विहीर किंवा डबके आहे याचेही ते भान विसरत असत

आणि म्हणूनच अत्र्यांचे मृत्युलेख हे उत्तम ठरत असत. एकतर मृत्युलेख म्हणजे मूल्यमापन नव्हे. उलटपक्षी थोडे भडक पण भावस्पर्शी असे जीवनाचे ते दर्शन असते. अत्र्यांच्या मृत्युलेखातली माणसे खरोखरच अमर झाली. त्यांच्या आयुष्यातले मर्म खुद्द त्या त्या व्यक्तींनाही कळले नव्हते, एवढे अत्र्यांना कळले. पण त्या मागची प्रेरणा हीच असे. मृत्युलेख एवढ्या सहृदयतेने, उत्कटतेने आणि फुलून लिहिणारा साहित्यिक खरोखरी जगातही नसेल. अत्र्यांचा मृत्युलेख वाचून अनेकदा चित्रगुप्तालाही त्या व्यक्तींच्या पापपुण्यांच्या हिशोबांची

शंका पडली असेल, अशा तऱ्हेने ते मृत्युवश झालेल्या माणसाचा गौरव करीत असत.

अत्रे यांच्यातला सारा विनोद अलीकडे बाष्कळपणाकडे झुकला याचे मुख्य कारण हेच, की त्यांच्या जीवनातले कारुण्य संपले. विनोदाचे सिमेंट कुठेतरी अश्रूंची ओली लाभली तर पक्के बसते. अलीकडे सुखाची, धनाची व कीर्तीची अशी काही बरसात त्यांच्यावर झाली होती की कारुण्य कोठेतरी अवघडून शिवशक्तीच्याच अंतर्गृहात लपले होते. अत्र्यांच्या जीवनात अनंतहस्ते वैभव आले आणि त्यांच्यातला सहृदय, सखोल, रडवणारा आणि हसवणारा असा एक विनोदी जीवनभाष्यकार ते घालवून बसले.

अत्र्यांच्या आयुष्यातले तीन कालखंड होत. एक, त्यांचे पुण्यातले साहित्यिक जीवन. दुसरे, त्यांचे चित्रपटातील रगेल जीवन आणि अखेरचे मराठा कालातील त्यांचे आक्रमक आणि भव्य वृत्तपत्रीय जीवन. या तीनही कालखंडांत अत्र्यांच्या लेखणीची विविध रूपे होती. साहित्यिक म्हणून त्यांचा अस्त होत असतानाच पत्रकार म्हणून ते जन्म पावले आणि त्यांची खरी आठवण इतिहासाला नोंदावी लागणार ते ती पत्रकार म्हणूनच. एवढ्या व्यक्तिमत्त्वाचा अन् कर्तृत्वाचा पत्रकार या देशात तरी झालेला नाही हे सत्य नाकारून चालणारच नाही.

एका लेखणीच्या बळावर अत्र्यांनी हे सारे मिळवले. कोणा सासवड नावाच्या एका आडगावच्या कुग्रामातील हा सामान्य बुद्धीचा मुलगा. कोणतेही पूर्वसूत्र नसताना मास्तर होतो, अन् चांगला मास्तर होतो, परदेश पाहून येतो. पण त्या अळणी आणि कळाहीन आयुष्याला कंटाळून एके दिवशी मखमली पडद्याआड येऊन उभा राहतो. मृतवत रंगभूमीला आपण संजीवनी देऊ असे आव्हान देतो अन् ते यशस्वी करतो. पण तेही यश पचवून व अपुरे ठरवून मग कचकड्याच्या दुनियेत उडी घेतो. यशापयशाचा हिशेब केला तर त्यांची चित्रपटनिर्माता व दिग्दर्शक ही कारकीर्द काही यशस्वी नव्हे. पण लाखो रुपयांचा हिशोब करतानासुद्धा मराठी माणसाला झिंग येते. तेथे हा माणूस हुंड्या मागून हुंड्या लिहीत सुटतो अन् त्या मानल्या जातात आणि मुंबईच्या झुलत्या दुनियेला हा बघता बघता आपलासा वाटतो, हे अदभुतच नव्हे काय? त्या कालखंडात आपल्या लेखणीची कर्तबगारी अत्रे विसरले अन् म्हणून अडचणीत सापडले. ते बनू पाहत होते व्यापारी. पण व्यापाराला लागणारा तसा तेढा हिशेब त्यांना माहीत नव्हता. त्यांनी पुष्कळांना बुडवले असेल, पण त्या बुडवण्यात अडाणीपणाचा भाग मोठा होता. दुष्टपणाचा खचित नव्हता. अत्रे स्वतः बुडले आणि त्यांनी

पुष्कळांनाही बुडवले. बाकी सारे बुडले पण अत्रे मात्र त्यातूनही बाहेर पडले. त्या कालखंडात अत्र्यांची माझी एक-दोनदा गाठ पडली आहे. हा बलदंड माणूससुद्धा त्या काळात पार खचला होता. आत्महत्त्येच्या गोष्टी बोलत होता. तसा सह्याद्रीसुद्धा एखाद्यावेळी नाही का खचत? पण नियतीची तशी इच्छा नव्हती. तसे दैव अत्र्यांच्यावर नेहमीच प्रसन्न होते. सर्व बाजूंनी अंधार व्हावा अशा वेळेलाच अत्र्यांना दैवाने हात दिला. त्यांच्या कर्तृत्वाला मैदान मोकळे करून दिले. अत्र्यांनी कोणत्याही क्षणी कच खाऊन संधीचा अपव्यय केला नाही. ते प्रत्येक साहसाला सामोरे गेले. मग दैवाला यश त्यांच्या पदरात ओतावे लागले.

चित्रव्यवसायात फटके खाऊन दैत्यासारखा सामर्थ्यसंपन्न माणूस कोसळणार तोच नियतीने त्याला हात दिला. किंबहुना अत्र्यांना मदत करण्यासाठीच संयुक्त महाराष्ट्र चळवळ सुरू झाली असे म्हणता येईल. अत्र्यांचे सारे गुण संयुक्त महाराष्ट्राच्या त्या चळवळीत उजळून आले. त्यांच्या लेखणीची धार वाढली. त्यांच्या शब्दांना निराळेच ओज आले. संयुक्त महाराष्ट्राच्या चळवळीचे निदान पन्नास टक्के यश एकट्या अत्र्यांच्या ओंजळीत खुशाल टाकावयास हवे. लोकशाहीत निर्णय फिरवण्यासाठी वृत्तपत्रांचा केवढा उपयोग होऊ शकतो हे अत्र्यांनी तेव्हा सिद्ध केले.

जर संयुक्त महाराष्ट्राची चळवळ न होती तर अत्रे हे साहित्यिक म्हणूनच जगले असते आणि तेवढेच मानसन्मान त्यांना मिळाले असते. पण या चळवळीने त्यांना राजकीय पुढारीपणही मिळाले. त्या वाणीतला प्रसाद गेला पण तेथे आवेश आला. त्यांच्या वाणीतला युक्तिवाद गेला पण तेथे चेतवणारा अग्नी आला. अत्र्यांना नवतारुण्यच लाभले. त्यांचा कायाकल्पच झाला. एखाद्या विशीतल्या तरुणाला शोभणारा उत्साह-आग्रह त्यांच्या वाणीत वा लेखणीत प्रकट होऊ लागला.

अत्र्यांचा हा कालखंड म्हणजेच नव्या महाराष्ट्राची सुप्रभात. मराठी माणसाला शिवाजीनंतर दिल्ली दरबारी मिळालेले दुसरे यश. अत्र्यांच्या लेखणीतील भवानी तलवारीची धार आणि त्यांच्या वाणीतून उसळणारी समर्थ वाणी यांनी पुन्हा एकदा सारा महाराष्ट्र ढवळून निघाला. वृत्तपत्रसृष्टीतला हा कदाचित जगातला विक्रम ठरावा. खिशात पाच दिडक्या नसणाऱ्या एका लेखकाच्या लेखणीने एका राज्याची निर्मिती व्हावी, एक समर्थ वर्तमानपत्र उभे रहावे, पाचपन्नास लाखांची 'लोकशक्ती' उभी रहावी हा खरोखरच अजब पराक्रम म्हणावा लागेल. जोपर्यंत महाराष्ट्र राज्य अस्तित्वात आहे तोपर्यंत तरी अत्र्यांचे स्मरण अपरिहार्य आहे.

याच कालखंडात अत्र्यांना आपल्या लेखणीची खरी ताकद समजली. त्यांनी त्या लेखणीला हवी तशी राबवली. लोकांनी इतके प्रेम अन्य कोणाही पत्रकारावर केले नाही. आतुरतेने वाट पाहावी असे 'मराठा' एवढे लोकप्रिय पत्र यापूर्वी कधी निर्माण झाले नाही. पुढे होईल अशी आशा नाही. कोणाही पत्रकाराची या ज्येष्ठतम पत्रकारापुढे क्षणभर तरी मान लवलीच पाहिजे. 'लेखण्या सोडा आणि तलवारी हाती घ्या' हा मंत्र सांगणाऱ्या सावरकरांच्या तत्त्वज्ञानाचा अर्थ समजावून घेऊन अत्र्यांनी लेखणीचीच तलवार केली हे कसे बरे विसरावे?

अत्र्यांना गवसलेले हे नवे सामर्थ्य त्यांनी संयुक्त महाराष्ट्राच्या चळवळीनंतर मात्र बेहिशेबी वापरले. जे अत्र्यांना शरण जात, ते त्यांच्या शागिर्दीत जमा होत. ते सोडून अत्र्यांनी मग कुणाचाच मुलाहिजा ठेवला नाही. दुखविल्या गेलेल्या माणसांच्या अखेरच्या निश्वासांचीच त्यांना ओढ लागली. लेखणीला तलवारीचे स्वरूप न राहता पुढे पुढे खाटकाच्या सुरीचे स्वरूप येऊ लागले. महाराष्ट्रात मी मी म्हणणारे टीकाकार, साहित्यिक, विद्वान अत्र्यांना घाबरू लागले. त्यांच्या सुमार नाटकावर खोट्या स्तुतीचे रकाने भरू लागले. अत्र्यांच्या पूजेसाठी ह्या साऱ्या क्षुद्र माणसांची रीघ लागू लागली. अत्रे पुण्यवान नव्हते. त्यांनी जीवनातले सर्व सुखस्वाद अतिरिक्त भोगले होते– कसलाही मुलाहिजा न ठेवता. तरीही ही समाजातली वास्तविक सामान्य पण पदवीने मोठी माणसे थोड्या पापासाठी अत्र्यांवर चवऱ्या ढाळू लागली आणि बघताबघता अत्र्यांच्या सामर्थ्याला राक्षसी सामर्थ्याचे स्वरूप प्राप्त झाले.

आपली राक्षस या शब्दाची कल्पना थोडी चुकीची आहे. ज्याच्या सामर्थ्याचे भय वाटते तो राक्षस. राक्षस दुष्ट असतात आणि म्हणून देव त्यांचा पराभव करतात हे काही खरे नव्हे. राक्षस हा उग्र प्रवृत्तीच्या सामर्थ्याचा आविष्कार आहे. सम्राट चंद्रगुप्ताचा मंत्री हाही 'अमात्य राक्षस' होता. ज्याच्या बुद्धीची, शक्तीची भीती तथाकथित पाप्यांना, भेकडांना किंवा दुर्बलांना वाटते तो खरा राक्षस. सर्व राक्षस वाईट असतात असे थोडेच आहे? घटोत्कच किंवा मयासुर हेही असुर किंवा राक्षसच होते. अत्र्यांचे जीवन हेही अशा भयप्रद सामर्थ्याचे अंग बनू पाहत होते. अत्र्यांच्या मृत्यूने सचिवालयात आनंदीआनंद झाला असेल. अत्र्यांच्या दप्तरात प्रत्येक मंत्र्यांच्या खाजगी कुलंगड्यांची खास नोंद असे. त्यासाठी अत्रे स्वत: पाण्यासारखा पैसा खर्च करीत. शिवाय एकाची बदनामी करण्यासाठी दुसरा मंत्री आपणहून अत्र्यांना सहकारी मंत्र्याची सारी कुलंगडी कळवीत असे. अत्र्यांचे संहारक सामर्थ्य अशा या अमूल्य माहितीमुळे वाढले होते आणि अत्रे

कालवश झाल्यामुळे सर्व मंत्र्यांना एका विचित्र अशा सापळ्यातून अवचित सुटका झाल्यासारखे झाले असणार.

एक पत्रकार सत्ताधिष्ठित अशा पापी माणसांवर हुकमत ठेवू शकतो, या एकाच गुणावर मी अत्र्यांच्या पुढे नम्र आहे. शासनाला कापावयास लावणारे अत्र्यांसारखे अन्य व्यक्तिमत्त्व आता नाही ही माझ्या मनातली खरी व्यथा आहे. मुद्रणस्वातंत्र्यावर नुसती व्याख्यानबाजी करणाऱ्यांनी हे लक्षात ठेवावे की स्वातंत्र्य ही भीक मागून मिळवायची गोष्ट नव्हे, ती भांडून किंवा ओरबाडून मिळवण्याची गोष्ट आहे. अत्र्यांनी सर्वसमर्थ अशा या किडलेल्या शासनाला आपल्या लेखणीच्या धारेवर खेळवत ठेवले होते आणि म्हणून पत्रकार म्हणून जगत असताना अत्र्यांचे हे ऋण मान्य करणे म्हणजे पत्रकार या पदवीचा गौरव करणे होय, असे मला वाटते.

आम्हाला हवे आहेत असे निर्भय, बलदंड आणि सामर्थ्यशाली पत्रकार. लाचार अशा या दुनियेत एक दिवा झगझगत होता. एक तरी उंच मानेचा माणूस असा जगत होता की ज्या मानेपुढे सारी सत्ता, सारी संपत्ती, सारी लोकशक्ती नम्र होत होती. तिथे मला स्वत:लाही नम्र होताना मुळीच अवघडल्यासारखे वाटत नाही. मात्र असे जरूर वाटते, की या अजस्र व्यक्तिमत्त्वामागचे कवीचे काळीज मात्र कधीच संपावयास नको होते.

गमतीची गोष्ट अशी की अत्र्यांनी सर्व प्रकारची पापे करूनही पापी माणसांना ते कर्दनकाळासारखे वाटत. कारण अत्रे जसे होते तसे लोकांनी पत्करले होते. त्यांच्या दुर्गुणांनाही लोकगंगेने पवित्र केले होते आणि त्यांच्या रूपाने सत्याचा वाली अन् अनृताचा वैरी म्हणून उभा ठाकलेल्या 'प्रल्हादासुरावर' लोकांनी मनोमन प्रेम केले. ज्यांच्या उत्कर्षाआड त्यांचे ब्राह्मण्य आड आले नाही अशा महाराष्ट्रात तीन व्यक्ती आहेत. कॉम्रेड डांगे, सोनोपंत दांडेकर आणि आचार्य अत्रे. बहुजनसमाजावर कडाडून हल्ले करूनही ते त्या समाजात अप्रिय झाले नाहीत, याचे एकच कारण- हा माणूस आपल्यावरील सर्व अन्यायांविरुद्ध प्राणपणाने झगडेल याविषयी लोकांची खात्री होती.

वृत्तपत्रकार म्हणून प्रत्येकाला वाटते की आपला शब्द नेमका टीकाविषय झालेल्या व्यक्तीच्या मर्मावर जाऊन पडावा. प्रत्येकाजवळ 'अत्रे' व्हावे असे स्वप्न असते. आता त्या स्वप्नातले 'अत्रे' गोठून गेले तरी ते स्वप्न तसे ओले राहील. कोणाही पत्रकाराला निर्भयतेने काही अन्यायाविरुद्ध लिहावेसे वाटेल तेव्हा त्याने खुशाल अत्र्यांची आठवण करावी. आपोआपच त्याच्या लेखणीला

धार चढेल. माजलेल्यांचा माज उतरवणारी ती अत्र्यांची शक्ती पाठीवर हात ठेवून त्या पत्रकाराच्या शब्दांत मंत्रसामर्थ्य आणील. वृत्तपत्रकारांच्या दैनंदिन जीवनाला प्राणाभूत असणारे पत्रकार अत्रे आता सोडून गेले तरी माझी खात्री आहे की जेथे जेथे पुरुषसिंहाची छाती हवी, जेथे जेथे शब्दमाध्यमातून दुंदुभीचा स्वर हवा आहे, जेथे जेथे मर्मभेदक शरसंधान हवे तेथे तेथे आपले अजस्र व्यक्तिमत्त्व घेऊन अत्रे हजर राहतील. आज जरी ती प्रचंड मुलूखमैदात तोफ नि:स्तब्ध झाली असली तरी अजूनही त्या तोफेचा तो गगन भेदणारा आवाज विरलेला नाही. कदाचित तो दीर्घकाळ विरणारही नाही.

त्या गरजणाऱ्या मुलूखमैदान तोफेमुळे थरथर कापणारे ते बगळे आता क्षणभर निश्चिंत झाले असले तरी जेव्हा अन्यायाची परमावधी होईल, सत्ता माजू लागेल आणि किडलेले-सडलेले शासक स्वार्थांध होतील तेव्हा त्या हिरण्यकश्यपूच्या नाशार्थ कारण झालेला प्रल्हाद जन्म पावेल आणि जनसिंहाला जाग आणील. लोक रस्त्यावर ओक्साबोक्शी रडत आहेत आणि तिकडे सचिवालयात– आज आनंदी आनंद आहे.

(२२ जून १९६९)

-०-०-०-

४.

सर परशुरामभाऊ कॉलेजसमोरील गोळीबार

मला खरोखरीच गोळी लागली का, असे चेष्टेने मला मित्र विचारतात! मी त्यांना सांगतो "छे हो, लिमलेटची गोळी अन् बंदुकीची गोळी सारख्याच मानणाऱ्यांना कशाला ह्या गोष्टी." पण एखादे वेळेस ते सोनेरी दिवस समोर येतात आणि म्हणतात, आम्हाला आमची गोष्ट सांगा ना.

१९४२ च्या मार्च महिन्यातील गोष्ट. एका चमत्कारिक राजकीय संघटनेच्या कामात अभ्यासाकडे दुर्लक्ष झाले होते. परीक्षेला बसायची इच्छा नव्हती. वडील दुर्वासासारखे असल्यामुळे त्यातून सुटका नव्हती. मामला गंभीर होता. त्यामुळे लष्करात भरती केल्याच्या अर्जाला अनुकूल उत्तर आल्याने हायसे वाटले. लष्कराला लागणाऱ्या सर्व गोष्टी– उंची, व्यक्तिमत्त्व, दांडगेपणा असल्यामुळे सर्व दिव्यातून लवकर पार पडता आले. वडिलांचे इंग्रज अधिकारी इंगल्स यांच्या शिफारशीने तर काम सोपे झाले. त्यामुळे परीक्षेला न बसण्याची कल्पना सांगूनही वडील नाराज झाले नव्हते. वडिलांची लष्कराला अनुकूलता होती, ती केवळ सावरकरांच्या लष्करभरतीच्या आदेशातून उद्भवली होती. ते परमभक्त होते सावरकरांचे.

परीक्षा नाही तर मग रिकामे बसण्यात अर्थ नव्हता. लष्करभरतीची अखेरची चाचणी व्हायला अवकाश होता. म्हणून मी मिलिटरी अकौंटसमध्ये चिकटलो. हे ऑफिस होते वानवडीला टेंटसमध्ये. स्टेशनरी नव्हती, टेबले नव्हती, एकूण सारी मौज होती. मी तेथे कसा आणि कुणामार्फत गेलो हे आठवत नाही. मला तेथे काय

लायकी पाहून काम मिळाले हे मला अजूनही कळलेले नाही. महत्त्वाच्या तारा व पत्रे त्या त्या सेक्शनमध्ये नेण्याची व त्यावरील अंमलबजावणी काय झाली ते नोंदवून परत आणण्याची कामगिरी मजवर होती. मी ती सर्व पत्रे बहुश: फाडून टाकीत असे. एखादे पत्र पोहोचे. त्यामुळे माझे काम तासाभरात संपे. मग मी वानवडीहून गावात येई. बादशाहीत आमच्या मित्रपरिवाराच्या गप्पा रंगत. परत मी चारचे सुमारास वानवडीस पोहोचे आणि सुपरिंटेंडेंट पुरंदरे यांचे समोर हजर होई. खूप काम केल्याचा आविर्भाव आणून, मीच केलेल्या पोच-सह्यांचे व कामाच्या विल्हेवाटीचे फॉर्म्स त्यांच्याकडे देई आणि पुन्हा परवानगी घेऊन लवकर ऑफिसातून सटके.

नोकरीमुळे हातात थोडे पैसे होते. तसा मॅट्रिकपासून मी स्वत:चा खर्च स्वत:च चालविण्याइतका स्वयंपूर्ण झालोच होतो. ग्रामोफोन रेकॉर्ड भाड्याने देण्याचे दुकान १९३७-३८ साली मॅट्रिकच्या वर्गात जाण्यापूर्वी वडिलांपासून चोरून काढले होते. पण पगाराच्या पैशाने आता अधिक चलनवलन करता येऊ लागले. पुस्तके विकत घेता येऊ लागली. माझ्या राजकीय गटाचे काम चालविता येऊ लागले. त्यामुळे माझ्या मनातला राजकारणातला रस अधिकाधिक उकळू लागला.

बापूसाहेब माटे यांचा संपर्क त्याच काळातला. ते एक नंबरचे गांधीद्वेष्टे– काँग्रेसद्वेष्टे. घरी वडील सावरकरभक्त, शाळेत पु. ग. सहस्त्रबुद्धे अन् पुढे कॉलेजात बापूसाहेब माटे. अभ्यासाची वाट मी सोडलेलीच होती. आता काँग्रेसच्या गांधीच्या, नेहरूंच्या शत्रुत्वाची वाट धरली होती. सावरकर वाङ्मय मुखोदगत होऊ लागले. हिंदुत्वकोषात मुसलमानांच्या धर्माज्ञा कशा परधर्मीयांच्या द्वेषाने बरबटलेल्या आहेत याचे मूळ कुराणामधून अध्ययन सुरू झाले. पारशांना हिंदू केले पाहिजे; कारण त्यांच्यात आर्यत्व अधिक कसे आहे, ते बापूसाहेब सांगू लागले.

पण तरीही नेहरूंचे रूप, इंग्रजी वक्तृत्व, गांधींचे साधेपण, सुभाषबाबूंचे शिवाजीप्रमाणे झालेले पलायन, हिटलरचे प्रभावी नेतृत्व, संकटातून नौका हाकारणारा चर्चिल... अनेक गोष्टी मोहवीत होत्या. गांधीजी दुबळे राजकारण सोडून हिंसक राजकारणाकडे वळत होते. त्यांच्या मनात नसेलही, पण त्यांच्या आदेशाचे पर्यवसान सशस्त्र बंडखोरी, असेच होणार होते. अगतिकतेतून आणि निराशावादातून गोखले यांचे गुरुपण सोडून ते टिळकांच्याच राजकारणाची कास धरीत होते. त्यांनी पहिल्या महायुद्धात टिळकांच्या सैन्यभरतीच्या विरोधाला, इंग्रजांना अडचणीत पकडून अडवू नका, यासाठी विरोध केला– तेच गांधी या युद्धात इंग्रजांची अडवणूक करायला सिद्ध झाले होते. आपल्या स्वातंत्र्यसंग्रामाची

(टॅक्टिकल मूव्ह) हालचाल करण्यासाठी १९४२ सालची जागतिक परिस्थिती गांधींना अनुकूल वाटत होती. इंग्रजांचे लक्ष आपल्या स्वदेशरक्षणाच्या कार्यात गुंतलेले होते. हिंदुस्थानसारख्या प्रचंड भूभागात लष्करी बळावर क्रांति-चळवळ थोपवणे इंग्रजांना अशक्य आहे, हेही गांधींनी ओळखले होते.

या गांधींच्या लढाऊ पावित्र्याने मी स्वत: गांधीभक्त बनू लागलो होतो. गांधींचा तो लढाऊ पवित्रा पाहून मला अभिमानाचे भरते आले होते. गांधींची राजकारणातून हकालपट्टी करावी असे म्हणणारे बापूसाहेब माटेसुद्धा क्षणभर गांधींवरचा राग विसरले होते.

अशा तप्त वातावरणात मुंबईत अखिल भारतीय काँग्रेसचे अधिवेशन भरले. साऱ्या भारतवर्षाचे डोळे तिकडे लागले होते. तरुणवर्ग तर लढण्याची हाक यावी म्हणून वाट पाहत होता.

आणि गांधींची सुप्रसिद्ध 'क्विट इंडिया' ही आरोळी उठली. अगतिक झालेल्या गांधींनी, स्वत: हिंसेचे तत्त्वज्ञान सोडले नाही तरी अनुयायांना मात्र त्या जोखडातून मुक्त केले. कोणत्याही मार्गांनी इंग्रजांशी मुक्तियुद्ध खेळण्याचे स्वातंत्र्य गांधींनी तरुणांना दिले.

सरकारने या परिस्थितीचा फायदा घेऊन एका रात्री सर्व पुढाऱ्यांची तुरुंगात रवानगी केली– अज्ञातात भारतीय नेतृत्व रवाना केले. दुय्यम दर्जाच्या पुढाऱ्यांनी त्यांच्या जागा घेतल्या. अच्युतराव पटवर्धन भूमिगत झाले आणि ४२ ची चळवळ सुरू झाली.

पुढे जे घडले ते सर्वथा मला वर्तमानपत्रातूनच कळले. युद्धाच्या पहिल्या दिवशीच मी युद्धपराङ्मुख झालो. एका सुंदर वैभवशाली, रक्ताला चेतना आणणाऱ्या अशा या लढ्यात मी अगदी हकनाक पहिला बळी पडलो. मला तसे पाहिले तर खूप काही करण्यासारखे होते. मी केलेही असते.

१० ऑगस्ट रोजी पुण्यातल्या सर्व कॉलेजातून हरताळ पाळण्याचे ठरले होते. मी त्या दिवशी सिकनोट पाठवून रजाच घेतली. हे अर्थात वडिलांना कळवणे शक्य नव्हते. गांधीजींची चळवळ त्यांना नापसंत होती. गांधी उद्या या हिंसक कृत्याचे उत्तरदायित्व नाकारतील असे त्यांचे म्हणणे होते. मी म्हणे, ते उद्या पाहू. पुढे वडिलांचे म्हणणे खरे ठरले ते सोडून द्या. पण त्या दिवशी गांधी हे देवपुरुष वाटले. वाटायला हवेही होते. सकाळी सात वाजता मी होस्टेलवरच गेलो. तिथे प्रार्थना होती. पण उपास करण्याची टूम कुणा गांधाळाने काढली. उपासाचे खूळ मला केव्हाच मंजूर नव्हते. पण मीसुद्धा त्या लफड्यात अडकलो.

वडिलांच्या न कळत हे सारे करावयाचे होते, हे निराळेच. मी तेवढ्यात घरी येऊन वडिलांना तोंड दाखवून गेलो. सर्व कॉलेजातील विद्यार्थ्यांची एक मिरवणूक काढून स. प. कॉलेजच्या रमाबाई हॉलमध्ये सभा घेण्याचा निर्णय घेतलेला होता आणि मी त्यात नक्कीच हजर राहणार होतो. माझ्यातले बदल वडील न्याहाळत होते. प्रकृती बरी नाही म्हणून मी जेवण टाळले होते. मग ऑफिसला जातो म्हणून मी सुंबाल्या ठोकला. वडील साएटिकाने आजारी होते. त्यांच्यासाठी आमच्या घरोब्याच्या डॉ. चपलाबाई खाडिलकरांना निरोपही द्यावयाचा होता.

पुढे काय होणार याची कल्पना असल्यामुळे मी सायकल होस्टेलवर टाकली आणि प्रवेशद्वाराशी आलो. प्रवेशद्वार बंद होते. फक्त स. प. कॉलेजच्याच विद्यार्थ्यांना आत प्रवेश होता. आत प्रवेश करणाऱ्याविरुद्ध बाहेर जमलेले लोक हुर्रेवडी करत होते. त्या दिवशी कॉलेजमध्ये प्रवेश हा देशद्रोह होता. तारा देवधर (क्रिकेटियर प्रा. दि. ब. देवधर यांची कन्या) आत जाणाऱ्यांना बांगड्या देत होती असे म्हणतात, पण मी काही ते पाहिले नाही. बाहेर गर्दी वाढत होती. विद्यार्थ्यांचे प्रतिनिधी कॉलेजचे प्रवेशद्वार उघडून रमाबाई हॉल स्वाधीन करावा म्हणून प्राचार्य करमरकरांशी चर्चा, विनंत्या करीत होते. करमरकरांचे म्हणणे वाजवी होते. ते म्हणाले, ''स. प. कॉलेजमधल्या विद्यार्थ्यांनीच सभा घेतली तर मी तिकडे दुर्लक्ष करीन. सरकारी अधिकाऱ्यांना मी काही तरी उत्तर देईन. पण सर्व कॉलेजांची सार्वजनिक सभा अशा तप्त वातावरणात मी येथे घेऊ दिली तर ही संस्था नामशेष होईल. तुम्ही सर्व विद्यार्थ्यांनी आपापल्या कॉलेजात जावे, तेथे काहीही करावे. प्राचार्य तुमच्या उद्रेकाला जागा करून देतील. सार्वजनिक सभेचा हट्ट तुम्ही सोडावा आणि तुम्हाला जर हे पटत नसेल तर तुम्ही सभा शिवाजी मंदिर किंवा शनवारवाडा येथे घ्या.''

त्यांचे म्हणणे रास्त होते असे तेव्हाही मला वाटले. आज तर वाटतेच. पण मुलांची टाळकी नेहमीच गरम असतात. त्यात ज्या राजकीय पुढाऱ्यांना संघटित जमावापेक्षा हुल्लड, रक्तपात, लाठीहल्ला, निषेध... यांचे जास्त प्रेम, त्यांच्या हातात इथल्या विद्यार्थी संघटना होत्या. आजच्या प्रमाणे रा. स्व. संघ तेव्हाही तयारी करीत होता. गेली तीस वर्षे संघ वीर्यसंचय करतो आहे. त्यातून अपत्यसंभव केव्हा व्हायचा देव जाणे! नाही म्हणायला संघानेही जनसंघाच्या रूपाने जीवनातल्या लढाईत भाग घ्यायला आता प्रारंभ केला आहे, हे पाहून माझ्यासारख्या राष्ट्रवाद्यांना हर्ष होतो आहे. तेव्हा मात्र संघाला देशातल्या भावी अराजकाची कसलीही कल्पना आली नाही. क्षणाक्षणाला विद्यार्थ्यांचे लोंढे स. प.

कॉलेजच्या प्रवेशद्वाराशी जमा होऊ लागले. जमाव वाढू लागला तसतसे पोलीस अस्वस्थ झाले. त्या जमावाला नेतृत्व नव्हते. त्यामुळे पोलिसांना कोणाला अशी अटक करता येईना. अगोदरच पुण्यातले वातावरण तापले होते. त्यात भर रस्त्यावर वाईल्ड (तापलेला) विद्यार्थी-समूह जमू देणे डी. एस. पी. ला मंजूर नव्हते. असिस्टंट डी. एस. पी. कोणी अँग्लोइंडियन होता. मला वाटते, हॅमंड त्याचे नाव असावे. त्याच्या डोळयांत सूडाची आग पेटलेली होती. सारे पोलीसही ही गडबड थांबविण्यापेक्षा भडकविण्यासाठी, दहशत बसविण्यासाठीच आले आहेत, असे त्यांच्या डोळ्याकडे पाहताच सहज लक्षात येण्याजोगे होते. सातारहून खास आणलेले हे पोलीस होते, असे मला कळले. त्यांना खास बळ येण्यासाठी नाशिक रमचे घुटके दिले होते. उगाच आपल्याच बांधवांवर गोळी झाडायला नको अशी त्यांना एखादेवेळी दुर्बुद्धी न व्हावी, यासाठी ही खास व्यवस्था केली असावी.

पण जसा जमाव वाढला तशी पोलिसांची चुळबूळ सुरू झाली. बादशाहीपासून जीवनपर्यंतचा रस्ता नुसता फुलला होता. मध्येच कडे करून पोलिसी गाड्या आणि पन्नास एक पोलीस उभे होते. समोरच्या खजिनामहाल गल्लीचा रस्ता तेवढा थोडा मोकळा होता.

तेवढ्यात पोलिसांची आणखी कुमक आली आणि त्याबरोबर पोलिसांनी लाठीहल्ला सुरू केला. पूर्वसूचना न देता! मुली कॉलेजच्या आवारात शिरल्या आणि कॉलेजचे दार मुडपण्यात आले. काही जणांनी कंपाऊंडवरून उड्या मारल्या आणि बाकीचे शक्य तेवढ्या गतीने पळू लागले. अर्थात हजारो माणसे जीव घेऊन पळताना हकनाक पडून जखमी झाली. मोघे नावाचा एक विद्यार्थी सायकल घेऊन या गर्दीत उभा होता. तो आपल्याच सायकलवर पडला आणि त्याच्या पायावर पाय देऊन लोक पळत होते. त्याच्या पायाचे चक्क दोन तुकडे झाले अन् पुढे लाकडे जोडतात तसे स्टेनलेसच्या पट्टीने ते जोडावे लागले. पुष्कळांना खरचटले, कुणाचे पाय मुरगळले. भय आणि सूड या गोष्टींनी जमाव नेहमीच वेडसर होतो. सामुदायिक घबराट काय असते, याची झळ पानशेतच्या वेळी पुण्याने अनुभवलीच आहे, तशी गांधीवधानंतर झालेल्या जाळपोळीत सामुदायिक वेड्या जमावाने भले-बुरे, मित्र-शत्रू यापैकी काहीच पाहिले नाही. तीच गोष्ट आज घडत होती. लाठीहल्ला सुरू व्हायच्या आत जी पळापळ सुरू झाली, त्यायोगे जी ढकलाढकल झाली त्याने मी अगोदरच लकीच्या पुढे आलो होतो. मला आपले उगीचच वाटत होते की, या पोलिसांना सामोरे जाऊन, एक तर घाव झेलून किंवा प्रतिकार करून कुणीतरी धडा शिकवायला हवा.

माझे मन त्या वेळेस भलभलते विचार करीत होते. तसे धडपणे न वापरता येणारे स्फोटक हत्यार त्यावेळेस मजपाशी होतेही. मी काही भलत्या साहसात जर त्यावेळी गुंतलो नसतो, तर मला वाटते माझ्या जिवाचे तेथेच काही बरेवाईट झाले असते. माझ्या आयुष्यातली सारी दु:खे अविवेकी, भावनावश निर्णयानेच मला भोगावी लागली आहेत. पण माणसाला हा विवेक शिकण्यासाठी पन्नाशीपर्यंत आयुष्य फुकट घालवावे लागते हेच खरे. माझी विवेकशक्ती इतरांच्या बाबतीत अचूक निर्णय घेते, पण स्वत:च्या बाबतीत मात्र ती बहुतेक वेळा चुकीच्या मार्गाने गेली. मग ते निर्णय मी जिवापाड जतन केले, दु:खे भोगली आणि आज जे सामान्यत: सुखाचे आयुष्य भोगतो आहे, ते मोठ्या कष्टाने परत मिळवले.

सांगायचा मुद्दा एवढाच, मी जमावाबरोबर वाहवत जायला हवे असे वाटत होते, पण माझे पाय घोटाळत होते आणि नको तेथे प्रतिकार करण्याची दुर्बुद्धी माझ्या मनात उत्पन्न झाली होती.

पण हा विचार मनात येत असतानाच माझ्या ध्यानात आले की, रस्ता निर्मनुष्य झालाय अन् गोपाळ गायन समाजाच्या फूटपाथवर मी उभा आहे.

रस्त्यावर चार-दोन माणसे जखमी होऊन पडली होती. चपला, चार-दोन छत्र्या, एक पर्स, सायकल मालकावाचून इतस्तत: पडले होते.

सुरक्षित जागी बसून ही रणधुमाळी पाहणारे श्री. गोपीनाथपंत तळवलकर हेही बहुश: श्री. भागवतांच्या माडीवर उभे असावेत

आणि हे पाहण्यासाठी मला जाग आली तेव्हा एक आडदांड पोलीस विकटपणे माझ्याकडे रोखून पाहत होता. वास्तविक जवळपास निर्मनुष्य झालेल्या या रस्त्यावर आता शांतता प्रस्थापित करण्यासारखे काहीच नव्हते. पण आपल्या हत्याराला काहीच काम न मिळाल्यामुळे तो पोलीस चवताळून खुनशी बनल्याचे स्पष्ट दिसत होते आणि मग मी समजलो की त्याच्या हाती चांगली उंची रायफल आहे. तोपावेतो मला पोलिसांचा लाठीमार पाहण्यास मिळेल असे वाटले होते; गोळीबार अनपेक्षित होता.

त्या पोलिसाने रायफल रोखली तो पावेतो मी बेसावध होतो. पण मग मात्र निसर्गाच्या प्रेरणेने मी चार ढांगा दूर झालो आणि एकदम दुकानाच्या पायरीवर चढलो.

हे दृश्य पुष्कळ मंडळी पाहत होती असे मला वाटले. कारण दाराआडून, गजाआडून, सज्ज्यातून रस्त्यावरची रणधुमाळी पाहणारी शूर माणसे तेथे पुष्कळच

असावीत. काही तेथे राहणारी होती. पण पुष्कळसे प्रेक्षकही होते. कुणीतरी मला हाक मारली आणि माझी नजर वर जाताच काय घडले ते कोणास ठाऊक, माझा पाय जळतो आहे असे मला वाटले अन् मी खाली पडलो.

मी पुष्कळ वेळ तसाच पडलो असेन. कारण मला उचलले तेव्हा रक्ताचे चांगलेच थारोळे खाली झाले होते. त्या रक्ताकडे बघवतही नव्हते. एरवी मी त्या दृश्याने किंवा वेदनेने बेहोष झालोही असतो. पण का कुणास ठाऊक, कसली तरी अवर्णनीय सहनशक्ती मला प्राप्त झाली होती. त्यावेळेस सूडाची भावना अधिक तीव्र होती. मला कुणीतरी उचलून नेले. कुणी निकम, कुणी बापट, नक्की काही सांगता येत नाही. प्रथम मलाच धोपेश्वरकरांच्याकडे नेले असावे. माझ्याप्रमाणेच आणखी दोघे तर थोड्याच वेळात तेथे आणले गेले. अर्थात त्यांच्या जखमा गोळीच्या नव्हत्या, तर पळापळीच्या होत्या. पण त्या जखमा होत्या. स्वातंत्र्यसंग्रामातील युद्धाच्या नांदीच्याच. सर्वांनाच वीरमरण मिळत नाही. पण लढाईत भाग घेणाऱ्या सर्वांनी मिळून लढाई लढलेली असते आणि मग प्रत्यक्ष आघाडीवर मृत्यू भेटो वा कारखान्यावरील बॉम्बहल्ल्यात मृत्यू भेटो, तो वीरमृत्यूच. त्याचप्रमाणे ब्रिटिश सरकारच्या पाशवी अन् निर्घृण अशा दंडेलीला बळी पडणारे सर्वच स्वातंत्र्यसैनिक होते.

डॉक्टर ढमढेरे यांना या जखमींचा सुगावा लागला होता आणि त्यांनी आपली गाडी पाठवली होती. पोलिसांनी दहशत उत्पन्न केल्यानंतर अवघ्या तासाभरात वाहन मिळून आमची ससूनमध्ये खासगीरीत्या रवानगी झाली. ही गोष्ट फारच तत्परतेने झाली असे म्हटले पाहिजे. मोटार रक्ताने माखली होती. दोन्ही सहरुग्ण जखमी, बेहोष झाले होते. मामला फारच उदास होता. पण म्हणून असेल, माझे डोके फिरले होते. लढाईच्या पहिल्याच दिवशी काहीही महत्त्वाचे काम न करता मी गोळी खाऊन निकामी झालो होतो. पाय जळत होता. त्या वेदनेपेक्षा वेदना होत्या असमर्थतेच्या. खरं सांगायचे तर एका वेडसरपणामुळे गोळीचे दु:ख असे जाणवत नव्हते. मी अफाट बडबडत होतो.

मी हॉस्पिटलमध्ये जाईतो माझी शुद्ध टिकली. मग मला आठवतंय ते फार थोडं. मला शुद्ध आली ती चांगली रात्र झाल्यावर.

आणखी पुष्कळ लोक जखमी म्हणून तिथे आले होते. त्या जखमीत रात्री आणखी भर पडली. कारण अप्पा बळवंत चौकात पुनश्च गोळीबार चालू झाला. सारा एक वॉर्डच त्या जखमींनी भरला म्हणानात.

माझ्या शेजारी माझी थोरली बहीण उभी होती. ती माहेरपणासाठी आलेली.

गावात कर्फ्यू. त्यात वडील संतापलेले. मला गोळी लागलीय हे सांगण्यासाठी प्रा. रा. वि. ओतुरकर आणि आता डी. एस. पी. असलेले प्रा. शेषाप्पा कुलकर्णी घरी गेले तेव्हा सौ. चपलाबाई खाडीलकर वडिलांना इंजेक्शन देत होत्या. दोघेही प्राध्यापक तसे वडिलांना अपरिचित. कॉलेजमधल्या विद्यार्थ्यांची असली वार्ता सांगण्यासाठी ते आलेले, भांबावलेले, त्यांनी निदान इंजेक्शन पुरे होईतो दम धरावा, पण त्यांनी ही वार्ता सांगताच त्याही अवस्थेत माझे वडील कडाडले, ''चालते व्हा– हरामखोर लेकाचे. पोरांना काहीतरी शिकवता अन् त्यांची माथी फिरवता. गांधी एक गाढव आणि तुम्ही सात गाढव.''

मग ते चौखूर पळत सुटले.

वडिलांनी आजारात घरातल्या सर्वांना त्रास दिला. माझे नाव कुणी काढले की ते संतापत– कारण मी काँग्रेसच्या चळवळीत भाग घेतला. मला भेटायला येण्याची सर्वांना बंदी. हा सारा प्रकार बहिणीने मला सांगितला. तिलासुद्धा असेच काहीतरी सांगून यावे लागले. मी देशभक्तीने अजून तापलेलाच होतो. मी केले त्यात देशभक्ती काय पण शहाणपणसुद्धा नव्हते. पण मी नाही म्हटले तरी माझा पूर्वेतिहास लक्षात घेऊन मी स्वातंत्र्यसैनिकच ठरणार होतो. शिवाय मी शासनाची गोळी खाल्ली होती. स्वातंत्र्यानंतर, केवळ भाऊगर्दीने नकळत मेले गेले ते जर हुतात्मे ठरले तर पारतंत्र्यात परकीयांच्या दंडेलीत गोळी खाल्ल्यावर काय, कोणीही कोणतीही बिरुदावली लावावी. मला आज साऱ्याच घटनांचे हसू येते. पण त्यावेळेस मोठमोठ्या मातब्बर व्यक्ती आम्हाला भेटत- काही भाबड्या लोकांची श्रद्धा तर पायाला हात लावण्यापर्यंत जाई. देशभक्तीचा उतावळेपणाशी असा संबंध जोडला जाई.

ससूनमधले वातावरण एवढे देशभक्तीने भारावून गेले होते की या रुग्णाची सेवा करणे हे आपले कर्तव्य असेच सर्वांना वाटत होते. बाहेरच्या घडामोडी तारायंत्राप्रमाणे आम्हाला कळत. आम्हाला दुर्मीळ औषधे– जी ससूनमध्ये एरवी औषधालासुद्धा उपलब्ध होऊ शकली नसती ती मिळत असत. मोसंबी-संत्री यांचा तर एवढा खच पडू लागला की, त्यापैकी काही आम्ही भेटीला येणाऱ्यांना देऊ लागलो. आम्हाला मेडिकल कॉलेजचे विद्यार्थी वाचून दाखवत, डोके चेपत, गप्पा मारून करमणूक करीत. मेडिकल कॉलेजमधल्या मुली सकाळपासून संध्याकाळपर्यंत चिवचिव करीत असत. त्यात मुर्डेश्वर नावाची एक मुलगी होती. कृष्णवर्ण एवढा सुंदर असतो हे मला त्यावेळेस प्रथमच कळले. तिचे डोळे तर रत्नाप्रमाणे तेज:पुंज होते. तिची वस्त्रे नेटकी, रंगदार आणि निराळीच असत.

तिच्या आगमनाची मी नेहमी प्रतीक्षा करी. ती आली, हसली, लाघवी शब्दांत तिने काही शब्दांची देवघेव केली की, साऱ्या वेदनांचा उपशम होई.

हॉस्पिटलमध्ये मी १० ऑगस्टपासून ३१ ऑगस्टपर्यंत होतो. त्या अवधीत डॉक्टर घारपुरे यांनी माझ्या पायावर आणखी एक शस्त्रक्रिया केली. हॉस्पिटलमध्ये आमच्यापैकी धनुर्वाताने एकजण मरण पावला. त्यामुळे आम्हाला इंजेक्शने देण्यात आली आणि कुणीतरी सांगितले की, ज्याच्या बाबतीत धोका आहे, त्याची अम्प्युटेशन्स (हाडतोड) करण्यात येणार आहे. आम्ही रात्ररात्र जागे राहू लागलो, पण डॉ. घारपुरे यांनी सर्वांची समजूत घातली.

पहिले काही दिवस वेदनेचे दुःख असह्य होते. कमरेपर्यंत प्लॅस्टर असल्यामुळे हालचाल शक्य नसे. त्यामुळे झोप लागेना. मग डॉक्टर खुशाल मार्फीन देत. एरवी एवढ्याशा वेदनांना डॉक्टर क्वचितच मार्फीन देतात. पण आमच्या वेदना त्या पोर डॉक्टरांना नको असत. आपल्याकडून काही गैरव्यवस्था झाली असे वाटू नये म्हणून आम्ही म्हणू ते सर्व करण्याकडे त्यांचा कल असे.

मला घरच्यांपैकी बहीण भेटून गेली अन् आई चपलाबाई खाडिलकरांच्या मोटारीतून वडिलांना चोरून भेटून गेली. पण माझे ज्येष्ठ मित्र श्री. बापूसाहेब माटे, केसकर नावाची एक सहाध्यायिनी तर वारंवार भेटत. काँग्रेसचे नंबर दोनचे पुढारी तर रोजच येत. माझ्या माहितीनुसार एका रात्री तीन वाजता अच्युतराव पटवर्धन तेथे सर्वांना पाहून गेले. भूमिगत काँग्रेस पुढाऱ्यांचा तळ आमच्या बंगल्यात गिरमे यांच्या बिऱ्हाडी असे, हे मला नंतर कळले तेव्हा तर माझी हसून पुरेवाट झाली. काँग्रेसच्या चळवळीत मी भाग घेतला म्हणून घरादाराला मला भेटूसुद्धा न देणाऱ्या माझ्या वडिलांच्या खोलीखालीच, खादी टोपी तूर्त न वापरणारे बरेच काँग्रेसवाले सुखाने राहत होते. सुरक्षित तर होतेच होते.

हळूहळू चळवळीचे वातावरण उतरू लागले. तसतशी ससूनमधली आमची राजासारखी बडदास्तही कमी होऊ लागली. हे अनंतकाळ चालणार नव्हते हे काय आम्हाला कळत नव्हते थोडेच? मध्यंतरी १५ ऑगस्टला मी 'महू' येथे लष्करात जॉईन व्हायला हवे होते– ते न झाल्यामुळे चौकशी होऊन वडिलांना पुष्कळच त्रास झाला होता. त्यामुळे ते आणखी बिघडले होते.

मध्यंतरीच्या केव्हातरीच्या गोळीबारात एक चौदा वर्षांचा मराठा मुलगा पोटातून ब्रेनगनची गोळी गेल्यामुळे जखमी होऊन आला होता. तो आला तेव्हाच सर्वांनी त्याची आशा सोडली होती. त्याच्या पोटाची चाळण झाली होती, पण रात्री डॉ. के. सी. घारपुरे यांनी त्या मुलाचे तातडीने ऑपरेशन केले. ते

चांगले तीन तास चालले होते. नंतरचे आठ दिवस ते पोर फारसे शुद्धीवर आले नाही. पण डॉक्टरांनी आशा सोडलेली नव्हती. अनिवार प्रतिकारशक्तीने त्या मुलाचा पुनर्जन्म झाला आणि आमच्यापेक्षा दुप्पट त्याची सुधारणा झाली.

आमच्या प्लॅस्टर्सना विंडो ठेवलेली नव्हती. यापूर्वी जखम असेल तेथे एक खिडकी ठेवीत. तेथून जखम धुणे, ड्रेसिंग करणे, अशा क्रिया करीत. स्पॅनिश युद्धात केवळ वेळच्या वेळी ड्रेसिंग करता येत नसल्यामुळे प्लॅस्टर्सना विंडो ठेवता आल्या नव्हत्या. पण त्यातून डॉक्टरांना एक नवी पद्धती सापडली होती. जखम आपोआपच आपल्याभोवती जंतूविरोधी वातावरण तयार करतात आणि त्या भरत येत. या वेळेसही त्या पद्धतीचा अवलंब केला गेला. त्यामुळे त्या प्लॅस्टर्सना आता घाण येऊ लागली होती. आम्हा रुग्णांना तर ती तापदायक होत होतीच पण भेटणाऱ्यांना ती असह्य होत असावी. पण त्याबद्दल कुणी कधी नाकसुद्धा मुरडले नाही. उलट जी अत्तरे, जे सेंट्स, मी अजूनही पुन्हा कधी अनुभवले नाही, ते दुर्मीळ सुगंध मला तेव्हा मिळाले. कुणीतरी एक पोरसवदा नर्स तेथे होती. ती मोठी रूपवान नव्हती, पण तिचे चालणे, हसणे, बोलणे सारेच काही मोहक होते. त्या दुर्बल अवस्थेत तसे वाटत होते म्हणा हवे तर. पण आजही त्या आठवणी सुंदर आहेत. ती रोज येई. बहुश: त्या कालखंडात तिची रात्रपाळी होती. ती संध्याकाळी येई. तिच्या केसांत एखादे फूल असे. ती सर्वांची हसतमुखाने विचारपूस करे अन् माझ्यापाशी येताच थबके. इतरांच्यापेक्षा माझ्याशी थोडा जास्त वेळ बोले याची मला मौज वाटे. मग रात्री कधीकधी काम आटोपले म्हणजे ती गप्पा मारायची. नर्सच्या गप्पात अकारण एक नको ती सहानुभूती असते. अकारण समजूत घातल्याचा भास होतो. पण तसे काही तिच्याजवळ नसे. उलट त्या पोरसवदा बाईला एक छान ठमका होता. तिच्या संभाषणात तिच्या गावच्या आठवणी फार होत्या. ती कारवारची होती. त्या आठवणीत बुडून गेलेली ती तेजस्वी डोळ्यांची मुलगी अजून मला आठवते आणि कारवारच्या त्या सागरतीराचा मला मत्सर वाटतो.

राजकीय चळवळी पुण्यातून किंवा मुंबईतून हलल्या होत्या. सुभाषबाबूंचा आझाद रेडिओ भारत-गर्जना करीत होता. हॉस्पिटलमध्ये वातावरण दिवसेंदिवस कळाहीन होत होते. घरी परतणे शक्य नव्हते. एक दिवशी असे कळले की, ज्या रुग्णांना अपघाती इजा झाल्या त्यांना सोडून इतरांना सरकार डिस्चार्ज मिळताच कैदेत ठेवणार आहे आणि त्या बातमीसारखी एकदम चक्रे फिरू लागली. त्या रात्री पंधरासोळा लोकांना डिस्चार्ज दिला गेला. पैशाची व्यवस्था नव्हती, त्यांना

कोणीतरी पदरमोड करून पाठवून दिले.

मला ससूनमधून हलणे भाग होते. अखेरी मी बहिणीकडे इचलकरंजीत जावयाचे ठरवले. आमच्या मामांनी– रा. ह. गोखले यांनी पैसे आणून दिले. एरवी रोज त्यांच्याकडून डबाही येत असेच. त्यांच्या कर्तव्यदक्षतेला आणि सरळपणाला सीमाच नव्हती. जुन्या जमान्यातली शब्दाला पक्की, पदरमोड करून आपल्या प्रौढत्वाची शान सांभाळणारी पिढी आता हरवली आहे. आई भेटून गेली. इचलकरंजीला पोचवायला कोण येणार हा प्रश्न होता. त्या वेळेस कॉलेजमध्ये हजेरी अगदी कडक होती. तो प्रश्न बापूसाहेब माटे यांनी उपप्राचार्य ज. नी. कर्वे यांना गळ घालून सोडवला. एकनाथ गोळे हा आमचा सहाध्यायी मित्र होता. (हा आता मुंबईस रेडिओलॉजिस्ट आहे.) त्याला त्यांनी माझ्याबरोबर दिले. त्याला बरोबर घेऊन ३१ ऑगस्टला पहाटे चार वाजता मी ससून सोडले.

या ससूनमध्ये माझ्या खूप आठवणी अडकलेल्या होत्या. नाव-लौकिकवान पुढारी, पितृतुल्य स्नेही बापूसाहेब माटे, कॉलेजातील भावना व्यक्त करू न शकणारे मित्र - मैत्रिणी, परिचित-अपरिचित, अशा पुष्कळांनी दाखवलेले प्रेम, आत्मीयताही अमर्याद होती. त्यातूनच पुढे आयुष्यातील पुष्कळ चांगल्या सोबती जडल्या. त्या सर्वांपेक्षाही, समाज कसा मनाने निकोप अन् उंच होऊ शकतो हेही मला समजले. देशभक्तीची ज्योत घराघरातून पेटलेली असते. फक्त तो सारा प्रकाश एक व्हायला हवा असतो, म्हणजे देशातले तम नष्ट होणार असते. या आजच्या बिकट अवस्थेतही आपल्या समाजाबद्दल मी कधी उदासीन होत नाही, कारण जेव्हा जेव्हा प्रसंग हाक मारतो तेव्हा माणूस उदात्त होतो, देशभक्त होतो याविषयी माझी खात्री पटलेली आहे. चिनी आक्रमणाच्या वेळीसुद्धा नागरिकांची मानसिक पातळी उंच गेली ते सर्वांनीच पाहिले आहे. फक्त त्या मनातील भावना बाहेर काढणारा समर्थ नेता हवा.

माझ्या आयुष्यावर कायम परिणाम करणारा १० ऑगस्ट ते ३१ ऑगस्ट हा कालखंड असा गेला. साथीदार गेले, काही नव्याने मिळाले. राजकीय स्वप्ने उद्ध्वस्त झाली. कारण लोकांना न दिसणारे का होईना, पण चिरस्थायी पंगुत्व माझ्या शरीरात आले.

आता पंचवीस वर्षे झाली. स्वातंत्र्य आले. स्वातंत्र्याच्या लढ्यात या ना त्या निमित्ताने हिरिरीने, क्वचित भावनाप्रधानतेने भाग घेणाऱ्यांचे आपल्या देशाला विस्मरण झाले आहे. या कृतघ्नपणाबद्दल मनात खंत आहे.

(२० ऑगस्ट १९६७)

५.

पतनाचा क्षण

कोणत्या तरी एखाद्या हट्टासाठी जगण्याचे भाग्य लाभावे अशी माझी देवाजवळ प्रार्थना असते. इंधनाशिवाय जशी ज्योत प्रकाशत नाही, त्याचप्रमाणे काहीतरी ईर्षेशिवाय जीवन उजळत नाही हेच खरे, आणि त्यामुळेच मला जाळीत काहीतरी असावे आणि माझे आयुष्य सदैव पेटते असावे अशी माझी इच्छा असते. तसे पाहिले तर आपल्याला ओळखणारे खरोखरीच फारच थोडे लोक असतात. नीट यादी केली तर पाचपन्नास माणसेही आपल्याला नीटशी ओळखतही नाहीत. आपले बरेवाईट झाले तर एखादा सुस्कारा सोडणारे शेपन्नास असले म्हणजे लौकिकदृष्ट्या आयुष्य यशस्वी झाले असे आपण म्हणतो. या शेपन्नास माणसांचा समुदाय खरे म्हणजे त्या माणसाचा समाज असतो. या समुदायाच्या लहरीवर सामान्य माणूस आपले जीवन बेतीत असतो. आपली जीवनविषयक कल्पनासुद्धा या एवढ्या छोट्याशा समाजाच्या खुशीपुरती मर्यादित असते. एखाद्या माणसाच्या परिवारात व्यापारामुळे जर गुजराथी, सिंधी, मारवाडी मित्र असतील तर, तो माणूस खोटी जाहिरात करणे, माप खोटे लावणे अनीतिकारक मानत नाही. पण खोटे वायदे देणे अनीतिकारक मानतो. त्याचे मध्यमवर्गीय शिक्षक, कारकून मित्र असतील तर त्याच्या नीतिविषयक कल्पना बहुश: स्त्रीसंबंधापुरत्या मर्यादित राहतात. माणसाच्या मनाचे पतन वा उत्थापन म्हणूनच तसे पुष्कळसे सापेक्ष असते. सत्याची, नीतीची, बंधुत्वाची अबाधित अशी व्याख्या कधीच नसते.

आपल्या भक्ष्यावर लक्ष ठेवून त्याच्या अत्यंत नाजूक क्षणी ते

गिळंकृत करणे अणि जीवन व्यतीत करणे हा जंगलचा कायदा आहे. माणूसही पुष्कळ अंशी पशू असला तरी तो एकांडा नाही. त्याच्या जीवनमरणाचा लढा हा एकाकी नसतो आणि म्हणून आपले भक्ष्य केवळ सावजाच्या नाजूक क्षणाशी त्याला निगडित करता येत नाही. एवढेच नव्हे, तर आपल्यावरही तसाच अनपेक्षित प्रहार होणार नाही याविषयीच्या खात्रीने तो जगात वावरू शकतो आणि म्हणून आपली नीतिमूल्ये पुष्कळदा भयापोटी उत्पन्न पावतात. रस्त्यावरून जाताना जेव्हा एखादी गौरवर्णी पुष्टांगी आपल्या तारुण्याचे मस्तवाल दर्शन करीत बेदरकारपणे जात असते तेव्हा विव्हल न होणारे मन केवळ दुर्दैवी होय. पण ही घायाळ मन:स्थिती लपवून माणसे तेथून नजर उचलतात– केवळ भयाने. जर जनशक्तीचे किंवा दंडसत्तेचे भय नसते तर कोणतीही लोभनीय वस्तू, व्यक्ती किंवा वृत्ती ही नेहमीच स्पर्धेचा विषय होईल आणि समता आणि समान वाटपाचा न्याय धुडकावून देऊन बलवंताच्या मालकीची होईल.

म्हणजे आपले पावित्र्य किंवा नीतितत्त्व हे काही स्वयंसिद्ध नव्हे तर! ज्याने सुखदु:खाच्या किंवा मोहाच्या स्थानाकडे हेतुपुरस्सर पाठ फिरवली असे विरक्त किंवा तृप्त आत्मे सोडले तर बाकीच्यांचे काय?

त्यांची पतने होत असतात. त्यांच्या जिभा लाळावत असतात. त्यांच्या मनात अनंत गढूळ विचार घोंगावत असतात. पण भयाने त्यांच्या स्नायूचे बळ गेलेले असते. वखवखलेल्या जिभा नाइलाजाने आत ओढीत हे लांडगे पुन्हा अंधाऱ्या गुहेत जाऊन घोरत पडतात.

पण मी तर यालाही पतन म्हणत नाही. प्राण्याला भूक लागली तर त्याने खाल्ले पाहिजे. त्यासाठी जीवनमरणाचा लढा दिला पाहिजे. म्हणजे त्या भुकेची तृप्ती अपरिहार्य आहे, तो धर्म आहे. धर्मच कसा अधर्म होईल? मग पतन तरी कोणते?

स्त्रीसुखापासून वर्षानुवर्षे वंचित असणारा नौसैनिक जेव्हा वेश्यागमन करील तेव्हा फार तर त्याला संयम नाही किंवा त्याची रुचि चांगली नाही असे म्हणता येईल. भुकेलेल्याने रस्त्यावरचे सडके फळ खाल्ले तरीही त्याने फार मोठे पाप केले असे म्हणता यावयाचे नाही.

मग पतन कोणते आणि असे पतन घडते तरी कसे?

आरंभी म्हटले, की कोणत्याही एखाद्या हट्टासाठी जगायचे मला भाग्य लाभावे अशी माझी प्रार्थना आहे ती अशासाठी, की हट्टाविना-ईर्षेविना माझे आयुष्य बेकार होईल. पुष्कळ अभागीजण त्यावाचून जगतात. मला आजपावेतो

तसे करावे लागले नाही हे माझे भाग्य आहे. पण या हट्टाला तडा जाण्याजोग्या गोष्टी घडल्या, त्या आठवल्या की मी स्वधर्म का सोडला याबद्दल मला फार फार वाईट वाटते आणि त्याबद्दलची खंत माझ्या मनातून मुळीच जात नाही.

मी वयाने २३ वर्षांचा होतो. वडील वारलेले होते. ४२ च्या चळवळीत गोळी खाल्ल्यामुळे शारीरिक कष्टाची कामे करून नाव काढणे सुतरामसुद्धा शक्य नव्हते. कुटुंब उभे राहावे या विचाराने विवाहही केला होता. जीवनात काही भलीवाईट स्वप्ने बांधली होती. पु. ग. सहस्त्रबुद्धे - बापूसाहेब माटे यांनी कुठेतरी ठिणगी टाकली होती आणि अंतर्यामी मन धुमसत होते. व्यवसाय होता शिक्षकाचा. पण उडी होती फार मोठी. इष्टमित्रांच्या एकत्र निवासासाठी गर्दीच्या शहरी जीवनापेक्षा उपनगरासारखी वस्ती करावी अशी माझी कल्पना होती आणि त्यासाठी मी जमिनीच्या शोधात होतो. घालवण्याजोगे काही नसल्यामुळे कोणत्याही साहसाला मन तयार होते. एक दिवशी सहज बोलत असता मोतीलाल सरेलाल नावाच्या एका व्यापारी मारवाड्याची गाठ पडली. ते म्हणाले, ''मी देतो तुम्हाला एक जमीन.'' गाडीत घालून ते मला पुणे आळंदी रस्त्यावर घेऊन गेले. त्यांनी दाखविलेली जमीन चांगली पस्तीस एकर होती. मी म्हणालो, ''माझ्या खिशात या वेळेला सत्तर रुपये आहेत. तुमची ही एवढी जमीन मी घेणार कसा?'' ते म्हणाले, ''तुम्हाला ही जमीन आवडली असेल आणि तुमच्या उपयोगाची असेल तर तुम्ही आता करार करा. पैसे सवडीने द्या.'' मी केवळ हसलो. कारण सत्तर रुपये खिशात असताना मी पन्नास हजार रुपयांची जमीन घेण्याची भाषा बोलत होतो. मला हे त्यांचे प्रपोजल प्रथम चेष्टेचे वाटले. ते म्हणाले, ''तुम्ही हसू नका. ही सर्व जमीन मी तुम्हाला १०५० रु. एकरप्रमाणे देतो. मी तीनशे रुपयाप्रमाणे घेतली आहे. जमीन सुरक्षित आहे. चांगली आहे. तुम्ही उत्साही आहात. तुमच्या हाताला यश आहे. मी तुमच्या हातावरच्या रेषा पाहून सांगतो, की तुम्ही यशस्वी व्हाल. आज तुम्ही ५० रुपये देऊन करार करा. आजपासून पंधरा दिवसांत तुम्ही पाच हजार रुपये उभे करा आणि जमिनीचा ताबा मी तुम्हाला ५००० रु. देताच देईन.''

तसे घडले. मी तो करार केला. माझ्या लेखनशक्तीचा पहिला हुंकार मला तेव्हा मिळाला. मी काढलेल्या पहिल्या पुस्तिकेत एका आदर्श वसाहतीचे मी स्वप्नचित्र उभारले होते. त्यावर लोक लट्टू झाले. अवघ्या पाचशे रुपयात एक प्लॉट याप्रमाणे २५० प्लॉटस विकले गेले. मजजवळ धड फर्निचर नव्हते. जमिनीचा नकाशा नव्हता. स्टाफ नव्हता. अवघ्या पाच दिवसांत एका जाहिरातीला

म्हणून आलेल्या ५०० माणसांच्या अर्जातून अडीचशे प्लॉटस विकले गेले. स्कीम यशस्वी झाली.

मग खरेदीपत्र झाले. उदघाटनाचा मोठा समारंभ झाला. वैकुंठभाई मेहता अध्यक्ष होते. ११००० फुटांची मर्यादा केवळ माझ्यामुळे ५००० फुटापर्यंत आली. तसा जी. आर. मुंबई सरकारच्या रेव्हेन्यू खात्याने केला आणि वसाहतीच्या नफ्याच्या पैशातून मी माझ्या असोसिएटेड टेंडर्स या संस्थेचा व्यापही वाढवला.

या सर्व प्लॉटधारकांची सहकारी सोसायटी केली तर त्यामुळे घरबांधणी सोपी होईल-स्वस्त होईल, या कल्पनेने मी एक सहकारी सोसायटी निर्माण करावयाचे ठरवले. मला या व्यवहारात सुमारे ५० हजार रुपये फायदा कागदोपत्री दिसत होता. तो सर्वांना ज्ञात होता. तो गृहीत धरूनच सर्वांनी प्लॉट घेतले होते. मी नफा न घेता सहकारी तत्त्वावर संस्था चालवावी असे मागाहून काहींना वाटले. अर्थात मला ते मंजूर का असावे? त्यामुळे त्यांचे पैसे परत घेऊन ते निघून गेले.

कायद्याचे यथास्थित ज्ञान नसल्याने सोसायटी रजिस्टर करावयासाठी त्या दिवशी जे हजर होते त्या चौदा लोकांच्या मी सह्या घेतल्या. संस्था रजिस्टर झाली. तोपावेतो सर्व गुण्यागोविंदाने चालले होते. पण सहकारी मान्यता मिळताच त्यातली काही अगदी जवळची मंडळी कायद्याची भाषा बोलू लागली. अर्थात कायद्याने काही होणार नव्हते. पण गुंतागुंत मात्र वाढणार होती. वसाहतीच्या जमिनीची मालकी माझी. पण नकाशा सोसायटीच्या नावे मंजूर झालेला. त्या चौदा सभासदांचे पैसे सोसायटीकडे वर्ग केलेले आणि घरची समजली जाणारी माणसे (नातेवाईक आणि जिगरीदोस्त) मत्सराने पेटलेली. मजजवळचा सर्व पैसा त्या नव्या जमिनीत अडकलेला. प्लॉटधारकांची प्लॉट ताब्यात लवकर देण्याची निकड. या सर्व प्रकारात शब्दाशब्दी, पत्रोपत्री होऊ लागली व काही अधिकाऱ्यांचे दडपण येऊ लागले. धमक्या दिल्या जाऊ लागल्या. जी माणसे खरे तर परवा परवापर्यंत माझ्यासमोर बसायला भीत असत, ती आढ्यतेने मला तुरुंगात घालायच्या धमक्या देऊ लागली.

माझ्या भलाईला ही भलतीच फळे आली. आरंभी काही तशी कल्पना नव्हती. भल्या बुद्धीने मी सोसायटीचा मांड मांडला. त्यासाठी माझे एकेकाळचे स. प. कॉलेजमधले लेक्चरर यांना त्यांच्या विनंतीवरून सोसायटीचे अध्यक्ष केले. पण याच माणसाने पलटी खाल्ली आणि मला धोक्यात आणले. त्यांना त्यावेळेस पैशाची गरज होती. त्यांनी माझ्याकडे पाचशे रुपये लाच मागितली आणि ती दिली तर आपण हे प्रकरण मिटवू असे सांगितले. आजच्यासारखा

त्याही दिवसांत मी भांडखोर होतो– हट्टी होतो. त्यामुळे त्यांची ती मागणी मी नाकारली.

त्या चौदा लोकांच्या सोसायटीत माझे एक जवळचे नातेवाईक होते, तेही त्या मंडळींना सामील झाले. त्यांचे म्हणणे ''न्याय-अन्याय आम्हाला माहीत नाही. आज तुम्ही कोंडीत आहात आणि सोसायटीजवळ पैसे नाहीत. आमच्या पैशावर तुम्ही फायदा मिळवता आहात. तो आम्ही पचू देणार नाही.'' ते नातेवाईक जवळचे होते. मत्सराने तेही पेटले होते. एवढ्याशा वयात मी हजारो रुपये मिळवावेत हे त्या मिलिटरी अकौंटमधल्या कारकुनाला कसे रुचावे! वास्तविक त्यांचा माझ्या व्यवसायाशी कवडीचा संबंध नव्हता. मी फुकट दिल्यामुळे त्यांचे नावे प्लॉट होता. त्याबद्दल संध्याकाळी त्यांचे ऑफिस सुटल्यावर ते मला थोडीफार मदत करीत. मदत म्हणजे मला भेटावयास आलेल्या माणसांशी मी भेटेपर्यंत गप्पा मारीत बसणे. त्यांचे म्हणणे, ''माझ्या या उद्योगात ते माझे सहकारी होते.'' त्यांनी या प्रकल्पात एक पैसाही घातला नव्हता. उलट माझ्या पैशाने चहापाणी करण्याची त्यांची उत्तम सोय झाली होती. बुडालो असतो तर सहानुभूतीदर्शक असे दोन शब्दसुद्धा त्यांनी काढले नसते. उलटपक्षी 'खाशी जिरली' अशा आनंदातच ते वावरले असते. पण केवळ वेळ घालवण्यासाठी माझ्या ऑफिसात येऊन बसणाऱ्या या माझ्या नातेवाइकाला पैशाचा लोभ सुटला. मी अडचणीत सापडलो तर आपोआपच त्यांचे साहाय्य मागेन त्यासाठी त्यांनी आपले कायदेबाज डोके माझ्याविरुद्ध वापरले आणि मग हे चौदा सभासद व उरलेले दोनशे सभासद, अशा दोन फळ्या पडल्या.

कायदा माझ्या बाजूला होता तरी सरकारमान्य संस्थेच्या पदाधिकाऱ्यांना त्रास देता येईल असे करता येण्याजोगे खूप होते. मला असे दिसू लागले की या नातेवाइकांमुळे ही वसाहत होणार नाही, पैसे भरलेल्या लोकांना पैसेही मिळणार नाहीत आणि प्लॉटही मिळणार नाही– माझ्या नशिबी मात्र केवळ बेइज्जत होईल.

माझ्या पतनाचा हाच क्षण होता. सारे आयुष्य समोर होते. धंद्यात जम बसत होता. हक्क, कायदा याबद्दल हट्ट धरायचा आणि मुकाबला करायचा, की एका सामान्य घरभेदी नातेवाइकाला शरण जायचे? मग जायचेच तर माझ्या लाचखाऊ शिक्षकांना का नाही शरण गेलो?

घरातूनही दडपण येत होते. डिपॉझिटर्सचा ताण वाढत होता. मी अखेरी त्या नातेवाइकापुढे तडजोडीचा हात केला.

त्याला रोख रुपये तीन हजार मला द्यावे लागले. त्याच्या एका सामान्य नाटकाचा मला निर्माता व्हावे लागले. त्यात माझे काही पैसे गेलेच होते. त्याचे पुस्तक मला काढावे लागले. त्यातही काही पैसे घालवले होते. त्यांची कुरकुर आणि पिरपिर कायमची गप्प करावी, एका घरभेद्याला शांत करावा, सौभाग्यवतींना संतुष्ट करावे, म्हणून मी आयुष्यात हार घेतली– केवळ सुस्थिरता पाहिली. पण ती सुस्थिरता तशी विकत मिळत नाही हे मला कळायचे होते– करू नये ती तडजोड केली. स्वास्थ्यमय भविष्याकडे पाहून तत्त्वच्युत झालो. कोणताही अधिकार नसताना त्या माणसाला तीन हजार रुपये दिले आणि त्याच्या प्रीत्यर्थ दोन हजार रुपये खर्च केले.

तत्त्व सुटले की मग थांबता येत नाही. कारण मग तुमची घसरगुंडी होते. मी दिलेल्या पैशाने काहीच झाले नाही. वाद धुमसत राहिला. पैसे घेऊन हा माणूस नामानिराळा राहिला. तडजोडीसाठी म्हणून आणखी एक गोडबोल्या माणूस या वादात पडला. त्याचे नाव परदेशी. त्याने तर मला साफ कापला. माझ्यावतीने तडजोड करायला जो पुढे झाला तोच नेमक्या वेळेस प्रतिपक्षाला सामील झाला.

सरकारी डिपार्टमेंटस परस्परविरुद्ध निर्णय देत होती. लोक मात्र हवालदिल झाले. एका बालवयाच्या तरुण माणसावर विसंबून त्यांनी पाच हजार रुपये गुंतवले होते. नुकतेच टिळक पोल्ट्री फार्मचे प्रकरण झालेले होते. मनातून त्यामुळेच मी थोडा बावचळलो होतो. त्याचवेळेस मी न्यायालयात जायला हवे होते. पण तो दीर्घसूत्रीपणा मला नको होता. मला सोन्याची खाण सापडली होती. धनवंत व्हायचे होते आणि आणखी एक पतनाचा क्षण आला. वास्तविक, मुळात मी या सर्व कामात घट्ट कुठे उभा राहिलोच नाही. पुढे कोर्टाने माझ्या बाजूने न्याय दिला. पण फार पुढे. मी तेव्हा कोर्टदरबारला घाबरलो हे खरे आणि एक तडजोड झाली. त्यात ५,००० रुपये त्या सोसायटीस देणगी द्यावी व २०,००० चा ट्रस्ट करावा असे मला मान्य करावे लागले. एकूण ५०,००० रु फायदा झाला तेव्हा तो निम्मा निम्मा वाटावा असे ठरले. म्हणजे २५ हजार सोसायटीला मिळाले. सहकारी सोसायटी अशा तऱ्हेने धंदे करू शकते का, हा विचार तेव्हा मनात आला नाही. कोठून तरी हे मिटवावे व धंद्याला लागावे या विचाराने ग्रासून मी अव्यवहार्य गोष्टीला तयार झालो.

पैशाला गळती लागली की हाती फक्त कसा राहतो– पैसा गळून जातो. या कस्तुरबावाडीच्या योजनेत अंती मला दहा-पंधरा हजार रुपयांचे नुकसान

झाले आहे. त्या कस्तुरबावाडी प्रकरणाचे कोर्टदरबार अजून चालूच आहेत. सोसायटीच्या पदाधिकाऱ्यांच्या बापाचा पैसा खर्च होत नाही म्हणून त्यांचे ठीक आहे. पण मी पदरचा खर्च करून आता भांडतो आहे. पैशापरी पैसा गेला आणि वाईटपण तेवढे उरले. माझे सच्चे मित्र प्लॉटवर घर बांधू म्हणून वाट पाहत मरून गेले. ज्याअर्थी मी फायदा वाटून द्यायचे तत्त्व कबूल केले त्याअर्थी सोसायटीचाच हा सर्व फायदा होता असे म्हणणारे लोक आपोआपच निर्माण झाले.

आयुष्यात एक धडा मी शिकलो आहे तो हा, की न्यायाला पर्याय नसतो. सत्याला तडजोड नसते. हक्कांना कर्तव्ये असतात. त्याची गल्लत केली तर पदरात फक्त मानहानी पडते. वयाच्या पंचविशीत लक्षावधी रुपये मिळवून पुन्हा मी कोरडा ठणठणीत राहिलो

आणि सर्व भलाईची किंमत फक्त वाईटपणात घेऊन मी या धंद्यातून बाहेर पडलो. माझा हट्ट घट्ट ठेवून मी उभा राहिलो असतो तर माझे कोणी वाकडे करणार नव्हते! आणि समजा, सर्वनाश झाला असता तर काय बिघडणार होते? तो नाहीतरी झालाच, ही सारी संपत्ती माझ्या ओंजळीतून गळून गेलीच. मी भणंग झालोच. पण माझे पतन झाले, मी तत्त्वाला मुरड घातली, ते चुकले. मी न्यायापेक्षा अन्यायी लोकांना शरण गेलो, हे शल्य उरलेच आणि मनात येते... परमेश्वराने पुन:पुन: असे मोहाचे प्रसंग किंवा स्वास्थ्याचे आमंत्रण आणावे आणि त्यावेळेस मात्र त्यासाठी घट्ट उभे राहण्याचे बळ द्यावे. जे गळले ते माझे तारुण्य, ती उभारी... पुन्हा येणार नाही. पण तो बंडखोरपणा मात्र प्रतिदिनी वाढतो आहे. पतनाची ती जाणीव अजूनही अंगावर सणक आणते आहे.

(दिवाळी १९६८)

-०-०-०-

६.

माझ्या बहुजन समाजातील मित्रांनो

'गांधीहत्या आणि मी' हे पुस्तक मी प्रकाशित केले. ४२च्या चळवळीत पंगुत्व आल्यामुळे शारीरिक कष्टाच्या कोणत्याही राजकारणात माझा आता उपयोग नाही. तेव्हा निखळ राष्ट्रवादी भूमिका पत्करून सतत लिहीत राहणे, प्रचार करीत रहाणे व आवाज उठवणे एवढेच माझ्या हाती उरते. तेच मी करीत आलो. सदरहू पुस्तक त्यातलाच एक यत्न.

राष्ट्रवादाला सध्या दोन शत्रू आहेत. कालबाह्य बुद्धतत्त्वज्ञान आणि त्यावर आधारलेला गांधीवाद हा एक शत्रू व आपल्या देशापेक्षा मार्क्स मोठा मानणारा कम्युनिझम हा दुसरा. कम्युनिस्टांशी मुकाबला कसा व कधी करावयाचा याचा विचार पुढे प्रस्तुत आहे. पण गांधीवादाच्या जोखडातून मान काढल्याशिवाय कम्युनिस्टांशी लढण्यासाठी सामर्थ्यच येणार नाही. म्हणूनच गांधीवादाची संपूर्ण हकालपट्टी करणे हे आजच्या राष्ट्रीय विचाराच्या बुद्धिवादी समाजाचे पहिले कर्तव्य असायला हवे असे मला निश्चयपूर्वक वाटते. गांधींशी माझे शत्रुत्व नाही. एक माणूस देशाला तारू शकतो - आणि सर्वनाशाला नेऊ शकतो असे जरी वरवर दिसले तर ते तेवढे खरे नसते. अखेरी तो माणूस, म्हणजे त्याची विचारधारा, हेच सत्य असते. म्हणून गांधींवरचा राग म्हणजे गांधीवादावरचा राग हेच सत्य मनी उमजले पाहिजे.

गांधी किती मोठे आहेत हे मला माहीत नाही असे मुळीच नाही. पण या क्षुद्र हाडामांसाच्या देहापेक्षा माझे राष्ट्र एवढे मोठे आहे, की त्यापायी एक नव्हे तर शेकडो गांधींच्या आहुत्या पडल्या तरी हरकत नाही असेच मी मानतो. कदाचित गांधीसुद्धा तेच म्हणत

असतील. नौखालीत जेव्हा गांधींनी आपले प्राण बाजीला लावले तेव्हा राष्ट्रापेक्षा-राष्ट्राच्या ऐक्यापेक्षा, एकाचे- अगदी गांधींसारख्या एकाचे प्राण त्यांनी क्षुद्र मानले हे तर उघडच आहे. गांधींचा बडेजाव मानणाऱ्यांनी एक गोष्ट ध्यानात घ्यावी की गांधींचे आयुष्य देखील देशकार्यातच समर्पित होत होते. गांधींचे बरेवाईट राजकारण या देशाच्या मुक्तीपायी खर्चले जात होते. मग गांधींचा जयजयकार करताना देशाचा विसर पडून गांधी कसे मोठे होणार? गांधी अखेरीस माणूस होते– रक्तामांसाचे– जसा नथूराम होता तसेच. त्यामुळे आपल्या पवित्र आणि सुंदर देशापेक्षा ते क्षुद्र होते– कुरूप होते. आपल्या देशाचा सर्वनाश आणि गांधी यात तुम्ही काय पत्करले असते? गांधींनी काय पत्करले असते? राष्ट्राने काय पत्करले असते?

इतिहासाची पाने चाळून पाहिल्यावर लक्षात येईल की ज्यांनी हा भरतखंड वसवला, ज्यांनी वेद रचले, ज्यांनी नालंदा-तक्षशीलेचे विद्यापीठ स्थापले, ज्यांनी अनेक मंत्र रचले, संस्कृती उभारल्या, ज्यांनी या भव्य राजधान्या बांधल्या त्या फार थोर– गांधींपेक्षा फार थोर-थोर माणसांची नावनिशाणीसुद्धा उरली नाही. माणसाचं नाव काळ खाऊन टाकतो– कार्य ठेवतो. इतिहासाचा हाच धडा आहे. माणसापेक्षा भूमी श्रेष्ठ. भूमीपेक्षा संस्कृती श्रेष्ठ. संस्कृती शिल्लक राहिली तर भूमी परत मिळवता येते, याचे इस्त्राएल हे नुकतेच घडलेले सुंदर उदाहरण. सिंध्यांनी आपली संस्कृती टिकवली तर सिंध परत मिळविण्याची भाषा इतिहासाला सोडून नाही. पण आमच्या राजवटीचे- गांधींचे- इतिहासाशी वाकडे आहे. इतिहासाने पदोपदी सिद्ध केलेली गोष्ट त्यांनी मानली नाही, म्हणूनच भारतात जाहीर न केलेले प्रचंड धर्मयुद्ध घडले आणि मोजदाद न केलेली लक्षावधी लोकांची हत्या झाली. आपल्या बुद्धीवर विश्वासणाऱ्या मुसोलिनी, हिटलर, औरंगजेब आणि अखेरी गांधी-नेहरू या सर्वांचा पराभव फक्त अहंकाराने झाला, इतिहासाशी प्रतारणा केल्याने झाला, मानवी मनाच्या मर्यादा न ओळखल्याने झाला. ही सर्व नावे दंतकथा सांगायला उपयोगी पडतील. पण इतिहासाने या नावांना केव्हाच गिळून टाकले आहे. गांधी-नेहरू त्या मानाने गिळण्यास सोपे आहेत. कारण त्यांनी काही केलेलेच नाही. इतिहासात नमूद व्हावे असे त्यांचे एकच कृत्य-फाळणी. एका नव्या धर्मराज्याची स्थापना, एका नव्या कलहाची बीजे, नव्या चेंगीझखानासाठी रणभूमी आणि येती काही शतके सिंधू-सतलज यांची पात्रे रक्ताने रंगणार याचा जाहीरनामा.

थोडे कठोर आहे, पण हे सत्य आहे. क्षणिक तरी उंच जाऊन या धरतीकडे

पाहिल्यावर, मला तर या आर्यधर्मावर तुटून पडणाऱ्या गिधाडांच्या रांगाच्या रांगा दिसतात. नेहरूंच्या कर्तृत्वाला आणखी एक पीस आहे. आर्यसमाजाशी द्रविडीयन समाजाचे झालेले एकजीवन नेहरूंनी भाषावार प्रांतरचनेच्या निमित्ताने पुन्हा एकवार विस्कळीत केले. तीनशे वर्षांपूर्वी भारताचे जे स्वरूप होते ते विस्कळीत स्वरूप भाषावार प्रांतरचनेने आज भारताला आणलेले आहे. म्हणजे मध्ययुगीन विस्कळीतपणामुळे भारताला अधोगती लागली आणि आपण संपूर्ण विनाशाप्रत गेलो, त्याची ही पुनरावृत्ती. आपण पायऱ्या वर चढावयाच्याऐवजी उतरत निघालो आहोत. उंचीला मर्यादा नसते. अवघे अवकाश आपल्या महत्त्वाकांक्षेला मोकळे असते पण उतरतीला मात्र धरणी असते. त्याखाली, म्हणजे मग कबरीत जावे लागते. या एकसंध देशाची परत एकदा चिरफाड होणे मला या गांधी-परंपरेत अशक्य वाटत नाही. बळाने जुलूम करता येतो, व्यक्तिस्वातंत्र्य हिरावता येते, गरिबांना लुटता येते आणि रक्तामांसाच्या नद्या वाहिल्या जातात. त्याचप्रमाणे कृतनिश्चयाने, सामर्थ्याने, बळाने अनृत नष्ट करता येते, पराभवाची परतफेड करता येते. विकृतांना वठणीवर आणता येते. हुल्लडबाजांना हुसकावता येते. बळाचा वापर वाईटच होईल असे का धरावे? शिवाजी हा हुकूमशहाच होता, तरी आपण त्याचा जयजयकार करतो. म्हणजे सत्तेचा वापर करण्याच्याही पद्धती असतात. अतिरिक्त दुबळेपणा हा अतिरिक्त माजोरीपणाइतका नव्हे तर जास्तच घातक रोग आहे.

गांधी-नेहरूंची इतिहासातली कामगिरी एवढीच की, औद्योगिक क्रांतीपासून माणूस परत मागे नेण्याचा गांधींचा हट्ट होता आणि गांधींचे मार्ग वापरून मार्क्सचे तत्त्वज्ञान या भूमीत रुजविण्याचा नेहरूंचा हट्ट होता. परिणामी मार्क्स आणि बुद्ध दोघेही कबरीत स्वस्थ समाधानात राहिले आणि आम्हाला गवसले पापात आकंठ बुडालेले पटनाईक, मिश्रा, हनुमंतय्या, पाटील, इंदिराजी यांचे नेतृत्व आणि म्हणून लोकांना इतिहास सांगणे आवश्यक होते. मी मनाशी ठरविले होते की, स्वातंत्र्याच्या चळवळीचा समग्र इतिहास आपण जरूर लिहू या. सूर्याच्या मावळतीपासून राहूच्या उदयापर्यंत, टिळकांच्या मृत्यूपासून नेहरूंच्या उदयापर्यंत.

पण दिवसाचे बारा तास पोटासाठी प्रुफे, तगादे, वायदे, किरकोळ पत्रव्यवहार, आलेल्याचा पाहुणचार या कामी गेल्यावर शांतपणाने गेल्या पन्नास वर्षांचा इतिहास चाळणे, नेमका पुरावा गोळा करणे, तज्ज्ञांच्या मनाला उतरेल असा त्याचा अन्वयार्थ लावणे ही गोष्ट पुरी करायला मला दहापाच वर्षे लागतील असे दिसले. असा समग्र विषय एकसंध लिहिता येत नसेल तर अलग अलग

माझ्या बहजुन समाजातील मित्रांनो / ६९

असा इतिहास का लिहिला जाऊ नये? आणि लिहायचाच असेल तर गांधीहत्येच्या प्रकरणापासून का लिहू नये?

शास्त्रीजींनी गांधींची अहिंसा व नेहरूंचे पंचशील मोडीत घातले. वल्लभभाईंची व्यावहारिक राजकारणनीती त्यांनी आचरली. म्हणून भारताची अब्रू थोडीफार बचावली. थोडीफार अशासाठीच की, ताश्कंदसारखा आपल्याला गैरसोयीचा नि पाकिस्तानचा भेकडपणा पोटात घालणारा तह त्यांनी केलाच, पण असो... त्यांनी पुरुषार्थाची काही पावले टाकली. पण नेहरूंची युवराज्ञी, अलाहाबादची मलिका आपल्या बापाचे फसलेले राजकीय डाव पुन्हा खेळतच आहे.

'गांधीहत्या आणि मी' हे पुस्तक मीच छापले आहे. त्याबद्दल मला कधीही खंत वाटलेली नाही वा वाटणार नाही. कारण माझ्या लेखी गांधीवधाची दुसरी बाजू प्रकाशात येणे अगत्याचे होते. लेखनस्वातंत्र्य म्हणून का होईना बलदंड पक्षाने वा गांधीभक्तांनी लेखकांचे हे स्वातंत्र्य हिरावता कामा नये. दिवाभीताप्रमाणे या देशात कोणी वागू नये आणि म्हणून मोठ्या स्वरात कोणालाही आपली मते मांडता आली पाहिजेत. यातच लोकशाहीचे वर्धन आहे. विरुद्ध मताचे खंडन करण्याचे मार्गही सर्वांना मोकळे आहेतच. पण केवळ दमदाटीने कुणीही कुणाचेही स्वातंत्र्य हिरावून घेऊ नये. उद्या सावरकरभक्तांचे राज्य आले आणि एखादा शंकरराव देव किंवा विनोबा भावे गांधी तत्त्वज्ञानावर लिहू म्हणेल तर तेही लिहिण्याचे त्याला स्वातंत्र्य मिळाले पाहिजे, आणि त्यासाठी मी तेव्हा हजर असलो तर असाच झगडेन, आणि 'त्या' सरकारी रोषाचा धोका पत्करेन व ते पुस्तकही छापेन.

'गांधीहत्या आणि मी' या पुस्तकाशी माझा केवळ एक 'इतिहास ग्रंथ' म्हणूनच संबंध आहे. कारण तो ग्रंथ छापून होताच श्री. गोडसे यांचे अन्य साहित्य काहीही छापावयाचे नाही हा निर्णय मी त्यांना सांगितला आणि पाळला आहे. त्यांचे अन्य साहित्य अन्यत्र प्रसिद्ध होते आहे. त्यांच्या नावाचा किंवा प्रसिद्धीचा फायदा मी उठवू शकेन, पण मी ते केलेले नाही. जे काम करणे आवश्यक असूनही कोणी करायला धजले नसते ते काम मी केले. मात्र मी काही दुसऱ्याची मते स्वत:च्या खांद्यावर वाहण्याचे कायमचे कंत्राट घेतलेले नाही. या पुस्तकाच्या प्रसिद्धीने त्यांना अन्य मार्ग उपलब्ध झाले आहेत आणि माझेही कार्य झाले आहे.

'गोडसे कल्ट' हा एक मूर्खपणाचा शब्द आहे. नथूराम गोडसे हा एकांडा माणूस होता. जर खरोखरच तो हिंसक माणूस असता तर केवळ गांधींचा खून

करून तो कशाला थांबता! नेहरू, आझाद, किडवाई किंवा जिना... खून करावयाला त्याला पुष्कळ माणसे मौजूद होती. त्याचे पूर्वीचे रेकॉर्ड खुनी बदमाश असे नव्हते. खूप मोठी संघटना त्याने बांधली असेही नव्हते. कारण ती तशी असती तर मग खुनांचे सत्र चालू राहिले असते. गोडसे दुर्दैवाने ब्राह्मण होता, म्हणून महाराष्ट्रात ब्राह्मण वर्चस्वाविरुद्ध बरेच दिवस धुमसत असलेला द्वेष या निमित्ताने पुरा उफाळून आला. गोडसे मुसलमान असायला हवा होता. निदान गोडसेने एखादा भाडोत्री खुनी त्या कामी वापरायला हवा होता. म्हणजे ब्राह्मणद्वेष्ट्या मंडळींची फार गैरसोय झाली असती अन् मुसलमानांच्या संहारासाठी तत्पर असणाऱ्यांची चंगळ झाली असती. ब्राह्मणद्वेष्ट्या मंडळींना गांधींचा मृत्यू ही एक संधी मिळाली आणि त्यांनी त्या संधीचा फायदा घेतला. गोडसे निदान असा शहाणा नव्हता हे तर सिद्धच झाले आहे. गोडसे हा पूजनीय आणि वंद्य गृहस्थ आहे असे सांगणारा माझ्या माहितीत कोणी माणूस नाही. गांधींचा खून हेही थोर कृत्य होते असे सांगणारा मला अजून माहीत नाही. कारण गांधींचा खून होऊ शकला तसाच सावरकरांचाही होऊ शकला असता! खुनाने जर प्रश्न सुटले असते तर मग निवडणुकीचा रस्ता धरण्याचे कारणच काय? एका माणसाच्या नाशाने त्याचे फक्त शरीर नष्ट होते आणि मग अनेक वर्षे त्याचे पुतळे बोकांडी बसतात.

तरीही भूपतने केलेला खून आणि नथुरामने केलेला खून यात फरक करायला लोकांना शिकवले पाहिजे. कसलाही स्वार्थ किंवा आकांक्षा या खुनापोटी नव्हती हे तर मान्य करावयास हरकत नाही. चतुर खुनी खून करून पळ काढतात. त्या चतुर खुन्याच्या जातीचा नथूराम नव्हता. कारण आतापर्यंतच्या सर्व राजकीय हत्यांचे खुनी रहस्यमय राहिले. केनेडी बंधू, लिंकन, उपाध्याय यांचे खुनी तर पळून गेले. मृत्यूला सामोरे जाण्याचे त्यांना नैष्ठिक सामर्थ्य नव्हते. नथूरामजवळ ते होते. ज्या अवैध कृत्याला तो अखेरी तयार झाला तसे तो सदैव करत होता असेही दिसत नाही. मग लोकांना बिथरवणारे कृत्य त्याने मानसिक विकृतीत केले की काय? तसेही नाही. थंड डोक्याने त्याने पिस्तुलाचा चाप ओढला. वैद्यकीय तपासणीत त्याच्या हृदयाचे ठोके अगदी स्थिर पडत होते असे ठरले आहे. तो पळून गेला नाही. ते त्याला सहज शक्य होते. तो जर खरा कट असता तर कटवाल्यांनी पकडण्यापूर्वी किंवा पकडल्यानंतर त्याला सोडवले असते. पण तो कट एवढ्याच अर्थाने होता की चार मित्रांनी काही सोयी करून नथूरामकडून ते कृत्य घडवले व त्या कृत्याचे उत्तरदायित्व विकृतीत नव्हते,

माझ्या बहजुन समाजातील मित्रांनो / ७१

स्वार्थात नव्हते किंवा सूडात नव्हते. पाकिस्ताननिर्मितीच्या काळातील विलक्षण अशा मनुष्यहत्येने आलेली विफलता त्याला कारण होती. असा प्रसंग साऱ्या राष्ट्राच्या इतिहासात क्वचितच घडतो. जणू काही त्या हत्येने त्यापूर्वीची हत्या दुरुस्त होणार असते! गांधी-नेहरू यांचा खून करण्याने जर हिंदुस्थान अखंड राहणार असता तर ते कृत्य जरी न्यायदानाने गुन्हा ठरविले असते तरी राष्ट्रभक्तांनी क्षम्य मानले असते. पण दुर्दैवाने वैफल्यातून झालेल्या या खुनाने राष्ट्राचा कसलाही फायदा झाला नाही. उलट गांधीवाद काही वर्षांपुरता घट्ट झाला. आता 'लाहोर' ने गांधींच्या आणि ताश्कंदने नेहरूंच्या तत्त्वज्ञानाचा पुरता फज्जा उडवला ते सोडा. परिस्थितीच माणसाचा पराभव करू शकते. गांधीवाद आणि नेहरूंचे राजकारण त्यांच्या नसण्यामुळे निष्प्रभ झाले नाही. ते परिस्थितीने झाले.

गोडसे वाद किंवा कल्ट जर खरोखरीच अस्तित्वात असता तर नेफातील पराभवानंतर त्याला जे जबाबदार होते त्यांचे खून पडते. कच्छ दिल्याबद्दल आणखी कोणाचे खून पडते. खून करणाऱ्याला हजार वाटा मोकळ्या असतात. तसे घडले नाही अन् घडणारही नाही. पाकिस्ताननिर्मितीने मनाचा तोल गेला अशी पुष्कळ माणसे होती हे विसरू नये.

गोडसे कल्ट या शब्दाला म्हणूनच अर्थ नाही. गोडसे विचार म्हणजे काय? गांधींचा विरोध! काँग्रेसला विरोध मुळीच नाही. एकतर गोडसेजवळ तत्त्वज्ञान नव्हते. गोडसे-विचार ही कपोलकल्पित गोष्ट आहे. जीर्ण मतवादी, प्रतिगामी म्हणजे गोडसे कल्ट म्हणावयाचे काय? दुसऱ्याचे तोंड जबरदस्तीने बंद करणे म्हणजे गोडसेवाद काय?

गोडसेविचार जर वरीलप्रमाणे असेल तर गांधीवधोत्तर झालेले प्रकार हेही गोडसे कल्टचा भाग मानावा लागेल. जबरदस्तीचा विचार जर कोणी अधिक करीत असतील तर ते कोण? मरून गेलेला गोडसे का गांधींच्या मागे राज्य करणारे पुंड.... असो! त्या वादात फारसा अर्थ नाही आणि उपयोग नाही-नव्हताही. जिला घराबाहेर काढायची तिला शिंदळ ठरवावी लागते. त्याप्रमाणे हल्ली राजकीय दृष्ट्या अस्पृश्य करावयाचे असेल त्याला गोडसेवादी म्हटले की काम झाले.

हा राज्यकर्ता पक्ष दीर्घकाल सत्तेवर असल्यामुळे सत्तेची धुंदी खालपर्यंत पोहोचली आणि तिचे रूपांतर गुंडगिरीत झाले. सत्तांधतेचे दुसरे नाव गुंडगिरी असते. या गुंडगिरीने बहुजनसमाजाची दिशाभूल केलेली आहे. इतकेच नव्हे तर बहुजन समाजाच्या सांस्कृतिक आणि राजकीय विकासाच्या वाटा रोखल्या आहेत.

सत्ता हातात ठेवण्याकरिता गुंडगिरी पोसणे आणि बहुजनसमाज (मतासाठी) सतत अज्ञानात ठेवणे हे राज्यकर्त्या पक्षाचे धोरण अगदी ठरून गेलेले आहे, आणि ही मांड अगदी पक्की करण्यासाठी त्याच्याच जोडीला जातीयवादाचे कुंड सतत धगधगत ठेवणे हे राज्यकर्त्या पक्षाचे ठाम धोरण आहे. त्याला अज्ञ बहुजनसमाज बळी पडत आहे. ही दुर्दैवाची गोष्ट आहे.

मी स्वतः ते पुस्तक छापले म्हणून मी 'गोडसे'ला कुणी खास मानीत नाही. मी नथूरामाला तर पाहिलेलेही नाही. सावरकरवादाला नथूरामाच्या कृत्याने फार मोठा धक्का बसला यात शंका नाही. गांधीवधामुळे सावरकर बहुजनासमोर निराळ्याच भूमिकेत मांडले गेले. काँग्रेसच्या वरिष्ठ नेत्यांनी हेतुपुरस्सर सावरकरांना बहुजनांपासून खेचून दूर फेकले. गांधीवधाच्या अभियोगात मुद्दाम सावरकरांना गुंतविण्यात आले. मराठा समाजाला खरे नेतृत्व ज्या रणझुंजार अशा नायकाचे हवे तो नायक सावरकर होता. क्षत्रिय मराठा समाजाचे दैवत खरे म्हणजे रणझुंजार सावरकर असायला हवेत. पण गांधी-नेहरूंनी एकदा सावरकरांवर प्रतिगामी म्हणून शिक्का मारला अन् पुढच्या गावगांधींनी 'सावरकर' काय, त्यांचे म्हणणे काय, याचा विचार न करता सावरकरांची कुचेष्टा केली. याच पंडित जवाहरलाल नेहरूंनी शिवाजी हा चुकलेला देशभक्त म्हणून त्याची हेटाळणी केली होती. पण अखेर लोकमत मानून मान खाली करून त्यांनाच त्याच शिवाजीच्या पुतळ्याच्या उद्‌घाटनासाठी प्रतापगडावर यावे लागले. नेहरू हयात नाहीत हे दुर्दैव. नचपेक्षा सावरकरांच्या बद्दलची असूयेने केलेली सर्व वक्तव्ये पोटात घालून त्यांना 'सावरकरांचे' स्मारकही उदघाटनावे लागले असते. तो काळ फार दूर नाही. नेहरूंचे एकूण ज्ञान बेताचे, दूरदृष्टी तर माफक; म्हणूनच चीन प्रकरणी, काश्मीर प्रकरणी, फाळणी प्रकरणी देशाचे तुकडे तुकडे झाले. मराठा समाजाने डोळे उघडून आपल्या दैवतांचा नीट अभ्यास करावा म्हणजे शिवाजीचा खरा वारसदार कोण ते त्यांना कळेल. लक्षावधी निर्वासितांच्या रक्ताच्या कर्दमात लोंबणारी अहिंसा, रक्तरंजित झालेल्या हिमालयातील पंचशील आणि लाहोर वेशीवर झालेले हिंदु-मुस्लीम ऐक्य एकवार पुन्हा तपासावे. महात्मा गांधी की जय! आरोळी मोठी छान आहे. गांधींचा जय म्हणजे कशाचा जय? टकळी गेली. रामरहीम यांचे ऐक्य मालेगाव, नगर, औरंगाबाद येथे सुरेख झाले आहे! संयमाचे मूर्तिमंत पुतळे (!) आज मंत्री आहेत, ब्रह्मचर्य हा तर चेष्टेचा विषय आहे. आचार्य - प्रार्थना - सूतकताई - आश्रम या साऱ्यांची राड झाली. फाळणीचा निर्णय माझ्या प्रेतावरून जाईल ही गर्जना खोटी ठरली,

एवढेच नव्हे तर लाचार, दुबळ्या नेतृत्वाने मान्य केलेले पाकिस्तान अधिकाधिक मस्तवाल झाले आहे. तटस्थतेचे धोरण इतके यशस्वी झाले आहे की रशियाने आपल्या शत्रूला मदत करू नये यासाठी सारा देश चिंतातुर होऊन बसला आहे. गांधींनी काय जिंकले? गांधीवाद फक्त पुस्तकात राहिला. तो तिथेच चांगला होता. बुद्धाची अहिंसा फक्त पुस्तकात पाळतात तशीच गांधींची ही गोड गोड अहिंसक गाणी फक्त गांधी जयंतीलाच शोभून दिसतात. देशाचा कारभार चालविताना शेणामातीचे पुढारी चालत नाहीत हेच खरे.

म्हणूनच गेल्या वीस वर्षांत आपण गांधींच्यापासून किती दूर गेलो याचा इतिहास शिकायला हवा. म्हणजे गांधींचे नाव घेऊन इतरांना तुच्छ लेखण्यात अर्थ नाही, हे ध्यानी येईल आणि त्यासाठी पूर्वग्रह सोडून सावरकरांना समजून घेतले पाहिजे.

शिवाजीने जे सांगितले तेच सावरकरांनी सांगितले. शिवाजीच्या पावलावर पाऊल टाकूनच सावरकरांनी हिंदुपदपातशाहीच्या, धर्मांतराच्या, भाषाशुद्धीच्या, क्षात्रतेजाच्या प्रेरणा घेतल्या, एवढेच नव्हे तर बोटीतील त्या अदभुत उडीची प्रेरणाही आग्र्याहून केलेल्या अदभुत सुटकेतून घेतली. सावरकर हा शिवाजीचा या काळातील अवतार होय! दुर्दैवाने सावरकर ब्राह्मण जातीत जन्मले. त्यातही ह्या जात्यंध महाराष्ट्रात जन्मले. नचपेक्षा सावरकरांच्या रूपाने शिवशाहीच पुन्हा अवतरली असती.

शिवाय दुर्दैव असे की कर्मकांडात हिंदुत्व पाहणारे अनुयायी त्यांच्या हिंदु शब्दामुळे भुलून त्यांच्याभोवती गोळा झाले. वास्तविक सावरकरांचे हिंदुत्व सोवळ्या-ओवळ्या जातिसंस्थेत किंवा देवधर्मात नव्हते. ते होते राष्ट्रवादात. दाढ्या वाढवणारे, श्राद्धपक्षात, शुद्ध - अशुद्धात सर्वस्व पाहणारे अराष्ट्रीय लोक सावरकरांच्या भोवती गोळा झाले. सावरकरांना अस्पृश्यता मान्य नव्हती. जाती मान्य नव्हत्या. शाकाहारसुद्धा मान्य नव्हता. गाईला ते उपयुक्त पशु मानत. अंत्यसंस्कार, श्राद्धपक्ष या सर्वांवर त्यांनी कडाडून हल्ले केले आहेत. पण सावरकरवादाची चेष्टा करण्यापूर्वी तुम्ही मंडळींनी त्यांचे वाङ्मय वाचण्याचा यत्न तर करायला हवा! उगाच काहीच न वाचता कुणी तरी स्वार्थापायी सावरकरांना निंदून गेले त्यांची री का ओढावी? सावरकरांना हिणवण्याने काय साधणार? आजच्या मराठा संस्कृतीला सावरकर फार जवळचे आहेत– ठोशाला ठोशा उगारणारे, स्वहिताला जपणारे, भारताच्या पूर्ववैभवाची आठवण ठेवणारे, आयाबहिणी व देवदेवळे यांना लुटणारे इस्लाम शत्रुस्थानी ठेचणारे. यात खरे पाहता महाराष्ट्रीय

समाजाने वाईट मानावे असे काय आहे? शिवाजीच्या पूजेला तयार असणारा महाराष्ट्र गांधींना जवळ तरी कसे करू शकतो हा मला प्रश्न पडतो. हिंदवी स्वराज्यात मुसलमान मरावेत असे जसे छत्रपतींनी मानले नाही, तसेच सावरकरांनीही मानले नाही. हे मूलत: हिंदूंचे राज्य आहे आणि हिंदूंच्या औदार्यावर अहिंदूंनी राहिले पाहिजे एवढाच दोघांचाही हट्ट होता. सावरकरांना अहिंसा अमान्य होती म्हणजे ते काय ऊठ सूट आल्या गेल्या विरोधकांना गोळ्या घालाव्यात अशा मताचे होते काय? शठं प्रति शाठ्यम् याचा अर्थ केवळ धटिंगणाशी हाणामारी असा आहे. शठं प्रतिशाठ्यम् म्हणजे गुंडगिरी नव्हे. कोणाची तरी पापे सावरकरांच्यावर खपवून त्यांची निंदा करणाऱ्यांनी हे ध्यानात घ्यावे की सावरकरांचे आता मागे आहे ते फक्त तत्त्वज्ञान. मुसलमान प्रश्नाची गंभीरता १९३६ सालापासून या राष्ट्रात फक्त सावरकरांनी सांगितली आणि आपल्या जिवाचा आटापिटा केला. पण औदार्याच्या खोट्या कल्पनांनी आणि दंगलीच्या भयाने आमचे सारे नेतृत्व मुळी थंड बनले होते. सावरकरांची कुचेष्टा करीत होते. त्यांच्या सैनिकीकरणाला इंग्रजांची रिक्रूटभरती म्हणत होते. त्याच हरामखोर नेत्यांनी सावरकरांनी ज्या तरुण पोरांना ४२ साली सैन्यात धाडले त्यांच्याच बळावर लाहोर जिंकले आणि पाकिस्तानविरुद्ध जय मिळविला आणि देशात लोकप्रियता मिळवली हे विसरून चालणार नाही. पाकिस्तान आघाडीवर गांधींची अहिंसा उपयोगी पडली नाही, नेहरूंचे सहजीवन उपयोगी पडले नाही. अमेरिकन रणगाड्यांनी नेहरूंच्या तटस्थतेच्या चिंधड्या केल्या. आज सैन्याचे संपूर्णपणे हिंदीकरण झाले आहे. आपण पाकिस्तान व चीनशी आज लढू शकतो ते काय गांधींच्या कृपेचे फळ आहे? गांधींच्या चरख्याने चिनी सैन्य थांबले म्हणता, का पंचाने राष्ट्राची अब्रू राखली? इंग्रजांसारखे सहिष्णु राज्यकर्ते गांधींना भेटले म्हणून या दुबळ्या माणसाला तत्त्वज्ञान निर्माण करता आले. हिटलर, आयूब, माओ, स्टॅलिन यांनी पहिल्या सत्याग्रहातच महात्माजींचा निकाल लावला असता आणि त्यांना मोठे होऊच दिले नसते. सत्याग्रह, अहिंसा, हृदयपरिवर्तन, संयम हे सारे सदगुण सभ्यता मानणाऱ्यांसाठी आहेत. युद्धात पडलेली राष्ट्रे नीती गुंडाळून ठेवतात आणि हाती शस्त्र धरतात तेव्हा ते महात्मा किंवा साधू यांचा विचार करीत नाहीत. त्यांना समजते शत्रूची ताकद- नैष्ठिक नव्हे तर पाशवी आणि अखेर राष्ट्राला तारते ती शक्तीच. तीच राष्ट्राची मान उंच करते.

पाकिस्तानवर आपण विजय मिळविला त्याचे खरे शिल्पकार सावरकरच होत. स्वतंत्र राष्ट्राला लागणाऱ्या स्वतंत्र सैन्याची सावरकरांची कल्पनाच आज

आपली मान उंच ठेवू शकेल. अजूनही आपले सरकार शहाणे झाले आणि सावरकरांच्या तत्त्वज्ञानाचा आश्रय करू लागले तर कुणीही अपमान करावा, कुणीही कुचेष्टा करावी असे आपल्या परराष्ट्रीय राजकारणाचे जे हसे झाले आहे ते होणार नाही. रशियाच्या कृपेने यूनोत काश्मीर प्रश्न जिंकायचा किंवा स्थगित ठेवायचा, अमेरिकेच्या मध्यस्थीने चीनला थोपवायचे, रड्या नासरची बाजू केवळ इथल्या मुसलमानांचे चोचले पुरविण्यासाठी घ्यायची हे काय राष्ट्राला स्वातंत्र्य मिळाल्याचे लक्षण आहे की काय? कल्पक, चढाईखोर असा एखादा विनायकच या देशाचे तारू किनाऱ्याला लावील. गांधी-नेहरूंनी आज जे वादळ आपल्या राष्ट्राभोवती निर्माण केले आहे, त्यातून या राष्ट्राचे तारू सुखरूप पार पडणे अतिशय कठीण आहे. परकीय मिशनरी, जातीयता, मुसलमानांचा आगाऊपणा, आर्थिक घसरगुंडी, प्रांताप्रांतातील भांडणे, अन्नाची कमतरता, चीन पाकिस्तानचे आक्रमक पवित्रे, कम्युनिस्टांच्या देशद्रोही हालचाली ही सारी संकटे आपल्या भोंगळ नेतृत्वामुळे उत्पन्न झाली आहेत. प्रश्न सोडविण्यापेक्षा ते भिजत घालण्यात नेहरू प्रवीण होते. तोच वारसा नेहरूकन्या चालवीत आहे. क्वचित प्रसंगी एखादा डाव आपल्या अंगलट येईल ही भीती असतानाही संकटाला समोर जाण्यातच नेतृत्वाची कसोटी लागते. आयुष्याच्या अखेरी गांधींची सर्व स्वप्ने विरून गेली होती. मुसलमानांनी त्यांचे नेतृत्व नाकारून नवे राष्ट्र निर्माण केले होते. नेहरूंच्या अखेरीस तर नेहरूंची सारी राजकीय प्रतिष्ठा पणाला लागली होती. चिनी आक्रमणाचा आणि पराभवाचा नेहरूंनी धसका घेतला आणि त्यातच त्यांचा अंत झाला. अमेरिकेने जर कळ फिरवली नसती तर चिनी सैन्य नेफातून किती खाली आले असते कोण जाणे. शत्रू ज्यांना ओळखता येत नाहीत, मित्र ज्यांना सांभाळता येत नाहीत, त्यांनी आजवर या देशाचे राजकारण केले आणि सारा सत्यानाश केला.

म्हणून बहुजनसमाजातील बुद्धिवंतांनो, तुमची जबाबदारी मोठी आहे. तुम्ही छत्रपतीचे वारस आहात. तेव्हा तुमची दैवते कोणती हे तुम्हाला नीट निरखले पाहिजे. कुणीतरी रेडीमेड दिलेल्या शिव्या तुम्ही भाड्याने घेऊन आपल्या दैवताची चेष्टा करू नका. सावरकर ब्राह्मण नव्हते, हिंदूसुद्धा नव्हते, ते अस्सल भारतीय होते. ते शिवाजीचे मानसपुत्र होते. प्रताप, चंद्रगुप्त, शालिवाहन यांच्या बरोबरीचे ते एक श्रेष्ठ पुरुष होते. ब्राह्मणांवरचा राग सावरकरांवर काढू नका. सावरकरांच्याबद्दल तुमची मने दुरुस्त होणार असतील तर ब्राह्मणांनी खुशाल हाराकिरी करावी. आम्ही ब्राह्मण - अब्राह्मण वाद कधीच डोक्यात घेतला नाही.

आमच्या बापजाद्यांनी तुमच्यावर काही अन्याय केले त्याची किंमत तुम्हाला हवी असेल तर खुशाल मागा. ती आम्ही विनातक्रार देऊ. देतोही आहोत. पण आमच्या दु:स्वासाबरोबर या परमपवित्र मातृभूमीला विनाशाच्या कड्यावर नेऊ नका. टिळक, आगरकर, गोखले सारे ब्राह्मण होते. एवढेच नव्हे तर नेहरू, राजगोपालाचारी, पंत... हेही ब्राह्मणच. एका गोडसेमुळे ब्राह्मणजात वाईट होत असेल तर अनेक देशभक्तांच्या रांगांमुळे ती चांगलीही असेल. चांगुलपणा जातीवर नसतो हेच खरे सत्य. या देशात लोकशाही ब्राह्मणांनी आणली, येथे रुजवली. या लोकशाहीतूनच तुम्ही देशाचे मालक झाला. हे राज्य आता तुमचे आहे. चांगल्या वाईटाचा हिशोब करून आता राज्य केले पाहिजे. लायकीनुसार माणसे राष्ट्रकार्यार्थ जुंपली पाहिजेत. जगन्नाथाच्या रथाला हजारो हात लागले तर तो हलणार. हा हात ब्राह्मणाचा म्हणून लाथाडू नका. ती शक्ती लहान असेल, जुने अन्याय त्या हातावर कुठे कुठे दिसत असतील तरी आता तुम्ही राजे झाला आहात. राजाला हा क्षुद्र मत्सर ठीक दिसत नाही. ब्राह्मण-अब्राह्मण म्हणून भुई झोडपीत सुटणे याला अर्थ उरला नाही. सुशिक्षित मराठेही आता ब्राह्मण होऊ पाहत आहेत. याचाच अर्थ जातिवाचक मोठेपणा जाऊन आता कृतिवाचक मोठेपणा येऊ पाहत आहे.

बहुजनसमाजाने आता झुंडशक्तीपेक्षा ज्ञानशक्तीवर अधिक अवलंबून राहावयास हवे. तथाकथित ब्राह्मणांवर खरी मात ज्ञानसाधनेनेच होईल. अशा वेळेस ज्ञानाचा देखावा करता नये. ज्ञानाचा रस्ता सोपा व्हावा, पूर्ण ज्ञानच स्वस्त होऊ नये. आज बी. ए. होणे हातचा मळ झाला आहे. पण त्या पदवीत अभिप्रेत असणारे ज्ञान मात्र दूर गेले आहे. केवळ पदवीधरांच्या फौजांनी राष्ट्राची प्रगती होणार नाही. उलट चुकीच्या अहंता निर्माण होतील. ज्ञान मिळवण्याचे सर्व मार्ग विपुल प्रमाणात उपलब्ध करून दिले तरी ज्ञानाचा दर्जा कमी होऊ नये. पण ते होते आहे. एका ब्राह्मणाकडून ही सूचना आली तेव्हा तिच्यात काहीतरी काळेबेरे आहे असे मानू नये. जगातल्या अन्य समर्थ राष्ट्रांशी उणावलेल्या ज्ञानाने आपण कसे मुकाबला करणार? अखेरी इथल्या बामणी वर्चस्वाच्या विरुद्धच्या खोट्या लढाईत जगातली लढाई हरायचा प्रसंग आपणावर येऊ नये. हा वाद आता मातीत गाडावा असे आमचे नम्र मागणे आहे.

बहुजनसमाजातील माझ्या मित्रांनो, माझे मनोगत तुम्हाला समजेल काय? हे मागणे एका भांडखोर माणसाचे आहे. पण त्याचे भांडण तुमच्याशी नाही. त्याचे भांडण षंढवादाशी आहे. त्याचे भांडण नेभळ्या नेतृत्वाशी आहे. त्याचे

भांडण भारताच्या शत्रूशी आहे. म्हणून म्हणतो, माझ्या मित्रांनो, तुमच्या या चिमुकल्या ‘सोबत’ वर लोभ ठेवा.

(१५ ऑगस्ट १९६८)

-०-०-०-

७.

नेते हवेत ग बाई, नेते हवेत!

आपला देश हा केवढा खंडप्राय, विशाल, बहुभाषिक, बहुधार्मिक. त्याचे प्रश्न किती अनंत, किती गंभीर. डुकरांसारखी प्रजा वाढते आहे ती आवरायची कशी! शिवाय आपण जे करीत नाही, करू शकत नाही ते आपल्या अनुयायांच्या गळी कसे उतरवायचे. परचक्र तर चहुबाजूंनी आपल्या देशावर येत आहे. आपली भूमी कणाकणाने कमी होत आहे. चारदोन पिढ्या या पद्धतीने ही भूमी पुरवून खाता येईल. पण पुढे राज्य करायला जमीन शिल्लक उरली पाहिजे ना. औदार्य आणि सहिष्णुता आपल्या रोमरोमी एवढी भिनून गेली आहे की बाहेरच्या आक्रमकांना आपण आक्रमक म्हणू शकत नाही आणि अंतर्गत दंगेखोरांना दंगेखोर म्हणू शकत नाही. भूमी कमी होत आहे, प्रजा वाढते आहे, पण अमेरिकेत गहू पिकतो आहे आणि इंग्लंड-जर्मनीत शस्त्रासांचे कारखाने शस्त्रे घडवीत आहेत, तोवर तरी चिंता करण्याचे कारण नाही. दरवेळेच्या सीमेवरच्या कटकटीत आपली काही भूमी जात आहे. या अवाढव्य हत्तीचे लचके तोडून तोडून तरी किती तोडणार! तरी पण भारतीय नेत्यांच्या पुढे अनेकदा या सर्व कटकटी अनेक प्रश्न उत्पन्न करीत आहेत. चिंताग्रस्त झालेले सारे नेते प्रश्नांना सामोरे जाण्याऐवजी तो प्रश्न व्यापक आणि विक्षिप्त करण्याकडे आपली चतुराई वापरतात.

आजचे नेते म्हातारे झाले आहेत, नाउमेद झाले आहेत, खचले आहेत. तरुण रक्त यावे असा फक्त सभेत आक्रोश करावयाचा असतो आणि आपल्या खुर्चीला मात्र धक्का लागू द्यावयाचा नाही हे मख्खपणे आचरायचे असते. खरे पाहता, या देशाचा कारभार पाहावा

अशी दानत आणि लायकी असणारे नेते आमच्या देशाला कधीच लाभले नाहीत, आणि जे काही लाभले त्यांना स्वार्थी आणि लाचार सहकाऱ्यांनी नेस्तनाबूत करून टाकले. गेल्या वीस वर्षांत आपण काय काय मिळवले याचा जमाखर्च मोठा उद्वेगजनक आहे. गांधीवादी नेतृत्वाने कित्येक लक्ष एकर जमीन प्रथम पाकिस्ताननिर्मितीत, नंतर पाकिस्तानी आक्रमणात आणि अखेरी चीन आक्रमणात घालविली. इतकेच नव्हे तर या भूमीशी कालपरवा एकनिष्ठ असलेले कोट्यवधी नागरिक या देशाचे आज कट्टे वैरी झाले आहेत. दोन धर्मीयात आजवर कधी नव्हती तेवढी तेढ निर्माण झाली. औरंगजेबाला किंवा खिलजीला जे जमले नाही ते मुसलमानांच्या स्वतंत्र सलतनतीचं स्वप्न गांधी-नेहरूंनी खरं करून दाखविलं. आपली भूमी आपखुशीनं दुसऱ्याला देऊन टाकण्याचं आणि तरीही ती परत मिळवण्याचा यत्न करणाऱ्यांविरुद्धच शस्त्र उगारण्याचं जगाच्या इतिहासात नेहरूंचं कदाचित हे पहिलंच उदाहरण असेल! तेही जावो. इंग्रजांविरुद्ध म्हणून जे बंडखोरीचे प्रकार स्वातंत्र्ययुद्धाच्या निमित्तानं आपण केले ते स्वतंत्र राष्ट्र झाल्यावर आपल्याच शासनाविरुद्ध उलटतील हे समजण्याइतकं शहाणपण असू नये यापरते दुर्भाग्य ते काय? भाषावार प्रांतरचना हे भारतीय एकात्मतेच्या सर्वांशाने विसंगत असणारे प्रमेय पत्करून या नेतृत्वानं भारताची अनेक शकलं केलेलीच आहेत. लोकशाही राहणार असं गृहीत धरून विचार करावयाचा तर मध्यवर्ती शासन दिवसेंदिवस कमकुवत होत जाणार! आणि भारतीय एकात्मतेचे खोबरे होणार. बंडखोर राज्ये स्वतंत्र झाली नाहीत तरी मुजोर होणार आणि त्यांचे पारिपत्य करण्याचे त्राण मध्यवर्ती शासनाला राहणार नाही. दोन प्रांतातील सीमा, पाणीवाटप, कारखान्याची उभारणी, विद्यापीठाचे स्थान यासारख्या प्रश्नावर तणातणी होणार आणि रक्त सांडणार. प्रांताप्रांतात विलक्षण स्वरूपाचा द्वेषभाव सुरू होण्याची चिन्हे दिसतच आहेत. आज ना उद्या अन्य प्रांतीयाला आपल्या प्रांतात प्रवेशच मिळणार नाही अशीही स्थिती होणे दुरापास्त नाही. तीन-चारशे वर्षांपूर्वी जी शासनव्यवस्था होती ती सुभेदारी पद्धत पुन्हा दृष्टिपथात आली आहे. शिवसेनेसारखी किंवा द्रविड मुन्नेत्र कळघमसारखी संकुचित चळवळ सरकार चालू देते आहे. याचा अर्थ तिथल्या स्थानिक असंतोषाला मध्यवर्ती सरकारजवळ उतारा नाही. इतकेच नव्हे तर ह्या चळवळी थांबवण्याची ताकदही मध्यवर्ती शासनाजवळ नाही.

भाषावार प्रांतरचना ही एक विलक्षण विचित्र आपत्ती आहे. दैववशात् क्वचितच लाभणारी लोकप्रियता लाभूनही नेहरूंसारख्या अदूरदृष्टी नेत्याने एक

भाषा एक शासन यांचा अवलंब करण्याचे धारिष्ट्य स्वातंत्र्यप्राप्तीनंतरच्या आनंदाच्या उधाणाच्या वेळेस दाखवले नाही, याबद्दल त्यांना क्षमा करता येणार नाही. जेव्हा कधी मध्यवर्ती शासन समर्थ बनेल तेव्हा आजची राज्यव्यवस्था मोडून काढावी लागेल. मध्यवर्ती शासनावर सर्वस्वी अवलंबून असणारी राज्ये निर्माण करणे हेच अखेरी आपल्या देशाच्या बलसंवर्धनाच्या दृष्टीने उपयोगी पडेल. त्यायोगे तणाप्रमाणे वाढलेले आणि खाऊन खाऊन माजलेले अनेक अगदी क्षुद्र आणि सामान्य नेते मोडीत निघतील हे खरे पण त्याला इलाज नाही. नालायक माणसांची सोय लावण्यासाठी आपण स्वातंत्र्य मिळवलेले नाही. आपल्या राष्ट्राच्या सीमा सुरक्षित राखणं आणि आपल्या सहजीवनाच्या आणि पंचशीलच्या मूर्ख तत्त्वज्ञानात बसत नसलं तरी पाकिस्तान, बलुचिस्तान, अफगाणिस्तान, तिबेट आणि वेळप्रसंगी ब्रह्मदेश, सयाम, इंडोनेशिया आणि सिंहलद्वीप या भूप्रदेशावर आपलं लक्षं असायला हवं. एकेकाळी हे आपलं साम्राज्य होतं हा इतिहास तर खराच पण त्याहीपेक्षा आशियावर स्वामित्व कुणाचं असावं, ह्या लढाईत आपली इच्छा असो वा नसो आपल्याला उतरावं लागणार आहे. उद्याच्या भवितव्याचं स्वरूप डोळ्यासमोर असल्याशिवाय शासक होण्याचा कोणालाच अधिकार नाही. तसा न्यायान्याय विचार करायचाच तर मुसलमानांचं स्वतंत्र राष्ट्र होऊ शकतं तसं ख्रिश्चनांचं, बुद्धांचं, शिखांचं, जैनांचं स्वतंत्र राज्य व्हायला काय हरकत आहे? धर्माधिष्ठित राज्य, ही कल्पना पत्करल्यावर अन्य धर्मीयांनीच काय पाप केले आहे? पाकिस्तानच्या निर्मितीत न्याय कोठे होता? होती दंडेली, होती गुंडगिरी, होती ताकद; त्या ताकदीपुढे हिंदूसमाज नमला म्हणूनच पाकिस्तान होऊ शकले. याचाच अर्थ समर्थांपुढे असमर्थ हतबल झाले. जिनांपुढे नेहरू मूर्ख ठरले; पण म्हणून इतर असमर्थ, असंघटित धर्माला आपण तोच न्याय लावीत आहोत. आपल्या भूमीचा तुकडा तोडून देणे हे न्यायतत्त्व ज्या कोणा मूर्खांना मान्य असेल त्यांनी पुढचेही सर्व सोपस्कार मान्य केलेच पाहिजेत. गांधी-गीतेपुढे त्यांना हतबल झालेच पाहिजे.

आमचा राष्ट्रपिता भगवान श्रीकृष्ण आहे. आम्हाला ऐकायचेच असेल तर आम्ही त्या माहात्म्याचे ऐकू. हा आर्यावर्त जसा होता तसा घडवू. हे आर्यांचं साम्राज्य पूर्वस्थितीत आणू आणि एखादा चतुर नायक हे सर्व कमीत कमी संहाराने किंवा बळजोरीने घडवू शकेल. सामर्थ्यापुढे जग नेहमीच नम्र होते. फक्त तो अनुभव नवीन असल्यामुळे आपल्याला बिचकल्यासारखे होईल. हे करताना आपण जगावेगळे काही करतो वा आपण पापाचा रस्ता धरला आहे, असा काही शुचितावादी

नेते हवेत ग बाई, नेते हवेत! / ८१

गवगवा करतील. परंतु या दिवाभीतांच्या फडफडण्याकडे लक्ष देऊन चालण्यासारखे नाही. जीवनमरणाच्या लढ्यात चिलटे झुगारून द्यावी लागतात. रानडुकराला चुकवावे लागते, पण सिंहाशी मुकाबला करावा लागतो; आणि हे सर्व घडून आपण शिल्लक राहिलो तर आणि तरच, आपण मागे उरतो, जय पावतो.

उद्या काय घडणार, हे आज सांगणारे नेतृत्व दुर्दैवाने आपल्याजवळ उपलब्ध नाही. लोकशाहीच्या पहिल्या मंथनातून जेवढी गदळ वर आली तेवढे कौस्तुभ हाती लागले नाहीत. परंतु भारतीय रूपगर्विता मोठ्या दिमाखानं स्वयंवरासाठी उभी आहे. तिच्या नशिबात क्रूरकर्मा हिटलर किंवा स्टॅलिन आहे, की चर्चिलसारखा धीरोदात्त वर आहे हे सांगणं मोठं कठीण आहे. कदाचित नेपालियनसारखा धीरोदात्त नायक किंवा शिवाजीसारखा कर्तृत्वाचा पुरुष या रूपगर्वितेचा स्वामी होईल. गढूळलेल्या वातावरणात खराच आशेचा किरण दिसायला हवा असेल तर वरच्या नामावलीत शोभेल असा एखादा विनायकही निर्माण होईल. जातीव्यवस्थेवर आधारलेली समाजव्यवस्था मोडणारा आणि एका समर्थ आणि समान धर्माची प्रतिष्ठापना करणारा, कालपुरुषाशी जमवून घेऊन ह्या आर्यधर्माची ध्वजा चतुर्खंडात नाचवणारा एखादा नायक जर का इथे स्वामी झाला तर कुणास ठाऊक, जे जे आज प्रतिगामी वाटते वा जे जे आज आक्रमक वाटते ते सारेच जगाला अनुसरावे असे वाटेल. या खुज्या लोकांच्या देशातलं आजचं नेतृत्व खुजं आहे असा युक्तिवाद म्हणजेच स्वत:च्या नालायकीची जाहिरात करणं आहे. जीवनमरणाच्या लढ्यात लहानसहान प्राणी इतके गुंगलेले असतात की त्यांना कुठल्या तरी वेडानं झपाटल्याशिवय ते माणूस होत नाहीत. ही चेतना प्राप्त झाली की मातीच्या शिपायातून सैनिक होतात आणि पराक्रमांच्या जयगाथा लिहिल्या जातात. झपाटून टाकणारं वेड खुज्यांना उंच बनवतं आणि मग मानवी इतिहासात काही नवीन पानं लिहिली जातात.

पण हे सारंच म्हणणं या घडीला कालविसंगत आहे. आपले सारेच नेते लहान आहेत, अविवेकी आहेत, अदूरदृष्टी आहेत. त्याचं कारण राजकारण हा त्यांच्या पोटाचा व्यवसाय आहे. देशाचं भवितव्य बदलविण्यासाठी त्यांच्याजवळ वेळही नाही. आपल्याखालची खुर्ची सांभाळणं, त्यासाठी गट करणं आणि दुसऱ्या गटांना शह देणं यासाठी नेत्यांची सारी बुद्धी आणि अक्कल खर्ची पडते आहे. देशापुढे उभ्या राहणाऱ्या मोठमोठ्या समस्या, उत्तर शोधण्यासाठी या नेत्यांचे पाय धरीत आहेत, पण त्यावर उत्तर देण्याचं धारिष्ट्य नेते दाखवू शकत नाहीत. आपल्या खुर्चीला आधार देणाऱ्यांपैकी काही हात कमी होतील या भयाने कोणताच वादग्रस्त प्रश्न हाताळणं त्यांना शक्य नाही. कारण त्या प्रश्नाला

निर्णायक असं उत्तर दिलं तर काही जण असंतुष्ट होणार. अनेक प्रांतातली मंत्रिमंडळं धडाधड कोसळतात तीही मध्यवर्ती सरकारातील सत्तेचा तोल साधणाऱ्या पुढाऱ्यांच्यामुळं. प्रत्येक मंत्र्याचं राजकीय अस्तित्व सदैव संशयग्रस्त स्थितीत असताना त्यानं जोखमीचे निर्णय घ्यावे तरी कसे? काहीतरी शाश्वती असल्याशिवाय कोणत्याही राजकारणी पुरुषाला दीर्घकाळ परिणाम घडविणारे निर्णय घेणं अशक्य आहे. सनदी नोकरांच्या निर्णयशक्तीवर विश्वासून जमतील तेवढे निर्णय घ्यावयाचे, अशक्य तेथे ते पुढे ढकलावयाचे आणि धोक्याचे असतील त्याला फाटे फोडावयाचे या मार्गांचा अवलंब केल्यावाचून राजकीय जीवन आज तरी अशक्यप्राय आहे.

आणि म्हणून आहेत तेवढे नेते आता पुरेनासे झाले आहेत. आपल्याला अनुकूल होतील असे समझोते घडत आहेत. जुनी वैरे विसरून दोन दावेदार गळ्यात गळे घालीत आहेत. दोघांच्याही पोटापाण्याचा तो प्रश्न असतो महाशय! राजकारणात नीती अनीतीपेक्षाही अखेरी सत्तास्थानाला महत्त्व जास्त असते. मोरारजींना बदनाम करण्याचा जो प्रयत्न झाला त्यात काँग्रेसवालेच अधिक होते असे म्हणतात, स. का. पाटील आणि चव्हाण यांची युती हाही एक इंदिराजींना अवघड पडणारा तिढा सत्तास्पर्धेसाठीच होता. देशाचे प्रश्न सोडविण्यासाठी स्वीकारायची नसून मंत्रिपदे टिकविण्यासाठी मंत्रिपदे मिळवायची असा काहीसा विचित्र प्रकार दिसू लागला आहे. विदर्भाला शेतकी विद्यापीठ मिळाले नाही म्हणून होत असलेल्या आंदोलनात महाराष्ट्र मंत्रिमंडळातील मंत्रीच जास्त भाग घेत आहेत. या चळवळीने जोर धरावा यासाठी प्रयत्न करणारे काही मंत्री मुख्यमंत्रिपदाकडे डोळे लावून बसले आहेत.

म्हणून मला वाटतं, भांडणारे मंत्री आणि काम करणारे मंत्री अशी दोन प्रकारची मंत्रिपदे असावीत; म्हणजे राजकारणही रंगेल आणि देशही चालेल. काम करणारे मंत्री निदान पाच वर्षेतरी बिनधोकपणे काम करू शकतील

आणि म्हणून भारतीय शासनाला आणखीन मंत्री लागणार आहेत.

जनता झिंदाबाद! लोकशाहीचा विजय असो!!

(८ सप्टेंबर १९६८)

-०-०-०-

८.

कमंडलू आणि राजदंड

रामशास्त्री आणि माधवराव यांची एक आख्यायिका प्रसिद्ध आहे. राज्यकारभाराच्या निकडीच्या प्रश्नाचा विचार करावयास आलेल्या मुत्सद्यांना, माधवराव देवपूजेत असल्यामुळे भेटीसाठी तिष्ठत थांबावे लागे. खुद्द रामशास्त्र्यांनाही असे थांबावे लागले तेव्हा ते श्रीमंतांना म्हणाले, "श्रीमंत, आपण आता क्षत्रिय धर्म पत्करला आहात, तेव्हा त्याचं उचित तेच कर्म करणे, देवपूजा करावयाची असेल तर राज्य सोडून मजसमवेत गंगाकिनारी चलावे. तोपर्यंत राजधर्म सांभाळावा." सूज्ञ माधवराव रामशास्त्र्यांच्या बोलण्याचा अर्थ समजले आणि राजधर्म सांभाळू लागले. परिणाम पानिपतचे अपयश धुऊन गेले. पुनश्च शिवाजींचे हिंदपदपातशाहीचे स्वप्न साकार झाले.

आपले दुर्दैव असे की, आपल्या सरकारात एखादा तडफदार आणि स्वहित सांभाळणारा माधवरावही नाही आणि चळू लागलेल्या माधवरावला वठणीवर आणू शकेल असा रामशास्त्रीही नाही. हा प्रचंड देश चालतो तरी कसा हा प्रश्न पडावा अशी खरोखरीच आपली स्थिती आहे. नेफातील पराभवामुळे झालेला बदल सोडला तर आपले तेव्हाचे लष्कर म्हणजे दिवाळीतल्या किल्ल्यातले शिपाई–प्यादे वाटावे इतपतच मजबूत होते. इथल्या दंगली काबूत आणायला या लष्करी पलटणी मात्र फार उपयुक्त ठरत. फक्त नेफा आघाडीवर आमच्या रणनेत्यांनी, जवानांनी आणि राजनैतिक पुढाऱ्यांनी जे वर्तन केले त्याएवढी नामुष्की आपण क्वचितच अनुभवली असेल.

चीनने लढाई केली याबद्दल मी चीनचे फार फार आभार मानतो. कमंडलू घेऊन राजदंड सांभाळणाऱ्या मूर्ख, दांभिक, स्वप्नाळू

आणि अहंमन्य नेत्यांना चीनच्या स्वारीने नेस्तनाबूत करून टाकले. नेहरूंनी या पराभवाचा धसका घेतला. सारे खोटे मोठेपण धुळीस मिळवणारा चाउ एन लायचा तो फटकारा नेहरू सहन करू शकले नाहीत. नेहरूंच्या हातातील कमंडलू फुटला आणि राजदंड गळून पडला, आणि सारी स्वप्ने भग्न पावलेला तो भग्नस्वप्न राजपुरुष फाशी न चढविताही मरण पावला. नेफा पराभवाचा प्रमुख आरोपी अशा तऱ्हेने हाय खाऊन मेला. दुसरा लोकांनी लाथाडला आणि तिसरा दिवाभीताचे जिणे जगत कोठेही भटकत आहे.

चीनच्या ऐवजी पाकिस्तानची स्वारी आधी होती अन् त्यावेळेला जर आमची हीच अवस्था झाली असती तर मात्र सारा हिंदूसमाज हेलपाटून गेला असता. नशीब बलवत्तर म्हणून चीनने सावध केले. बेहोषीतले नेते सावध झाले. तरवारीचे गंज काढले गेले. लष्कराला दारूगोळा मिळाला. कपडे मिळाले आणि झाकून ठेवलेल्या टँकरवरची धूळ पुसली गेली. शांततावादी राष्ट्राला लष्करावर खर्च करणे शोभत नाही असे म्हणणारे कृपलानी, शस्त्रास्त्रांची तयारी आपण का केली नाही असे प्रश्न विचारून लोभसभेत टाळ्यासुद्धा मिळवू लागले. पाकिस्तानी अखेरी आपलेच भाई, त्यांच्या लष्करी वल्गना खोट्या ठरल्या म्हणून या हिंदू राज्याला माणसाचे जिणे जगता आले.

पण नेफा आणि छांब या युद्धातील जयपराजयामागे जी मीमांसा आहे ती अंती माधवराव पेशव्यांप्रमाणेच आहे. हे राज्य चालवावयाचे ते स्वतःच्या मनाच्या शांतीसाठी नव्हे, कोणा माहात्म्याच्या मोठेपणासाठी नव्हे किंवा कोणा पंडिताच्या अदूरदर्शी स्वप्नाळू मायाजालासाठी नव्हे, तर ते इथल्या चाळीस कोटींच्या भल्यासाठी. भल्यासाठी म्हणजे केवळ त्यांच्या अन्नोदकाची सोय करण्यासाठी नव्हे तर त्यांच्या सन्मानासाठी, त्यांच्या आकांक्षापूर्तीसाठी, त्यांच्या ऐतिहासिक अस्तित्वासाठी. राज्य चालविण्याचा अनुभव नसला तर माहितगाराची ऐट नसावी. अपयशाला सामोरे जाण्यासाठी धैर्य नसले तर अपयश ओढवून घेणारे आगाऊ पवित्रे नसावेत. राजदंड धरण्याचे नैतिक बळ नसेल तर राजदंड हाती घेऊ नये. निदान किमान क्षत्रियकर्माचा विसर पडू देऊ नये. पण असेच घडले. ज्या देशाने चंद्रगुप्त, शालिवाहन, हरिहर, शिवाजी, राणाप्रताप, बाजी, रणजी असे कुलपुरुष सांगावे तेच मुळी अशोक, मानसिंग, रावबाजी यांचा वारसा सांगू लागले. ज्या देशाने वसिष्ठ, शंकराचार्य, चाणक्य, रामदास यांचा गुरुपदेश घ्यावा तेच बुद्ध, बाळाजीपंत नातू यांचेकडून शहाणपण शिकू लागले. पण याचे कारण इतकेच होते, की आम्हाला राजधर्म खऱ्या अर्थाने कधी

कळलाच नाही. त्यामुळे कमंडलू एका हाती अन् राजदंड दुसऱ्या हाती असा मोठा वदतो व्याघाताचा देखावा आम्ही या भूमीवर निर्माण केला.

कोणतीही संस्कृती फार काळ स्थिर राहत नाही. ती गंजू लागते. कालची महान राष्ट्रे, कालची महान तत्त्वज्ञाने आज फिकी वाटतात. मूर्खपणाची वाटतात. त्याचे कारण रोजरोज आयुष्याचा अर्थ निराळा होत जातो. या चक्रातले आरे सारखे असले तरी वेगळे असतात, आणि त्या चक्राच्या केवळ फिरण्याने खालची मातीच बदललेली असते. ग्रीक, चिनी, बाबिलोनीयन, आदि संस्कृती संपल्या आणि निराळ्याच संस्कृती उभ्या राहिल्या. चीन, भारत, इटली ही एकेकाळी वैभवावर असणारी राष्ट्रे धुळीला मिळाली अन् इंग्लंड, जर्मनी, फ्रान्स ही राष्ट्रे वरचढ झाली. गेल्या युद्धात ह्याही राष्ट्रांचे कंबरडे मोडले. अमेरिका, रशिया, चीन आदि शक्ती मातब्बर झाल्या. हा सृष्टीचा खेळ अगदीच पोरबुद्धीने चालत नाही. त्याचा योग्य तो अन्वयार्थ लावूनच राज्यकर्त्यांना लोकांना जागे करावे लागते. आपल्या हाती आपल्या संस्कृतीची कालमर्यादा वाढवणे एवढेच उरते.

हिंदुस्थानच्या नशिबात पुन्हा एकदा पुनरुत्थानाचा काळ आल्याची चिन्हे होती. पण आशियातील आपल्या स्वामित्वाला चीनने असा फटकारा हाणला आहे की स्वामित्वापेक्षा अस्तित्वाचीच आज चिंता वाटते आहे. संस्कृतीच्या या चक्रानुवर्ती फेरबदलात येणारी दुर्मीळ संधी आपण आज गमावली तर पुन्हा हजार-पाचशे वर्षे अंधार राहील. म्हणून नियतीने पुढे केलेले वैभव, उत्थान, अभ्युदय आता नाकारण्याचा करंटेपणा आपण करता नये.

याचसाठी सावरकरांचा हट्ट होता. इतिहासाची पुनरावृत्ती होते हे त्यांना जसे कळले तसे दुर्दैवाने अन्य कोणाला कळलेच नाही. इतिहासाचा अर्थ लावणे आणि भविष्याचा अंदाज करणे हे तर खरे पाहता राष्ट्रपुरुषाचे काम, पण दुर्दैवी भारताला नेतृत्व मिळाले भिकाऱ्यांचे-याचकांचे-लाचारांचे-दुबळ्यांचे-शरणार्थींचे. बाद झालेले धर्मचक्र फिरवण्याचा अट्टहास करताना नव्याने हाती आलेला राजदंड आता हातून जाण्याची वेळ आली आहे. अशोकाने धर्मचक्र हाती घेतले ते चंद्रगुप्ताच्या समृद्ध आणि सुविहित साम्राज्यनिर्मितीनंतर, तेही चाणक्याच्या चतुर राज्यकारभारानंतर; पण आम्ही भीकमागे धर्माधर्माची चिकित्सा करतो आणि पराभूत होतो, चेष्टित होतो.

धर्मप्रसार करणाऱ्या यात्रिकांनो, एक गोष्ट लक्षात ठेवा, धर्माचा प्रचार फक्त समर्थ लोकच करू शकतात. महंमदाची तलवार आणि ख्रिश्चनांच्या बंदुका

यांनी जगभर धर्म प्रसार केला. आज नवे धर्म जनतेवर लादले तेही संगिनीच्या टोकानेच. कम्युनिस्टांचे तत्त्वज्ञानही टँकच्या आणि तोफांच्या बळावर प्रसार पावते आहे. तुम्हाला खरोखरीच जगाला काही द्यायचे आहे का? शांतीच्या प्रचारासाठीसुद्धा हत्यारबंद फौजा लागतात. नवे विचार रुजवावयासाठीसुद्धा जमिनीवर कुदळच मारावी लागते. हा असा कठोर न्याय आहे. तो कोणाला चुकला नाही. बुद्ध धर्माचा प्रसार अखेरी समृद्ध अशा अशोकाच्या सत्तेने केला.

कमंडलू आणि राजदंड एकत्र वागवणाऱ्या आमच्या नेत्यांनी राजदंड फेकून दिल्यासारखाच आहे. कारण कमंडलूचे दोन फायदे असतात. स्वत: कष्ट करून चरितार्थ करण्याची संन्याशावर जबाबदारी नसते. कारण त्याला केव्हाही हात पसरता येतो आणि याचनेतही परमेश्वरी अहंता आणता येते. आपल्याकडे भिकारी नाही तरी पोट भरण्यासाठी भीक मागतातच कुठे? ते तुम्हाला पुण्य मिळावे यासाठी भीक मागतात. आमचे राज्यकर्ते धान्य, यंत्रे, शस्त्रे, सल्ला आणि मनुष्यबळ याची भीक मागतात. ती काही त्यांच्या प्रजेच्या पोषणासाठी नाही तर त्या देशाला परमेश्वरी कृपाप्रसाद मिळावा म्हणून, त्यांच्या देशातले उद्योगधंदे उत्तम चालावेत म्हणून.

'संत नेतृत्व' हा कोणत्याही देशाला एक शाप आहे आणि या शापात गेली पन्नास वर्षे आपण अडकलो आहोत. शापमुक्त होण्यासाठी अहिल्या कितीएक शतके दगडाप्रमाणे केवळ पडून आहे पण आम्हाला हवा असणारा 'धनुर्धारी' राम वनवासी आहे आणि 'सत्यवचनी' राम गादीवर आहे.

(२२ सप्टेंबर १९६८)

- ० - ० - ० -

९.

शरीरविक्रीचा व्यवसाय केव्हा सोडणार?

अमेरिकेत यंदा हवापाणी उत्तम आले आहे आणि गहू तर असा पिकला आहे की अमेरिकन शेतकरी भाव उतरणार म्हणून चिंतेत आहे. अमेरिकेत गहू किती पिकतो, याचे आकडे आमचे शेतीखाते नेहमी तयार ठेवते आणि मगच सरकार अन्नधान्य परिस्थिती जाहीर करते. मोरारजीभाई किंवा इंदिराजी काय, आपण स्वयंपूर्ण होणार असे सांगू लागल्या आहेत– याचा अर्थ अमेरिकेत पाऊस चांगला पडला एवढाच, हे शहाणे लोक ओळखतात. आपण स्वयंपूर्ण नाही झालो म्हणून तरी कुणा लेकाला खेद आहे म्हणा! तिकडे जॉन्सनसाहेब पळीपंचपात्री अन् उदक घेऊन बसलाच आहे. तुम्ही नुसते मागा की दान सोडतो असे त्याचे म्हणणे आहे. आता दाता देणारा आहे, अगदी मन मोठं करून देणारा आहे - आणि इथल्या लोकांना स्वयंपूर्णतेच्या गप्पा सुचतात तरी कशा? (इश्श, मला बाई आश्चर्य वाटते, –इति इंदिराजी)

आता हे खरे आहे की स्वयंपूर्णतेच्या त्या गप्पाच आहेत. उगाच कम्युनिस्टांनीं कुरकुर करू नये म्हणून स्वयंपूर्णतेच्या घोषणा हाणायच्या. एक वर्षात यंव केले नाही तर फाशी जाईन, अशी वाह्यात आश्वासनं द्यायची... त्याचं एक बरंय, की फाशी देणे ज्यांच्या हाती आहे, तेच ह्या घोषणा करताहेत. नचपेक्षा अन्नधान्य नको पण फाशी आवर असे एखादेवेळेस व्हायचे. या घोषणा खऱ्या समजून जॉन्सनसाहेब उगाचच घाई करतात. या एवढ्या धान्याचे करायचे काय या प्रश्नामुळे घुटमळतात आणि पाकिस्तान या बुद्धिबळाच्या डावात आपली प्यादी एक घर पुढे सरकवते. एकदम सर्वत्र हाहाकार

उठतो, निषेध होतात, इमर्जन्सी जाहीर होते, आपल्या अमेरिकेतील राजदूतवासात भूकंप होतात. मग एकदा मोरारजी किंवा स्वर्णसिंग वॉशिंग्टनला भेट देतो अन् पुन्हा स्थिरस्थावर होण्यापूर्वी शे दोनशे कोटींचे कर्ज आपल्या बोडक्यावर चढते. पाकिस्तानने त्या वेळेपर्यंत आपल्या सेना मागे घेतलेल्या असतात.

खरे म्हणजे केवळ अन्नासाठीच आपण अमेरिकेवर अवलंबून आहोत हेच आपल्याला कमीपणाचे आहे. राजाच्या आश्रितांनीसुद्धा राजाइतके चांगले नसले, तरी मखमली चढावच घातले पाहिजेत आणि राजाने वापरून फेकलेला रेशमी अंगरखा पेहरला पाहिजे. अमेरिकेसारख्या राष्ट्राचा आपल्याला आश्रय मिळाला हे केवढं बरं आपलं भाग्य. एखाद्या श्रीमंत शेटने एखाद्या देखण्या मस्तवाल बाईला कायमची ठेवावी तसेच अमेरिकेने भारताला ठेवून घेतलेले आहे. अन्नवस्त्राची उत्तम सोय आहे. रखवालीला गुरखा आहे. आणखी हवे तरी काय? आतल्या आत नटावे, मुरडावे– त्याला मोकळीक आहे. आता आपल्या भाग्यात दुसरी वाटेकरीण नाही एवढी काळजी घ्यायची आणि शेटला धरून राहायचे.

इथे भारताचे चुकते. खायचे अमेरिकेचे आणि प्रेम त्या लाल इजारवाल्याशी. शेट कामाला गेला असे पाहून त्या लाल इजारवाल्या सोळभोकाशी गप्पा मारायच्या, त्याची मिगची प्रेझेंटस् घ्यायची. अधूनमधून लाल झगे पांघरायचे. हे त्या शेटला कसे आवडावे? एक तर त्या लाल इजारीतल्या दरिद्री माणसाला धरून राहावे किंवा शेटशी इमानाने राहावे. पण बाईला आवडतो तो लालचुटूक माणूस– तो तर भिकारी. मग मौज करायची ती शेटच्या पैशावर. ''तशी मी मिंधी नाही हं कुणाची, माझी मी स्वतंत्र आहे.'' असे नाक वर करून बाई सदा बडबडत असते. याला अर्थ एवढाच की, ही बाई गरतीही नव्हे आणि धंदेवालीही नव्हे. तिला मौज कळत नाही, ना त्याग. तिला स्वार्थही कळत नाही, परमार्थही.

पण आता हा रखेलीचा संसार पुरे झाला की! दुसऱ्याची मनधरणी पुरे झाली की! दुसऱ्याचे मनोरंजन बस्स झाले. संध्याकाळ आली की नटायचे, नवी साडी नेसायची, शेटच्या मर्जी-गैरमर्जीची काळजी घ्यायची अन् मग शेटकडून नवा दागिना किंवा पै-पैसा उपटायचा.... हे काय आयुष्य झाले?

या किळसवाण्या आयुष्यापेक्षा मोलमजुरीचे आयुष्य काय वाईट? नाही मिळणार नायलॉन, डेक्रॉनच्या रंगीत साड्या, नाही मिळणार ब्रेड-बिस्किटे-जाम्स, टिन्ड मांसाहार, दूध डबे! आपल्या जमिनीत उगवलेली भातभाजी खाऊन उंच मानेने जगता तर येईल. काय वाईट आहे त्यात? एक दिवस उपास पडेल. वेळी फाके पडतील. पण खूप कष्ट केले तर ओली कोरडी भाकरी नक्की

खाता येईल. नाहीच येणार म्हणल्यावर ही लाचारी कधी संपायचीच नाही. हे रखेलीपण असेच राहील. आपल्याला हातपाय आहेत. सत्तेचे झोपडे आहे. थोडी जमीन आहे आणि फार नाही पण स्वत:पुरती अक्कल आहे.... मग थोडे कष्ट, थोडा घाम, थोडा त्याग का शक्य नसावा.

खरे म्हणजे कोडग्या माणसाला स्वाभिमान शिकवू नये म्हणतात. पण राहवत नाही म्हणून यत्न करायचा. शेटला सोडले तर आपले कसे होईल या भीतीपायी असाच जन्म जाणार या बाईचा असे दिसते. कुणीतरी या बाजारबसवीला चार कानपिचक्या दिल्या पाहिजेत.

स्वत: कष्ट करायला नको. नुसती बडबड, नुसत्या योजना, हालचाल नाहीच. अशा परिस्थितीत ही लाजिरवाणी अवस्था संपणार केव्हा? आणि हा शेट आपल्याला का पोसतोय याचा थोडा तरी विचार करायला नको का हिनं? एकतर बाई ठेवणे, पैसा खर्च करणे, यात त्या शेटच्या वैभवाचे प्रदर्शन होते. स्वत:ची शान वाढते. स्वत:चे मनोरंजन होते आणि धंदा बरकत वाढते, पण बाई, तुझा फायदा काय? आजचा दिवस बरा गेला... इतकेच की नाही?

एक दिवस वाईट वाटेल. क्षणभर त्रास होईल. सुखस्वास्थ्य गमवावे लागेल. अंगावर घाम थबथबेल, पण या घामाइतके मोठे धन कोणतेच नाही. जगात सोने चोरीला जाते, घरे भूकंपात जमीनदोस्त होतात. बँका बुडतात, पण घामासारख्या सोनेरी धनाला कसलेही भय नाही. अश्रू हे जवाहीर, घाम हे सुवर्ण, यांनी एकदा तुम्ही संपन्न झालात की मग सारी दुनिया तुमच्यासाठी गुढ्या उभारील. तुमचे स्वागत करील.

शरीर विकण्यापेक्षा मन विकणे फारच किळसवाणे.

मन किडके करणारा, शरीर उपभोग घेणारा हा शेट केव्हातरी एकदा हाकलून द्यायलाच हवा. केव्हातरी धीर करून हा निर्णय घ्यायलाच हवा.

(७ जानेवारी १९६८)

-०-०-०-

१०.

वरच्याचा पाय ओढा पण खालच्याला हात द्या

राष्ट्रीय स्वयंसेवक संघाचे प्रमुख गोळवलकर गुरुजी यांनी 'नवाकाळ' पत्राला एक मुलाखत दिली. या मुलाखतीचे यावेळचे खास प्रयोजन काय व हिंदुधर्माच्या गुंतागुंतीच्या रचनेबद्दल आजच अशी प्रक्षोभक विधाने करण्याची आवश्यकता काय हा विचार करण्याजोगा प्रश्न आहे. गुरुजी केवळ धर्मपीठाचे प्रमुख असते तर त्याकडे दुर्लक्ष करून गप्प बसता आले असते. कारण धर्मपीठाचे आणि समाजाचे नाते केव्हाच तुटले आहे. पण गुरुजी एका व्रतबद्ध झालेल्या व शिस्तीचा आग्रह असणाऱ्या राष्ट्रवादी हिंदूसंघटनेचे प्रमुख आहेत. एका माणसाच्या आज्ञेने चालणारे शेकडो अनुयायी त्यांच्याजवळ आहेत. त्यांच्याच अनुज्ञेने किंवा अधिपत्याखाली प्रमुखत्वे करून हिंदू अस्मिता जागी करणारा जनसंघ हा राजकीय पक्षही अस्तित्वात आहे. त्यांच्या उद्गारामागे केवळ भाबडा धर्महट्ट नाही तर काही राजकीय सिद्धान्त आहेत-शक्ती आहे. म्हणूनच त्यांच्या सर्व विचारांचा मागोवा क्रमप्राप्त झाला आहे. नचपेक्षा केवळ उपेक्षेनेच त्याची वासलात लावता आली असती.

गुरुजींच्या बाकीच्या मुलाखतीतील बहुतेक विचार अस्सल राष्ट्रवाद, राष्ट्रहितदक्षता आणि सद्विचार यांनीच भरलेले आहेत. तसे ते असणारही. त्यांच्या त्या विचारांच्या सत्यतेबद्दल आमच्या कोणाच्याही मनात काही शंका नाही. वृत्तपत्रांचा व तथाकथित पुरोगामी टीकाकारांचा गुरुजींच्यावर रोष आहे तो त्यांच्या जन्मसिद्ध वर्णभेदाच्या पुरस्कारावर. गुरुजींचा निषेध करणारे, आज सर्वच ब्राह्मणांचा, सावरकरांचा, उच्चवर्णीयांचा या निमित्ताने निषेध करीत आहेत,

यामागे केवळ साचलेला आकस आहे. कारण या वर्णाश्रम पद्धतीविरुद्ध, रुढीविरुद्ध, गोमातेच्या कल्पनेविरुद्ध सावरकरांनी अमाप लिहून ठेवले आहे. हिंदुधर्मीयात जातीनुसार कोणी श्रेष्ठ नाही, कनिष्ठ नाही, एवढे सांगून केवळ ते थांबले नाहीत, तर ब्राह्मणांनीच नव्हे तर मराठ्यांनी– माळी, शिंपी, न्हावी, कुणबी या सर्वांनी केवळ सामाजिक धाकधपटशाच्या बळावर कोट्यवधी नागरिकांना या देशात अनेक वर्षे गुलामासारखे वागवले, त्याविरुद्ध त्यांनी खरमरीत हल्ले चढवले. सर्व समाज रोटीबेटी बंधनातून मुक्त केल्याशिवाय हा समाज एकसंध होणार नाही, आक्रमणाविरुद्ध जय पावू शकणार नाही, उंच मानेने चालू शकणार नाही आणि येथील सामाजिक अस्वस्थता संपू शकणार नाही, हे सनातनी-ब्राह्मण-मराठे या सर्वांचा विरोध पत्करून त्यांनीच गर्जून सांगितले. एका दमात सावरकरांना व गुरुजींना प्रतिगामी म्हणणारे तद्दन मूर्ख आहेत असे खेदाने म्हणावे लागते. वर्णाश्रमाचा धिक्कार करणारा आणि पुरस्कार करणारा हे एकाच वेळेस प्रतिगामी कसे ठरविले जातात? कदाचित ह्या टीकाकारातच ही खोलवर रुजवलेली जातीयता आहे असे म्हणण्यावाचून मग गत्यंतर राहत नाही. गांधी-विनोबांनी मात्र या वर्णव्यवस्थेचा स्वीकार केलेला आहे हे या संदर्भात लक्षात ठेवावयास हवे. गांधींचा अस्पृश्योद्धार दयेवर आधारलेला आहे– जसा त्यांचा समाजवाद दयेवर आधारलेला होता. या नव्या जगात 'न्याया' ची बरोबरी दया करू शकत नाही. हक्काची बरोबरी सवलती करू शकत नाहीत. म्हणून साऱ्या हिंदुत्वनिष्ठांना, 'गोळवलकरी' समजून धोपटणे मूर्खपणाचे वा ढोंगीपणाचे ठरेल, किंवा धोपटावयाचेच असेल तर त्याबरोबर पुष्कळांना रांगेत उभे करावे लागेल.

आपण गांधी-विनोबांना पुरोगामी मानतो आणि गोळवलकरांना प्रतिगामी मानतो ते का, हेच मला कळत नाही. हिंदू जातिव्यवस्थेची ही चौकट त्या सर्वांनी मनोमन मानली आहे. फक्त कर्मावरून गुणवत्ता वा श्रेष्ठता ठरवू नये असे त्यांना वाटते. कोणतेही कर्म त्यातील आत्मनिष्ठ सत्यानुसार केले म्हणजे ते सत्कर्मच होय असे ते सर्वजण मानतात.

परंतु कर्माची श्रेष्ठता-कनिष्ठता रद्द केली, श्रमाचे हीनत्व नष्ट केले तर चातुर्वर्ण्य व्यवस्थेविरुद्ध त्यापैकी कोणाचीच तक्रार नाही. गोळवलकर गुरुजीही यापेक्षा निराळे काहीच सांगत नाहीत. उलटपक्षी वर्णव्यवस्था लवचिक असावी असे ते म्हणतात. शिवाय या जन्मातील कर्मावरून पुढील जन्मातील उच्च वर्ण प्राप्त होणार असेल तर या जन्मातील कर्मालाच श्रेष्ठत्व प्राप्त होते. जर चांगल्या कर्माला चांगले फळ अभिप्रेत नसेल तर धर्माची गरजच काय! तो शुद्ध भोगवाद

होईल. चांगले वागल्यामुळे पुढील जन्मी चांगले पारितोषिक मिळते. त्यामुळे माणूस सावधानतेने पुण्याच्या आधीन होईल व वाईट वर्तनाला पायबंद बसेल.

गोळवलकर गुरुजी गांधी-विनोबा परंपरेतलेच आहेत. गोळवलकरांचा निषेध म्हणजे चातुर्वर्ण्य मानणाऱ्या सर्वांचा निषेध असा जर अर्थ होत असेल तर आजपावेतोचे सर्व नेते (सावरकर सोडून) त्या यादीत येतात, आणि अशा सर्व नेत्यांच्या निषेधाच्या सभेला मी अवश्य हजर राहू इच्छितो. इतकेच कशाला, आमची संतपरंपरा तुकोबा, नामदेव, जनाईसकट वर्णव्यवस्था सुखाने पत्करते आहे. शिवाजीला राज्याभिषेक करून घेण्यासाठी आपल्या क्षत्रियत्वाची जाण का व्हावी? आजचे शहाण्णव कुळीचे मराठे इतर कुणबी-मावळ्यांना हीन का लेखतात? केवळ गोळवलकरांच्या निषेधाने, माझ्या मित्रांनो, तुम्ही समाधान पावू नका. किंबहुना या संधीचा फायदा घेऊन वर्णाश्रमव्यवस्थेचा पुरस्कार करणाऱ्या सर्वांनाच न्यायासनापुढे खेचा.

पण हे लक्षात ठेवा, ज्यांना तुम्ही आज नेते मानता, ते तुमचे नेते कधी होऊ शकणारे नव्हते. बहुजन समाजाला हीन ठरवण्यासाठी सदैव परमेश्वरी प्रेरणेचा हवाला देणारे नेते, मग ते गांधी, विनोबा असोत वा गोळवलकर, तुकोबा असोत, हे सारे नेते तुम्हाला वर्णदृष्ट्या कधीही वर येऊ देणार नाहीत. तुमच्यासाठी ओरडणारा, भटाभिक्षुकांकडून शिव्या खाणारा, वर्णव्यवस्थेविरुद्ध आक्रोश करणारा, रोटीबेटी व्यवहार मुक्त व्हायलाच हवेत असे ओरडून सांगणारा एक महान नेता तुम्ही गांधींच्या मागे लागून पायदळी तुडवलात. जर आज गोळवलकरांचा निषेध तुम्हाला करावयाचा असेल तर सामाजिक समतेचा पुरस्कार करून सर्वनाश पत्करलेल्या सावरकरांचे जयगानही त्याच सुरात तुम्ही केले पाहिजे.

आपण या सर्वच प्रकरणात एक गोष्ट विसरतो आहोत ती अशी, की आता तो तथाकथित परमेश्वरप्रणीत धर्म, ते वेद, ती मनुस्मृती किंवा वर्णव्यवस्था, जातिभेद हे सारे आपल्या लोकशाहीने, शासनाने, घटनेने फेकून द्यावयाचे ठरवले तर अशक्य नाही. देव जर आंधळा असेल किंवा अन्यायी असेल तर त्याला फोडण्यावाचून गत्यंतर नाही. यच्चयावत् मनुष्यप्राणी, जो एका भूमीशी इमानाने बांधलेला आहे, तो समान मानावयाचा नसेल तर 'राष्ट्र' वाचक शक्ती कधीच उभी राहणार नाही. आपण नेहमीच दुबळे राहू. मनूने स्त्रियांना स्वातंत्र्य देऊ नये असे म्हटले ते आपण कोठे ऐकले? तेव्हा भले स्मृतिपुराणे, वर्णव्यवस्था टिकविण्यासाठी कोणी आटापिटा करोत, कोणी गुरुजीही कालबाह्य वर्णव्यवस्थेवर

प्रवचने करोत, सर्वत्र समानता ही आता अटळ गोष्ट आहे, आणि ती आणू पाहणारे आपले मित्र आहेत. म्हणून तुमच्या नेत्यांच्या मनोभूमिका एकदा नीट तपासून पहा.

शिडीच्या वरच्या पायरीवरच्या माणसाचा मत्सर करून भागत नाही. खालच्या पायरीवरच्या माणसाला हात देण्याची तयारी हवी. आज होतो आहे तो वरच्याला फक्त खाली खेचण्याचा प्रयत्न आणि म्हणून वर्णभेदाविरुद्ध उभे राहणाऱ्या सर्वांना या घटकेला खाली उभे असणाऱ्याला न्याय देण्यासाठीच बद्ध झाले पाहिजे.

(९ फेब्रुवारी १९६९)

-०-०-०-

११.

अर्धशिक्षितांची फौज

'दैनिक मराठा' त केशवराव धोंगडे, प्रा. देशमुख, उत्तमराव मोहिते आदी काही क्षुद्र वृत्तीच्या माणसांवर खूप कडाडून लिहिले जात आहे. कोणीतरी हे करावयासही हवे होते. श्री. अत्रे यांच्या व्यतिरिक्त कोणी या जातीयवादी जहरी प्रचाराविरुद्ध फारसे लिहू शकेल असे मला वाटत नाही. कारण आज न्यायाच्या बाजूने उभे राहणे हेच जातीय झाले आहे. अर्धशिक्षित, मूर्ख, अहंमन्य व अडाणी माणसे केवळ संख्येच्या बळावर सज्जन माणसांविरुद्ध काहीही बकत सुटलेली दिसत आहेत, आणि राजकीय पुढारी बाह्यत: त्याचा निषेध करीत आतून हा जातीयवाद पोसण्याचा धंदा करीत आहेत. या सर्व अडाणी माणसांना थोर, उदात्त आणि त्यागी पुरुषांविषयी किळस निर्माण झालेली दिसते आणि गेली अनेक वर्षे परंपरेने उत्पन्न झालेल्या श्रद्धा मोडून काढण्यात एक विखारी आनंद त्यांना मिळतो आहे. अत्रे त्याविरुद्ध उभे आहेत. याचे कारण त्यांचे ब्राह्मण्य त्यांच्या आड येत नाही. अत्र्यांच्या सर्व दुर्गुणांचे एकाच गुणामुळे विस्मरण होते आणि तो गुण म्हणजे त्यांनी मिळविलेले बहुजनसमाजाचे निखळ प्रेम, आणि म्हणून जे अत्रे करू शकले ते अन्य कोणी करू शकणार नाही. अत्रे, सोनोपंत दांडेकर आणि कॉम्रेड डांगे यांना याही जमान्यात त्यांचे बामणीपण बाधले नाही हा खरोखरीच त्यांचा पराक्रम मानला पाहिजे. यापुढच्या पिढीत मात्र कोणाही बामणाला त्या तिघांनी प्राप्त केले तसे बहुजन समाजाचे नेतृत्व मिळविणे अशक्य आहे.

या जातीय लिखाणात वरवर न्यायाचा अभिनिवेश दिसतो. तो इतका उथळ असतो की पहिल्या प्रश्नातच त्यातील नागवा

अडाणीपणा उघडा पडतो. शिवाजी महाराजांचे मोठेपण कोणत्याही अर्थाने श्री समर्थ रामदास लुबाडू इच्छित नाहीत. कारण गुरू जरी कितीही थोर असला तरी शिष्य भेकड असतात असे तर आजही दिसते आहे. म्हणजे शिवाजीचे सर्वांगीण मोठेपण सिद्ध करण्यासाठी समर्थांना खाली ओढण्याचे काहीच कारण नाही. बरे, ते करण्यासाठी कल्पनाशक्तीशिवाय कोणताच पुरावा नाही. म्हणून मग कुणालाच न सुचलेली शक्कल काढण्यात आली. 'सावधान' या आरोळीबरोबर श्रीसमर्थ हे लग्नमंडपातून पळून गेले, तेव्हा लग्नासाठी तयार असलेल्या त्या मुलीचे काय झाले असेल, या एका विवंचनेने श्री. केशवराव धोंगडे यांनी एवढे रामायण केले आहे, की ते वाचून या माणसाला झाले आहे तरी काय, हा प्रश्न पडावा. जगावेगळी माणसे जेव्हा काही मोठ्या यशासाठी सर्वस्व सोडतात तेव्हा मागे काय होईल याचा ते विचार करीत नाहीत. भगवान बुद्धाने संसाराला लाथ मारली आणि तो आत्मज्ञान मिळवण्यास एकांतात गेला तेव्हा त्याने आपल्या तरुण पत्नीचा आणि अर्भकाचा विचार केला नाही. क्रांतिकारकांनी देशभक्तीपायी आपली प्रेयसी - पत्नी-आईबाप यांचा विचार न करता सर्वस्व दिले. आता एखादा वेडा टीकाकार म्हणू शकेल की ज्याला आत्मज्ञान हवे होते, देशभक्ती हवी होती, त्यांनी सुकुमार आणि अश्राप स्त्रियांवर प्रेम करावेच का? त्याला उत्तरच नाही. उच्चतर ज्ञान, श्रद्धा, कांक्षा यांचा शोध जवळच्या माणसांना जाळून टाकतो, पण विशाल विश्वाला निवारा देतो. समर्थ रामदास स्वामी यांनी त्या कोवळ्या सौभाग्यकांक्षिणीकडे पाठ फिरवली, पण साऱ्या महाराष्ट्रदेशाला पोटाशी कवटाळले. ब्राह्मणद्वेषाने पिडलेल्या रोगी माणसासाठी आज तरी कोणतेच औषध उपलब्ध नाही. त्याचे सांत्वन एवढेच करता येईल की आता वर्णाने ब्राह्मण कोणी उरलेले नाहीत. कर्माने ब्राह्मण आहेत त्यांचा बुद्धिभेद किंवा अपमान कोणतीही सत्ता किंवा संख्या करू शकणार नाही. कोणा ब्राह्मणांनी, कोणा बहुजन समाजावर जो काही अपकार कधीकाळी केला त्याचा हिशेब या घडीला चुकता करून घेण्याची भाषा मूर्खपणाची आहे. एकतर लोकशाहीने या देशात बहुजन समाजाला सिंहासनाचा कबजा दिला आहे, शिक्षणाची साधने मिळवून दिली आहेत, सेवाभावातून किंवा धर्मबंधनातून मुक्त केले आहे आणि उंच मानेने जिणे प्राप्त करून दिले आहे. उंच मान हा आनंदाचा आणि अभिमानाचा विषय आहे. मात्र ती मान पेलण्यासाठी ज्ञानाचे मजबूत पाय त्या धडाखाली हवेत आणि ज्ञान, सत्य, न्याय यावर विश्वासलेली समाजव्यवस्था हीच टिकून राहणार आहे याचा विचार करता ज्ञानाची उपेक्षा व सत्याची चिरफाड फार महाग पडणारी

आहे.

प्रथमच कुऱ्हाड हाती मिळाल्यामुळे बावरलेल्या वॉशिंग्टनप्रमाणे आमच्या बहुजन समाजाचे झाले आहे. हाती आलेल्या सत्तेने कुणाची छेड काढू अन् कुणाची नको असे त्यांना झाले आहे. जुने अपमान त्यांच्या डोक्यात सणक आणीत आहेत. पण हीच वेळ त्याही समाजाच्या परीक्षेची आहे. सत्ता धारण करणाऱ्याला अधिक जबाबदाऱ्या असतात. त्या पदवीला साजेसे त्याने वागले पाहिजे हे सूत्र यशवंतराव चव्हाणांनी ओळखले आहे, पण त्यांच्या भोवतालच्या नकली नेत्यांना काही ते उमजलेले नाही. सिंहासन, मग ते जनतेचे असो किंवा सत्तेचे असो, चिरस्थायी होते ते संतुष्ट समाजावर. जुन्या अपमानाचा बदला घेण्याची वृत्ती जशी बहुजन समाजाने सोडली पाहिजे, तसेच आपल्या हातून निसटून गेलेला मोठेपणा परत मिळविण्याचे स्वप्न ब्राह्मणाने कधीही पाहता कामा नये.

बहुजन समाजातील पुढाऱ्यांनी हेही ध्यानात ठेवले पाहिजे की सत्तेच्या सिंहासनाहून श्रेष्ठ आहे ज्ञानाचे सिंहासन; किंबहुना तेच अधिक चिरस्थायी आहे. ते पद प्राप्त करून घेण्यातच खरा पुरुषार्थ आहे. किंबहुना ते पद मिळवायचे ते सवलतींचा आश्रय करून मागीलदाराने नव्हे, तर स्पर्धेत टिकून पुढच्या दाराने.

ज्ञान स्वस्त करावे, पण हलके करू नये. फी माफी, फुकट पुस्तके, फुकट न्याहरी, फुकट गणवेश, वगैरे सर्व काही करून ज्ञानाची साधने बहुजन समाजाला उपलब्ध करावीत. पण ज्ञानाचा दर्जा घटविण्याची जी लाट निघाली आहे ती बहुजन समाजाला एक दिवस बुडवून टाकील.

आज लक्षावधी अर्धशिक्षित लोक निर्माण होताहेत, पण खरे म्हणजे ते केवळ साक्षर आहेत. हजारो पदवीधर निर्माण होताहेत, पण त्यांच्याजवळ पदवीचा कागद असतो, ज्ञान नसते. अज्ञानी, असंतुष्ट अर्धशिक्षितांची फौजच्या फौज आपण निर्माण करतो आहोत. सर्वांना नोकरी देणे अशक्य असते आणि पदवीधर आपला मूळ व्यवसाय विसरलेला असतो किंवा त्याला तो करणे कमीपणाचे वाटू लागते. ज्यांच्या भवितव्यासंबंधाने काहीही विचार केलेला नाही असे हे असंतुष्ट, अर्धशिक्षित– तशा अर्थाने निरुपयोगी नागरिक निर्माण करण्यात काय हित आहे? वाटल्यास ब्राह्मणांना नोकरीसाठी अपात्र ठरवा, पण शिक्षणाशी संबंध येऊन ज्यांची स्वप्ने बदलली आहेत अशा नवागत बहुजन समाजाचे काय करणार? या असंतोषातून त्यांना ज्ञानाची, ज्ञानवंतांची, सेवेची, निष्ठेची, कुचेष्टा करण्याचा मोह होतो आणि आजच्या या सुशिक्षित बहुजन समाजातून केशवराव

धोंगडे, उत्तमराव मोहिते किंवा प्रा. देशमुख यांच्यासारखी माणसे निर्माण होतात. आपल्या अपयशाचे खापर कोणावर तरी फोडण्यावाचून त्यांचे भागणार नसते, आणि ती मग अशा तऱ्हेने भूमीत गाडलेली प्रेते उकरून वर काढतात आणि त्यातील हाडे चघळीत बसतात.

शाळा-कॉलेजात जाणे, पदवी घेणे ही पोशाखी ज्ञाननिष्ठा आता बस्स झाली. श्रमनिष्ठा गेली आणि खरी ज्ञाननिष्ठा लाभली नाही असे त्रिशंकू निर्माण होताहेत. याकडे राजकीय नेत्यांनी आणि ज्ञानपीठाच्या अधिकाऱ्यांनी लक्ष दिले पाहिजे. नाहीतर विकृतीची पैदास वाढेल आणि ती या समाजाच्या मुळालाच हात घालेल. विद्यापीठे फायद्यात चालविण्यासाठी फी वाढ हा जसा उपाय नव्हे तसाच शिक्षणाचा प्रसार करण्यासाठी ते हलके करणे हाही उपाय नव्हे.

(३० मार्च १९६९)

-०-०-०-

१२.

नाठाळ बायकोला वठणीवर आणणारा कायदा...

ज्या काही प्रांतात काँग्रेसचे राज्य स्थिर आहे त्या राज्यात महाराष्ट्र हा अग्रभागी आहे. यशवंतराव चव्हाण यांनी अत्यंत धूर्तपणाने व हिकमतीने महाराष्ट्रात सर्व पक्ष जवळपास नेस्तनाबूत करून टाकले आहेत. वस्तुत: डांगे, ना. ग. गोरे, एस. एम., आचार्य अत्रे, फर्नांडिस, गायकवाड आदि सर्व पक्षोपक्षांचे झुंड महाराष्ट्रात मौजूद असताना व कामगारविषयक चळवळीत हा प्रांत अग्रेसर असताना, त्या त्या पक्षांना महाराष्ट्राबाहेर थोडे फार तरी यश मिळालेले दिसते; तरी महाराष्ट्रात मात्र खाली मान घालून वावरावे लागत आहे. त्यातही यशवंतरावांची मर्दुमकी हीच आहे की आपल्याहून अन्य कुणालाही त्यांनी महाराष्ट्र काँग्रेस पक्षात वाढू दिले नाही. पुंडांना वठणीवर आणण्यासाठी दुबळ्यांना हात देण्याचे त्यांचे कार्य महाराष्ट्रात सतत चालू असते. काल परवापर्यंत पुढे पुढे नाचणारे, शेंदूर लावलेले, कितीतरी दगड साहेबांची कृपा फिरली की धोंडे झालेले महाराष्ट्राने पाहिलेले आहेत.

श्री. साहेबमजकुरांची जी धोरणे आहेत, त्यातील प्रधान धोरण हे आहे की, फोडा आणि झोडा. म्हणजे जिल्हापातळीवर दोन गट निर्माण करावयाचे. त्यांच्यापैकी कधी एकाला, कधी दुसऱ्याला हाताशी धरायचे आणि दोघांनाही झुंजत ठेवायचे. कधीकधी या झुंजीमुळे फायदाही होतो. स्पर्धेमुळे पुष्कळशी कामेही होतात आणि आपल्या मतदारसंघाला खूश करण्यासाठी स्थानिक नेते धडपडतात, आणि अभ्युदयी अशा योजना घडू शकतात. कोल्हापूर - सांगली - कऱ्हाड विभागात या स्पर्धेतून पुष्कळ समृद्धी निर्माण झाली. पण पुष्कळ ठिकाणी केवळ क्षुद्र मत्सरापायी कार्याचा नाशही झाला. मात्र साहेबांची

ज्या बाजूवर कृपा, त्या बाजूस यश हे ठरून गेल्या कारणाने महाराष्ट्रातल्या सर्व जिल्ह्यातले दोन्ही गट साहेबांचा अनुनय करीत राहतात. अजूनही साहेबांचे राजकीय डावपेच याच धोरणानुसार चालू आहेत.

आणखी एक गोष्ट साहेबांनी येथे केली. ती म्हणजे इथल्या जातीयवादाचे पुनरुज्जीवन. आज साहेब प्रत्यक्ष जातीयवादी चळवळीत नाहीत. पण मराठी राजकीय वर्तुळात वाह्यातपणे वागणाऱ्या व बोलणाऱ्यांचा जो गट दिसतो आहे व जातीय दृष्टीतून सर्व गोष्टींचे इंटरप्रिटेशन केले जाते आहे, त्याचे मूळ सूत्रधार श्री. यशवंतराव चव्हाण आहेत. 'आंदोलन' मासिकाच्या एका दिवाळी अंकात श्री. चव्हाण यांच्या राजकीय कार्याचा परामर्ष घेणारा एक लेख आला होता. आजचे यशवंत स्वरूप नवे आहे, पण चव्हाणांच्या राजकीय कार्याचा आरंभ कसा झाला त्याचा मूलविचार त्या लेखात होता. आज बुद्धिवादी राजकारणात उदासीन आहेत याचा श्री. यशवंतरावांना खेद होतो. पण ते तसे आहे, याला प्रमुखत्वे जी कारणे आहेत त्याला यशवंतरावांचे महाराष्ट्रराज्याचे प्रमुख मंत्रीपदावरील धोरण हे कारणीभूत आहे. बुद्धिवंतांना जात एकच असते, ती म्हणजे विद्वत्तेची. पण त्या बुद्धिवंतांचा धर्म-जात-पोटजात यांचा विचार अभ्युदयाचे वेळी त्याच काळात होऊ लागला. असेंब्ली-पार्लमेंटच्या सदस्याचे निवडीचे वेळी जुने अनुभवी आणि प्रामाणिक कार्यकर्ते केवळ उच्चवर्णीय म्हणून डावलले गेले तेही त्या यशवंत काळात. मग साध्या सेन्सॉर बोर्डाची रचना असो किंवा कसले कमिशन असो, उघड उघड जातीच्या बळावर अधिकार नसलेली माणसे जाऊन बसली. तीही शहाणी माणसे नव्हेत, तर होयबा माणसे. बहुजन समाजातील स्वाभिमानी, बुद्धिवादी माणसेही अशीच मागे पडली. तसा कोणी प्रश्नच विचारला तर किमान दहा पंधरा तरी शहाण्या पण स्वाभिमानी मराठा माणसांची नावे सहज सांगता येतील. या संदर्भात श्री. बाबासाहेब घोरपडे हे नाव मुद्दाम लक्षात ठेवावे. लाचार आणि सहजगत्या मोहाला बळी पडणाऱ्या लोकांचा तांडाच्या तांडा त्या काळात सत्तेभोवती गोळा झाला आणि आज त्या सर्व माणसांची अवस्था अशी आहे की त्यांचे सत्तास्थान संपले, की अगदी त्यांचा समाजसुद्धा त्यांना देवडीजवळ उभा करणार नाही.

जातीवादी राजकारणातून अनेक दुष्ट परंपरा निर्माण झाल्या आणि त्याचबरोबर स्पर्धेऐवजी सवलतीवर जगण्याची सवय निर्माण झाली. परवा न्हावी समाजाने आम्हाला अनुस्यूत जाती ठरवावे अशी मागणी केली. खरे म्हणजे ब्राह्मणांचीसुद्धा आता हीच मागणी आहे. कारण कोणी काही म्हणाले तरी स्पर्धेपेक्षा सवलत केव्हाही लाभदायकच, आणि कंपनीच्या फायद्याचा वाटा म्हणून घ्यावयाचा

बोनस हा जसा हक्काचा झाला तसा कंपनी तोट्यात चालली तरीही तो चालूच राहिला. सवलती हाच दैनंदिन व्यवहार झाला आहे– त्या गैरलागू झाल्या तरी. १२०० रुपयाच्या उत्पन्नाखाली शिक्षण फुकट झाले. याचा लाभ बहुसंख्य श्रीमंत बहुजनसमाजच घेतो आहे. या दिवसांत शहरात १२०० रुपयाच्या आत कोणत्याच कुटुंबाचे उत्पन्न असू शकत नाही. उदारमतवादाची, औदार्याची, बहुजन समाजाच्या उद्धाराची एवढी फरफट कोणीच केली नसेल.

पण काँग्रेसच्या मजबूत उभारणीत साहेबांनी पुष्कळवेळा पुष्कळ पवित्रे टाकले. शिवसेनेला असलेला पाठिंबा घ्या, बुद्धिवंतांचा आज होऊ लागलेला गौरव घ्या, कृषी विद्यापीठ चळवळ घ्या किंवा बाळासाहेब देसायांचे पॅन्सी दत्त प्रकरण घ्या. या सर्वांमागे एक यशवंतसूत्र आहे. त्यांच्या अनुयायात कोण देव आहेत आणि कोण दैत्य आहेत याची त्यांच्याजवळ चांगली नोंद आहे. पण पुष्कळ वेळा पापाला पोटात घालावे लागते हे ते ओळखतात. आज काँग्रेस पदाधिकाऱ्यांच्या इस्टेटीची मोजदाद केली तर असे आढळून येईल की दहा वर्षांपूर्वी अन्नाला महाग असणारी मंडळी आज परदेशी बनावटीच्या मोटारी उडवत आहेत. लाखालाखाचे खुशीचे सौदे करीत आहेत. चारदोन हजार दरमहा देऊन, पुण्यामुंबईत दुसरा घरठाव ठेवीत आहेत. हा पैसा गैरव्यवहारातून आला आहे. स्त्री, मद्य, लाच यातून मुक्त असणारी काँग्रेस कार्यकर्ती मंडळी आता दिवसेंदिवस लुप्त झाली आहेत.

त्याकडेही साहेबांनी दुर्लक्ष केले. कारण ही सारी पुंड मंडळी अखेरी आपल्या संस्थेशी, काँग्रेसशी इमानदार होती. पापाचा पैसा का होईना, पण संघटनेच्या कामी देत होती. पक्षाची इभ्रत मोठी मानत होती.

पण सहकारी म्हणून निघालेल्या चळवळीची फलश्रुती आज विचित्र झाली.

सरकारने खेड्यापाड्यात पसरलेल्या या अत्यंत कष्टकरी शेतकऱ्यांच्या गरजा भागवण्याच्या उदात्त हेतूने भूविकास बँका, लँड मॉर्गेज बँका, कूळकायदा, तगाई योजना, सहकारी बँका, भूविकास संघ, शेतकरी संघ असे मोठे चैतन्यदायी विश्व निर्माण केले. अर्थात त्याची अंमलबजावणी किंवा प्रत्यक्ष कार्यवाही त्या त्या विभागातून निवडून येणारे आमदार करणार हे उघडच होते. प्रथमच मिळालेली सत्ता, द्रव्याचे अपरिमित बळ आणि सत्तेचा ध्यास या साऱ्यांच्या योगाने सहकारी शेतीविकासाची सारी उदात्त कल्पना हवेत विरून गेली आणि थोडे मूठभर लोक ती सर्व सत्ता व संपत्तीकेंद्रे आज बळकावून बसले आहेत. एक एकर शेती असणारे आता पाहता पाहता शेदीडशे एकरांचे बागाईतदार झाले आहेत. संपत्तीच्या

बळावर सत्ता टिकवता येते आणि सत्तेच्या बळावर संपत्ती मिळवता येते, या दुष्टचक्रात सहकारी चळवळ सापडली आणि सहकारी संस्थांत लाचखाऊ दलालांचा बुजबुजाट झाला.

सरकारने गुंतविलेली लक्षावधी रुपयांची रक्कम आज धोक्यात आहे. सरकारी पैसा हा परत करावयाचा नाही अशी समजूत बळावते आहे, आणि त्यामुळे गरीब शेतकऱ्यांचा विकास अजून घडावयाचा राहिला तो राहिलाच. सरकारी मदत– मग ती पैशाची असो, तंत्रज्ञांची असो, खतबियाणाची असो, – हे कर्ज नसून भीक आहे ही भावना अत्यंत लांच्छनास्पद आहे. दारिद्र्याला मदत हवी, भीक नको. भिकारी निर्माण करण्याचा प्रयोग म्हणजे तर सहकार नव्हेच नव्हे!

या सर्व सरकारी मदतीतून जी समृद्धी होते तिच्यापासून सरकारचा फायदा काय? तर शून्य. इतर सर्व व्यवहारांवर आयकर आहे पण शेतीवर नाही! का? एकरी पाच ते दहा हजार रुपयांपर्यंत उसासारखे पीक फायदा देते. पण या फायद्यापैकी एक पैचाही कर द्यावयास या नव्या श्रीमंत वर्गाचा विरोध आहे. या उत्पन्नात कसलाही धोका नाही, साहस नाही, कीड नाही. अवर्षण नाही. मग या बिनधोकादायक व्यवसायावर कर का नाही? तर या सधन नवश्रीमंत गावोगावच्या पुंड शेतकऱ्यांच्या आधारावर काँग्रेसचा गोवर्धन उभा आहे. मग मरो तो सहकार, मरो तो न्याय. शेतीवर कर बसवायचा म्हणजे अर्थातच अन्नान्न करणाऱ्या शेतकऱ्यांवर कर बसवायचा नाही तर जेथे अमाप पैसा मिळवण्याचे नवे साधन सहकारी कृपेमुळे उत्पन्न झाले त्या साधनावर कर बसवायचा. कोयनेचे पाणी ज्या उसासाठी सोडायचे व विजेचे उत्पादन कमी करायचे त्या उसाने सरकारी तिजोरीला यथान्याय कर दिलाच पाहिजे. पण सरकार ज्यांच्या पैशाच्या वाममार्गाने मिंधे आहे त्यांना कायदा शिकवणार कसा? ज्या शेतकऱ्यांच्या हितासाठी सहकारी कारखान्यांचा पसारा केला तेच शेतकरी जास्त भाव येत होता, तेव्हा सहकारी कारखान्यांना ऊस नाकारून गुळाचा पैसा करीत होते. वास्तविक सहकार काही केवळ फायद्यात नसतो, तो तोट्यातही असतो. पण पोशाखी उद्धाराची ही दिशाच चूक आहे त्याला काय करणार!

शेतकरी हा गरीब प्राणी आहे व त्याला जग लुबाडते ही भाबडी समजूत आता विसरलेली बरी. उलट शेतकरी हा चांगला लुच्चा व व्यवहारी बनला आहे. सरकारी कायद्याचा अर्थ त्याला चांगला कळतो. सर्व सवलती व पळवाटा तो उपटतो आणि तरीही सभ्य नागरिक म्हणून सरकारला लेव्ही घालणे, सरकारी कर्जे फेडणे, तगाईचा पैसा तगाईसाठीच वापरणे एवढेही तो करत नाही.

वसुलीचा यत्न केला तर एखादा भांडखोर पुढारी पकडून तो सरकारलाच दम देतो. बाळासाहेब देसाई यांनी तर पाच एकराच्या आत साराबंदी करण्याची कल्पना काढली आहे. त्याचे कारण वसूल करावयाचा सारा आणि वसुलीची दगदग व खर्च यांचे प्रमाणच जमत नाही. पण हा काही राज्य चालवण्याचा मार्ग नव्हे. गरिबांना साहाय्य करा, पण कर्ज म्हणून ते कर्ज वापरण्याचे ज्ञान द्या, त्या कर्जातून होणाऱ्या अभ्युदयापैकी यथान्याय भाग समाजाला परत मिळालाच पाहिजे. पण भूमिपुत्रांना दिवाळखोर ठरवणाऱ्या आणि दिवाळखोरीचे शिक्षण देणाऱ्या शासकाबाबत काय बोलणार?

हा देश भिकाऱ्यांचा आहे. अमेरिकेकडे सरकार भीक मागते. येथेही बिर्ला-बजाज यांचेकडे भीक मागते. आणलेली भीक ते अधिक भिकारी लोकांना वाटते आणि त्यांना बेशरम आणि निर्लज्ज भीकमागेपणाचे शिक्षण देते आहे.

सहकारातून नव्याने निर्माण झालेल्या भांडवलदारी शेतकऱ्यांचे प्रमुख म्हणजे आजचे सहकारमहर्षी, गावोगावचे श्रीमंत सत्तापती, संघटनेचे खांब म्हणून दुर्लक्ष करून आजवर माजू दिलेले पुंड. पण आता हे सारे सहकारमहर्षी म्हणू लागले. "आमच्या पैशावर तुम्ही पक्ष चालवता, तुमच्यासारखे अनेक यशवंतराव आम्ही तयार करू." एकतर यशवंतराव कोणी करून तयार होत नाहीत. ते जन्मावेच लागतात आणि शिवाय यशवंतरावांनीच या संपत्तीवृक्षाला पाणी पाजलेले आहे याची या सहकारमहर्षींना आठवण नाही. त्यांना ती आठवण करून देणे भाग झाले आहे. "बाबांनो, तुम्ही सुखात राहा, पण पक्षाविरुद्ध वागाल किंवा पक्षधोरणात लुडबूड केलीत तर मग तुमची ही उसनी वस्त्रे फेडल्यावाचून आम्हाला गत्यंतर नाही." एका व्यक्तीने प्रमुख अधिकारपद सहा वर्षांपुढे चालू ठेवण्यास मनाई करणाऱ्या सहकार दुरुस्ती बिलाची ही अशी करुण कहाणी आहे

आणि मग राजीनामे, राग-रुसवे, आदळआपट चालू झाली.

चार पावसाळे अधिक पाहिलेल्या आणि कोणालाही वठणीवर आणू शकणाऱ्या नवऱ्याला अशा नाठाळ बायकांचे काय हो? जरा करड्या स्वरात हाक मारली आणि जवळ आल्यावर पाठीवरून हात फिरवला, वेळप्रसंगी एक धपाटा दिला म्हणजे अशा बायका पुन्हा मुरके मारू लागतात.

वसंतरावदादांनी राजीनामे परत घेतले म्हणतात.

(२७ एप्रिल १९६८)

१३.

जोगिणी – निर्यातीचा राष्ट्रीय व्यापार

लंडन येथील एका वृत्तपत्राने 'केरळ येथे तरुण मुलींची विक्री चालते' असे प्रसिद्ध करून खळबळ उडवून दिली. भारतातील सर्व पत्रे, लोकसभा या विक्रीच्या बातमीने गजबजून गेली आणि निषेधाचा एकच एक गदारोळ उडाला. मला प्रथम या चर्चेचा उलगडाच होईना. भारतातल्या काही मुली परदेशात, विशेषत: इटालीतील प्राचीन मठात जाऊन धर्मप्रसार, रुग्णसेवा, शिक्षण यासारखी कामे करतात तर त्याबद्दल खरे तर रागावण्यासारखे काय आहे? एका नव्या उद्योगाचा शोध गरजेपोटी लागला याबद्दल डॉलरमुक्त किंवा पौंडतृषार्त देशाने आनंदाने नाचावयास हवे. परदेशात विकता याव्यात अशा वस्तू या दरिद्री देशात अभावाने असताना, कधीकाळी नव्हे त्या निर्यातमालाचा शोध केरळमधील पुथेनपुरा नामक धर्मगुरूने लावला, यासाठी त्याला खरोखरीच पद्मभूषण किंवा भारतरत्न पदवी द्यावयास हवी होती.

या धर्मगुरूच्या निमित्ताने हा व्यापार पुरातन आहे याचाही शोध लागला हे बरे झाले. कोणताही व्यापार म्हटला म्हणजे त्यात थोडे चांगले-वाईट आलेच. माल नाशवंत असेल तर त्याची निगा घ्यावयास हवी. ती त्या धर्मगुरूंनी घेतली नाही हे गैरही असेल, म्हणून ही निर्यात थोपविणे अराष्ट्रीय काम होय. उलटपक्षी यासाठी एखादी एकाधिकार व्यापारपद्धती सरकारने शोधून काढून या व्यवसायाचे राष्ट्रीयीकरण करून टाकावे. सरकारला या निर्यातीतील रहस्य कळले नसावे असे दिसते. या देशातून मानवी कवट्या, स्त्रियांचे केस, माकडे आदी गोष्टी निर्यात होतात. मुंबई-कलकत्त्याच्या बाजारातून

सुबक देहाच्या कमनीय तरुणी इराण-इराक येथील सुलतान नवाब यांना पुरवण्याचा व्यापार चालतो. युरोपातील पुत्रहीन जोडप्यांना अनेक अनाथालयातील बालकेही विकण्यात येतात. या दरिद्री देशातील 'माणूस' किंवा 'माती' एवढीच निर्यातयोग्य वस्तू परदेशात खपते. अमेरिकेत वा इंग्लंडला उच्च शिक्षणासाठी पाठवलेली बुद्धिमान तरुण कारटीसुद्धा जादा पगार, गौरांगी मैत्रिणी, वातानुकूल घरे देऊ करून अमेरिका विकत घेते. विकत देण्याजोगे आपल्याजवळ मनुष्यबळ आहे. तेवढी माणसे येथे पोसणे आपोआप कमी होते. मग या जोगिणींच्या विक्रीबाबत एवढा कोलाहल का बरे?

या तरुण, कोवळ्या मुली या देशात नाहीतरी दारिद्र्यामुळे बेकार व अविवाहीतच राहणार होत्या. तसा लग्नाचा नवरा त्यांना मिळणारच नव्हता. रोममधल्या कोणा पाद्र्याची मेहेरनजर वळून यांपैकी काही जोगिणींना 'कामानंद' मिळणे शक्य होते. त्यांच्या भोजनप्रबंधाची सोयही या मठातून चांगली झाली असती. अर्धपोटी व अर्धवस्त्र अशा या गरीब मुलींवर प्रेमाची पाखर घालावयास येशू ख्रिस्ताचा जो धर्म आणि ख्रिश्चन धर्मपीठ उभे झाले तर त्यात वावगे काय झाले? एवीतेवी त्या आकाशातील बापाच्या कन्या झाल्याच होत्या. मग त्या बापाच्या आज्ञेने दयेचा पाझर फुटून त्यांनी रुग्णसेवेसाठी त्यांच्या पवित्र भूमीकडे प्रयाण केले तर काय बरे चुकले! महंमदी धर्माचे पालनकर्ते नाही का मक्का मदिनेच्या दिशेने पळत सुटतात. जाताना नाही का ते आपल्या लग्नाच्या, बिनलग्नाच्या, पळवलेल्या, जिंकलेल्या बायका घेऊन जातात.

वास्तविक केरळमधल्या या जोगिणींच्या बाबतीत जबरदस्तीचाही प्रश्न नव्हता. त्या मुलींच्या आईबापांच्या संमतीने हे सारे घडले होते. आपल्या अन्य भाऊबहिणींच्या ऐहिक उत्कर्षासाठी या मुलींना आपल्या पारलौकिक उत्कर्षाचा सोपान चढला होता. त्या त्यांच्या धर्मकृत्यासाठी ख्रिश्चन धर्मपीठांनी, धर्मप्रसारार्थ गोळा केलेल्या लक्षावधी रुपयांची देणगीही त्यांना दिली होती. या व्यवहारात अगदी अवास्तव खर्च त्यांनी केला तरीसुद्धा सारी मंडळी आकाश कोसळल्याप्रमाणे रोमच्या धर्मपीठांच्या नावाने शंख करीत आहेत. एवढा पैसा या जोगिणींना, त्यांच्या आईबापांना किंवा गावातील दादांना त्यांच्या आयुष्यात पाहण्यास मिळाला नव्हता. पैसा मिळवण्याची ही एकमेव संधी त्यांनी गमवावी असे त्यांच्या लेखी काही घडलेही नव्हते. या देशात, आणि त्यातही गेल्या पंचवीस वर्षांच्या नरकासुरी राज्यात कोवळ्या मुलींची विक्री हा प्रमाद तर मुळीच नाही, उलट केवढा तरी किफायतशीर व्यापार आहे, हेही लक्षात घ्यावयास नको का?

केरळमधल्या जोगिणींच्या विक्री व्यवहारात सरकारला काही किफायत झाली नाही किंवा सत्ताधीशांना कसली मौजही मिळाली नाही, ही तर खरी गोम नव्हे? तसा यत्न केलाच तर प्रत्येक जोगिणीमागे ख्रिस्ती धर्मपीठ सरकारला आवश्यक तेवढा कर देईल. सरकारचे उत्पन्न वाढेल. पूर्वी चौकाचौकातून स्त्री गुलामांची विक्री होत असे. आता ती चर्च मशिदीतून झाली म्हणून फारसे बिघडले नाही. सगळे काही ईश्वरेच्छेने किंवा इंदिराइच्छेनेच होत आहे. त्याला आपण माणसे काय करणार?

या प्रकारामुळे आपल्या देशाची अब्रू गेली असा एक आक्रोश पुष्कळजण करतात. एकतर अब्रू या शब्दाचा अर्थ आपल्याला ठाऊक नाही आणि तशी आपल्या देशाला अब्रू होतीच कुठे? आफ्रिकेतल्या भारतीयांना लाथा घालून हाकलून देत आहेत, पण आपले सरकार बिचारे काही करू शकत नाही. ब्रह्मदेशामधल्या भारतीयांना अन्नान्नदशेत दिवस काढावे लागले. पण आपले सरकार त्यांचे प्रश्न सोडवू शकले नाही. राबात येथे आपण अगदी सुंदर जोडे खाल्ले. रशियन नकाशात भारतीय भाग चीनच्या अंकित दाखवला आहे, पण आपण त्याबद्दल ब्रही उच्चारत नाही. जगात भारतीय हा एक चेष्टेचा शब्द आहे आणि भारत सरकार हा गमतीचा विषय आहे. भारतीय मंत्री परदेशात गेले की सर्कशीतला विदूषक आल्याप्रमाणे परदेशात हसू फुटते. आपल्याला आपल्या देशाच्या सीमा अजून ठाऊक नाहीत. आपल्या सरहद्दीचे नकाशे आपल्याला अमेरिकेने पुरवले म्हणतात. आपल्या लष्करी गरजा अमेरिकन सेनानी नेमक्या सांगतात आणि अन्नाची इंडेंटस (मागणीपत्रके) अमेरिकन शेतीखाते भरून देते.

या देशाला जगाच्या बाजारात किंमत आहे ती फक्त एकाच गोष्टीमुळे. मरावयासाठी भरपूर असणारी लोकसंख्या. प्रजा मेली तरी कसलाही संकोच न करता आंतरराष्ट्रीय करार हसतमुखाने करणारी आपली बेशरम पांढरी सत्ता. प्रत्येक वेळेला आंतरराष्ट्रीय राजकारणात हिंदुस्थानची फटफजिती झाली. इस्लामी जगत्, कच्छ निवाडा, काश्मीर प्रश्न, ताश्कंद करार, सिलोनमधील भारतीय, पाकिस्तान सीमा... प्रत्येकवेळेस प्रत्येक अपयश आपण गौरवाच्या झाकीत स्वीकारले. भगवान गांधींची चहा केली. नेहरूंचा गौरव केला. बुद्धाचे जयजयकार केले. शांततेसाठी स्वाभिमान सोडणे ही तर आपली परंपरा आहे.

अशा या परंपरेत वाढलेल्या व कोड आलेल्या पांढऱ्या शासनाला जोगिणीच्या व्यापारावर बोलण्याचा मुळीच अधिकार नाही. उलटपक्षी हा व्यापार सरकारने आपल्या ताब्यात घ्यावा व त्याचे राष्ट्रीयीकरण करावे. राष्ट्रीयीकरण हा

सर्व प्रश्नावर तोडगा होय. शिवाय राष्ट्रीयीकरण करताच या व्यापाराला प्रतिष्ठा येईल. केरळमधल्या कोवळ्या मुलींना राष्ट्रकार्यार्थ-देशहितार्थ समर्पण करावयास नैतिक आधार लाभेल. नि केरळमधल्याच का, सर्वच प्रांतातल्या मुली मुक्तपणाने हव्या त्या देशाला पुरवता येतील. हल्ली परदेशात 'गिनी पिग्ज' वर किंवा माकडांवर प्राणीशास्त्रज्ञ प्रयोग करतात. अहिंसा पाळणाऱ्या आपल्या शासनाने या प्राण्यांऐवजी येथील अनाथ मुले पुरवण्याचा मक्ता घ्यावा. त्यामुळे या शोधाची गती वाढेल व संशोधनाशी या तऱ्हेने तरी आपल्या देशाचा संबंध येईल. नाहीतरी मंत्र्यांना परदेशदौऱ्यासाठी हुंडणावळ कमी पडते. ती या व्यापारातून भरून निघेल.

केरळमधल्या कोवळ्या जोगिणींनो, तुमचा देह अखेरी देशकार्यार्थ खर्ची पडतो आहे याविषयी संदेह बाळगू नका. येशू तुम्हावर दया करील. आमेन. गांधी शताब्दीनिमित्त नवा व्यापार.

(१३ सप्टेंबर १९७०)

- ०- ०- ०-

१४.

आता एकच झेंडा हवा आहे!

बेचाळीसच्या चळवळीत इंग्रजांची हुजरेगिरी केल्यानंतर संयुक्त महाराष्ट्र समिती स्थापन होईतो लाल मंडळी काळीठिक्कर पडली होती. मुंबईसारख्या त्यांच्या बालेकिल्ल्यातसुद्धा स्वातंत्र्य चळवळीत कम्युनिस्टांनी केलेल्या देशद्रोहीपणाला क्षमा होऊ शकली नाही. सार्वजनिक सभा त्यांना वर्ज्य झाली. भर उन्हाळ्यात जमिनीत तोंड खुपसून बसणाऱ्या जलचराप्रमाणे सारी कॉम्रेड मंडळी त्यावेळेस मान तुकवून गल्लीबोळात लपून राहिली होती. पण समितीचे राजकारण सुरू झाले आणि त्या पोपटांना शब्द फुटले. कोणत्याही सर्वपक्षीय चळवळीचा कम्युनिस्ट फायदा लुटतात. इतर भोंगळ पक्षातील मतभेद, महत्त्वाकांक्षा आणि स्वार्थ यांची कम्युनिस्टांच्या दप्तरी नोंद असते. एका वेळेस एकाबरोबरच लढाई द्यावयाची हा त्यांचा युद्धसंकेत असतो. समितीच्या राजकारणात एकेक पक्ष नेस्तनाबूत करून सारी समितीच आता कम्युनिस्टांनी बळकावून टाकली आहे.

समितीच्या राजकारणात, निदान महाराष्ट्रात कम्युनिस्टांना पुन्हा स्थिरता लाभली. संयुक्त महाराष्ट्राची प्राप्ती समितीने करून दिल्यामुळे कम्युनिस्टांनी त्या विजयाची किंमत वसूल केली. वास्तविक अन्य पक्ष त्यात सामील असूनही ते त्यावेळेस काहीच फायदा उठवू शकले नाहीत. फक्त कम्युनिस्टांची मान उंच झाली. पण कम्युनिस्टातही दुहीचे वारे शिरले. कॉ. डांगे यांच्या बुद्ध्या नेतृत्वाला कम्युनिस्टातल्या आक्रमक व त्यामानाने तरुण नेतृत्वाने झुगारून दिले. ते स्वत:ला खरे मार्क्सिस्ट म्हणवून घेऊ लागले. लाल रंगातही फिकट लाल आणि गर्द लाल असे भेद निर्माण झाले. कम्युनिझमने आंतरराष्ट्रीय

राजकारण सोडून दिल्याबद्दल माओने बंड पुकारले आणि त्या बंडाला इथल्या कम्युनिस्टांपैकी पुष्कळांनी साथ दिली. कम्युनिस्ट पक्ष पुन्हा अडचणीत सापडला.

पण नेहरूंच्या तटस्थ राजकारणामुळे कम्युनिझमला एक निराळी प्रतिष्ठा प्राप्त झाली. भारताला जगातल्या सर्व राष्ट्रांकडून भीक हवी होती. त्यामुळे जोगवा घेऊन सर्वांच्या दारोदारी जावे लागे. अमेरिकेकडे भीक मागताना मोरारजी, स. का. पाटील यांना पाठवावे, आणि रशियाशी सौदा करताना मेनन महाशयांना पुढे करावे असे राजकारण होत होते. नेहरू होते तोपर्यंत मनाशी हा हिशोब तरी सदैव राहत होता. कम्युनिस्ट मातले की अमेरिकेकडे वाटाघाटीसाठी एखादा मातब्बर पुढारी पाठवावा, आणि अमेरिकन लष्करी सल्लागार हिंदुस्थानला धमकी देऊ लागले की लाल अस्वलाशी लगट करावी हे मुळातच तत्त्वशून्य राजकारण आहे. पण नेहरूंनी ते अनेक गोष्टींचा विचार करून पत्करले. काश्मीर प्रश्नावर जर रशियाने व्हेटो वापरला नसता तर कोणते संकट ओढवले असते? यूनोत रशियाच्या बळावर अमेरिकेचे तोंड बंद करावे आणि आशियातील कम्युनिस्ट साम्राज्यवादाला रोखण्याच्या वेळी अमेरिकेचे पाय धरावेत यात क्षणिक सोय झाली; पण त्यामुळे अनेक धोके उत्पन्न झाले.

आज त्या सर्व धोक्यांना आपण तोंड देत आहोत. नेहरूंचे तटस्थतेचे धोरण नेहरूपुत्रीने आता सोडून दिले असून रशियन तंत्रानुसार तिने राज्यकारभार चालू केला आहे. ज्यांचा काल लाल रक्ताने माखलेला आहे त्यांना आज मंत्रिमंडळात महत्त्वाची स्थाने प्राप्त झाली आहेत. रशियन तंत्रज्ञांच्या रूपाने व साहाय्याने डांगे यांनी भारतीय राजकारणात, सैन्यात, कारखान्यात पुष्कळ ठिकाणी लाल रंगाचा शिडकावा केला आहे. कम्युनिस्टांनी पुष्कळ ठिकाणी नेहरूंच्या बोटचेप्या धोरणाचा फायदा उठवून घट्ट मोर्चे बांधले होते. त्यातून आता विषारी फूत्कार बाहेर पडू लागले. पण मुंबईत अकस्मात शिवसेनेचा उदय झाला आणि कम्युनिस्ट पक्षाचे मुंबईतले अधिराज्य संपले. कामगारांची संघटना ही तशी जरी पक्षात विभागलेली असली, तरी 'कामगार' हे येथून तेथून एकच असा आजवरचा पायंडा होता, आणि म्हणून त्यांची एकजूट अभेद्य होती. वेळीअवेळी संप करून, कायदा हातात घेऊन, मुंबई बंद करण्याच्या धमक्या देऊन सर्वच कामगार संघटनांनी कामगारांपेक्षा स्वत:च्या पक्षाच्या आणि कार्यकर्त्यांच्या हिताकडे लक्ष दिले. राष्ट्रीय हित, उद्योग धंद्यातली परिस्थिती, नागरिकांची सोय हे सारे अत्यावश्यक दृष्टिकोन त्यांनी ग्राह्य मानले. परिणाम असा झाला की, कामगारांच्या सहाय्याने कम्युनिस्ट किंवा तथाकथित समाजवादी यांनी मुंबईचे आर्थिक जीवन

विस्कळीत करून टाकले, आणि शिवसेनेने आपल्या बलदंड संघटनेच्या बळावर कम्युनिस्टांच्या या राष्ट्रविघातक कृत्याशी मुकाबला करण्याचे ठरवले. मुंबईत झपाट्याने परप्रांतीयांचा वरचष्मा वाढत होता तेव्हा कामगार, कारकून, कलावंत यांना साहजिकच स्पर्धेला तोंड द्यावे लागले. मराठी कामगारालाही या स्पर्धेत उतरावे लागले आणि त्याच्या लक्षात आले की मराठी माणसावर अन्याय होतो आहे आणि आपण आवाज उठवला पाहिजे.

वास्तविक कामगारांना कायद्याचे, सरकारचे आणि एकूण साऱ्या पुरोगामी विचाराचे आज संरक्षण आहे. स्वतःच्या प्रतिष्ठेसाठी कामगार संघटना राबवताना कामगारांचे नुकसान होईल तेव्हा मात्र या साऱ्या राजकीय संघटना चूप होतात. कामगारांच्या न्याय्य मागण्या मांडणे निराळे आणि त्याला अराजकाला उद्युक्त करून मॉस्कोची चलती वाढवणे निराळे. शिवसेनेने केलेले कम्युनिस्ट विरोधाचे आवाहन कामगारांनी, विशेषतः मराठी कामगारांनी मानले आणि कामगारांच्या झुंडशाहीचा मुंबईत तरी निकाल लागला.

झाले! कम्युनिस्टांचे मुंबईतले अस्तित्वच संपले. सार्वजनिक सभा संपल्या. ते अराजकाला उत्तेजन देणारे डांगे यांचे वक्तृत्व संपले. कोणत्याही व्यासपीठावर डांगे यांना उभे राहणेच मुष्कील झाले. आधीच मार्क्सिस्टांनी-नक्षलवाद्यांनी कम्युनिस्टांची वस्त्रे फेडली आणि शिवसेनेने तर त्यांना नंगे केले. मराठी माणसाच्या विराट शक्तीने मुंबई भारून गेली.

पुन्हा जमिनीत तोंड खुपसून वर्षाकाळाची वाट पाहणे कम्युनिस्टांच्या नशिबी आले. कम्युनिस्ट पार्टी ऑफिसची भर दिवसा लुटालूट झाली. साध्या गिरणीगिरणीतल्या सभासुद्धा अशक्य झाल्या. अनेक वर्षे अनेक पराभव पत्करलेल्या कम्युनिस्टांना हा पराभव फारच जिव्हारी लागला. कालपरवा उगवलेल्या या चिमूटभर मुलाने जगभर थैमान करणाऱ्या लालबाजीला नेस्तनाबूत केले.

कम्युनिझम आणि कम्युनिस्ट या दोन गोष्टी होत. पुस्तकातील तत्त्वज्ञान आणि त्या तत्त्वज्ञानाच्या उपासकांचा दैनंदिन आचार पुष्कळदा विसंगत असतात. मॉस्कोच्या सोईनुसार भारतीय नागरिकांचे जीवन घडवू पाहणाऱ्या कम्युनिस्टांना आम्ही यशस्वी होऊ देता नये. त्यासाठी वेळप्रसंगी श्री. बाळ ठाकरे यांच्या बाजूला उभे राहावे लागले तर आम्हाला त्यात कमीपणा वाटणार नाही. श्री. कृष्णा देसाई प्रकरणात ठाकरे यांच्या वतीने वकीलपत्र घेतले म्हणून मला मुळीच खंत वाटत नाही. शिवसेनेकडून अनंत चुका घडल्या असल्या, त्यांच्या संघटनेत हिंसक शक्ती कितीही असल्या, तरी त्या देशाचे अहित होऊ देणार नाहीत.

शिवसेनेलाही आपण उठवलेला प्रांतीयतेचा भस्मासूर आता गैरसोयीचा वाटतो आहे. त्यांच्या चुकांचे समर्थन करण्याचा पत्कर मी किंवा माझ्यासारखे अनंत पत्रकार यांनी घेतलेला नाही, पण जर त्या संघटनेकरवी काही भले होत असेल तर तेही आम्ही त्यांच्या गत अपराधासाठी लाथाडावे की काय?

कृष्णा देसाई प्रकरणात शिवसेनेचा हात असणार नाही असे मी पूर्वीच भाकीत केले आहे. इतक्या सामान्य कम्युनिस्ट कार्यकर्त्याच्या खुनाचा विचारही कोणाच्या मनात येणे शक्य नाही. कृष्णा देसाईंचे पूर्वायुष्य तपासले की त्या खुनाचे रहस्य सहज शोधता येईल. पण मी मागे लिहिल्याप्रमाणे शिवसेनेला नेस्तनाबूत करण्यासाठी कम्युनिस्ट पक्षानेच एका कार्यकर्त्याला बळी दिले असले पाहिजे. कम्युनिस्टांच्या तत्त्वज्ञानात हे चपखल बसते. मुंबईतले हरवलेले साम्राज्य कम्युनिस्ट पक्षाला हवे आहे. मॉस्कोहून आयात झालेल्या हत्याराने कृष्णा देसाई स्वर्गात गेले असतील, आणि आपल्यामुळे कम्युनिस्ट पक्षाला पुन्हा मुंबईत तोंड वर काढता येईल म्हणून कृष्णा देसाई हेही स्वर्गात कदाचित खूश असतील.

परवा वनमाळी हॉलमध्ये कॉ. डांगे यांनी फार दिवसांनी तोंड उघडले. कृष्णा देसाईंच्या मृत्यूचे खापर शिवसेनेवर फोडून त्यांनी आपल्या व्यासपीठाला जागा करून घेतली, तरी अजून ठाकऱ्यांची भीती त्यांच्या डोक्यातून गेलेली नाही. पोलिसांच्या कोंडाळ्यात बसून परवा त्यांनी कृष्णा देसाईंची उत्तरक्रिया पुरी केली. कृष्णा देसाईंच्या मृत्यूचा अधिकाधिक लाभ उठवण्यासाठी ते सिद्ध झालेले आहेत. शिवसेनेच्या हिंसाचाराचा निषेध करता करता शिवसेनेचे शिरकाण करण्याची हिंसक भाषा ते बोलतात याची गंमत वाटते. शिवसेना ही संघटना एका व्यक्तीच्या आदेशानुसार चालते असे आवेशयुक्त भाषेत सांगून ते म्हणतात म्हणून शिवसेना फॅसिस्ट संघटना आहे. मग कम्युनिस्ट पार्टी ही काय लोकशाही, निवडणुका मानणारी पार्टी आहे? मॉस्कोहून सूचना आल्याशिवाय हातातला घाससुद्धा तोंडात न घालण्याइतकी जी संघटना एकारलेली आहे तिच्या प्रवक्त्याने ठाकरे यांना हुकूमशहा म्हणावे हे खरोखरीच अजब आहे. हुकूमशाहीत स्टॅलिन हा हिटलरपेक्षा अधिक क्रूरकर्मा होता हे जगप्रसिद्ध आहे. पण तो खून करताना खुनी माणसाचे चारित्र्यहनन करी. रशियाच्या तालावर चालणाऱ्या भडभुंज्या नाच्या पोऱ्यांनी दुसऱ्याचा ताल चुकला म्हणून कोकलण्यात अर्थ नाही. कम्युनिस्ट पक्षाच्या माथी जेवढे खून आहेत ते जगातल्या सर्व खुनी दरोडेखोरांपेक्षा जास्त आहेत. तेव्हा डांगे यांचा हा कोरडा आक्रोश हा बदमाशाच्या साधुत्वासारखा आहे.

पण ते असो. पोलीस पहाऱ्यात का होईना डांगे बोलू लागले. शिरकाणाची

भाषा बोलू लागले. चांगली गोष्ट आहे. ते अशीच आक्रस्ताळी भाषणे करतील तर चांगलेच आहे. कारण मग त्यांचा संरक्षणाचा नैतिक अधिकार नष्ट होतो. हिंदुस्थानात यादवी माजावी, गरीब नागरिकांचे खून घडवावे, उद्योग कारखान्यांपुढे आर्थिक अरिष्ट आणावे आणि जनतेचा शासनावरचा विश्वास ढळवावा हे उद्दिष्ट ठेवून कम्युनिस्टांची पावले पडताहेत. मग त्यासाठी मुसलमानांचे धर्मवेड वाढवायचे, हिंदु समाजातील चिडलेल्या व उपेक्षिलेल्या जातींच्या उद्धाराऐवजी त्यांना चिथवायचे, इंदिरा गांधींवर वेगवेगळी दडपणे आणून, दमदाटी देऊन राजकारणात चंचुप्रवेश करावयाचा... अशा अनेक कसरती चालू आहेत.

हे तर निर्विवाद, की जनसंघ - संघ - शिवसेना ह्या साऱ्या जागरूक आणि राष्ट्रहितदक्ष संघटना हे कम्युनिझमचे अखेरचे शत्रू आणि जो मुकाबला होणार मग तो कामगार संघटनात असो - किसान चळवळीत असो - लोकसभेत असो वा रस्त्यारस्त्यावर असो तो याच शक्तींशी. काँग्रेसची जी शकले झाली तीही याच तत्त्वावर आणि आता ज्या युती होत आहेत त्याही त्याच तत्त्वावर. काँग्रेसमधला स्वार्थी आणि कम्युनिस्टधार्जिणा गट आपले भक्त एका छत्राखाली आणू लागलेला पाहताच अन्य राष्ट्रवादी शक्ती एकत्र जमू लागल्या. होते आहे तेच चांगले आहे. मात्र आज शासन कम्युनिस्ट धार्जिण्यांच्या हाती आहे हे विसरून चालणार नाही. कोणत्याही उपायाने राष्ट्रवाद्यांनी शासन हाती मिळवले पाहिजे. त्यासाठी आजच व्रतबद्ध होण्याची वेळ आलेली आहे. आजचे कम्युनिस्ट आणि त्यांचे सहप्रवासी यांचे चाळे यामुळे का होईना सर्व मतभेद, व्यक्तिगत प्रतिष्ठा व स्वार्थ विसरून सर्व राष्ट्रवादी शक्ती एकत्र आल्याच पाहिजेत. वेळ फार थोडा आहे. या वेळात शासन आणि प्रचार यायोगे कम्युनिस्ट वाटेल ते करू शकतील. या थोड्या अवधीत कम्युनिस्टांना त्यांच्या पद्धतीनुसार भेटावे लागेल आणि ती तयारी करण्यासाठी मुहूर्त बघून चालणार नाही. आजच, नव्हे आत्ताच तयारीला लागले पाहिजे.

(१९ जुलै १९७०)

-०-०-०-

१५.

कोण जिंकले, कोण हरले?

११ नोव्हेंबरपासून महाराष्ट्र राज्य सरकारच्या सरकारी नोकरांनी चालू केलेला बेमुदत संप कोणतीही हमी न मिळवता सपशेल माघार घेऊन परत घेतला.

'संप मागे घेतल्याशिवाय वाटाघाटी नाहीत' हे वसंतराव नाईक यांचे म्हणणे अखेरीस सरकारी नोकर संघटनेला कबूल करावे लागले. नेत्यांच्या अडेलतट्टूपणामुळे संप १२ दिवसांपर्यंत लांबला व सरकारी नोकरांचे पुष्कळ आर्थिक नुकसान झाले. शासनाची ही भूमिका सर्वथा न्याय्य होती. युद्ध सुरू केल्यानंतर तह होईल असे गृहीत धरून युद्ध उभारणे हे नेहमीच महाग पडते. याही वेळेस सरकारी नोकर संघटनेने सुरू केलेला हा बेजबाबदार संप त्यांना महाग पडल्यावाचून राहणार नाही. सरकारने याकामी जी खंबीर भूमिका घेतली त्याबद्दल आम्ही सरकारचे फार फार आभारी आहोत. सरकार केव्हाही, कुणापुढेही व कसेही नमते ही भूमिका, केव्हाही कोणत्याच शासनाला शोभत नाही. नेहमीच दंगलीला भिऊन सरकार जर मूर्ख झुंडशक्तीला नमू लागले तर त्यावर आमचा विश्वासच राहणार नाही. या खेपेस सरकार 'सरकार' सारखे वागले. लोकांना त्यांनी शासकीय घट्टपणाचा दिलासा दिला. यावेळेस वसंतराव नाईकांनी दाखविलेले धाडस आणि जिद्द याबद्दल आम्ही त्यांचे अभिनंदन करतो.

या संपामुळे पुष्कळ प्रश्न उत्पन्न होतात. सरकारी नोकरांना संपाचा हक्क आहे काय? मला वाटते तो असू नये. मुळातच अराजकाकडे वाटचाल करणाऱ्या आपल्या देशात एकमेव दिलासा

आहे तो म्हणजे इंग्रजी अमदानीपासून आपल्याला लाभलेली नोकरशाही. या नोकरशाहीत दोष होतेच आणि ते आजच्या शासकीय पक्षाने वाढवलेही आहेत, पण तरीही या देशाचे शासन अन्य आफ्रिका-आशियाई राष्ट्रांपेक्षा पुष्कळ पटीने चांगले आहे. या देशात लोकशाही राबवायची असेल तर सरकारी नोकरशाही पक्षीय राजकारणापासून आणि राजकीय दबावापासून दूर राखली पाहिजे. स्वातंत्र्योत्तर कालात सर्वच राजकीय पक्ष या नोकरशाहीवर आपआपल्या मताची लेबले चिकटविण्याचा उद्योग करीत आहेत. तो गैर आहे. लोकशाहीतील सत्तेची व संपत्तीची वाटणी ही सामान्यातल्या सामान्य नागरिकापर्यंत पोचविण्यासाठी ही नोकरशाहीच वापरावी लागते. मंत्री किंवा खासदार अल्पायुषी असतात. चिरंतन शासन आणि दीर्घकालीन निर्णय यासाठी घट्ट, मजबूत, कार्यतत्पर अशी नोकरशाहीच हवी.

कामगार संघटना आल्या की त्या ताब्यात ठेवणाऱ्या राजकीय संघटना आल्या. एकच गोष्ट त्यातल्यात्यात चांगली होती की, परवाच्या संपात राजकीय पक्षांचा शिरकाव होण्यापूर्वी सरकारी नोकरसंघटनांनी माघार घेतली. त्याबद्दल ते आभारास पात्र आहेत. काँग्रेसबद्दल आमच्या मनात केवढाही राग असला तरी तो त्यांच्या हातातील शासनावर नाही, तर त्यांच्या कापुरुष वृत्तीवर आहे आणि त्यांच्या हातातील सत्ता आम्हाला हवी असली तरी ती मिळविण्यासाठी आम्ही चिरकालीन शासकीय कामगारांची शक्ती वापरता कामा नये. कम्युनिस्ट राजवटीत कुणाला संप करता येत नाही एवढी गोष्ट तरी कम्युनिस्टेतर पक्षांनी लक्षात ठेवावयास हवी. त्याचप्रमाणे समाजवादी राजवटीतही संप ही सत्तास्पर्धेतील शस्त्रे असू शकत नाहीत. या सरकारवरचा विश्वास उडावा म्हणून या सरकारच्या ध्येयधोरणावर वाटेल तो हल्ला करावा, पण ते सरकारच बदनाम करावयासाठी राज्ययंत्र बंद करावयाची भूमिका घेणे हा राष्ट्रद्रोह आहे, आणि त्याकामी कुणीही पुढे झाले तर समजुतीपेक्षा दंडा हाच वापरायला हवा.

सरकारी नोकर संतुष्टात राखणे हे समाजवादाच्या घोषणा करणाऱ्या सरकारचे पहिले कर्तव्य आहे. कारण त्या समाजवादाची वाटचाल इंदिराजींच्या व्याख्यानातून किंवा मावळत्या सूर्यनारायणासमोरील अजागळ प्रतिज्ञांमधूनही होत नाही. संपत्तीच्या समानवाटपासाठी अखेरीचे साधन सरकारी यंत्रणाच असते. सरकारी नोकरांना विश्वासात न घेता चालवलेल्या कायद्यांची किती फरफट होते हे आपण आज पाहतोच आहोत. स्वातंत्र्यानंतर सरकारी नोकरांबाबत सरकारने जे धोरण ठेवले ते अत्यंत घृणास्पद होते. पोलीस खात्यातील नोकरांचे अपुरे

पगारमान, निवासाची अव्यवस्था, बदल्यातील आडमुठेपणा या सर्वांमुळे या देशाचे हे संरक्षकच आज भक्षक आणि लुटारूंचे साथीदार झाले आहेत. सरकारी नोकर हे बेपर्वा, आळशी आणि अडाणी आहेत. याचे कारण स्वातंत्र्योत्तर कालात त्यांच्या कामाचे बदललेले स्वरूपच त्यांच्या कोणी ध्यानी आणून दिलेले नाही. त्यांच्यावर निर्णयाच्या जबाबदाऱ्या सोपवण्यापेक्षा कामे कुजवण्यातच धन्यता मानली गेली. वशिल्याने, जातीने, प्रांतीयतेने बढत्या मिळाल्या. त्यामुळे नालायक माणसे, लायक माणसांवर स्वार झाली. लायकांचा उत्साह ओसरला आणि मग दिवस ढकलणे एवढेच सरकारी नोकरांचे कर्तव्य उरले. स्वातंत्र्यानंतर सरकारी नोकर हे चाकर राहिले नाहीत तर सेवकही झाले. पण ही भावना कुणी फुलवलीच नाही. संपत्तीच्या नव्या प्रवाहांना रस्ते दाखवण्यापेक्षा ते प्रवाह फायलीत मुरवणे यातच शासकीय कर्मचारी धन्य मानू लागले. काम करणे हे अपवादाचे झाले. काम करावयाचे तर त्यावर 'वजन' ठेवावे लागू लागले. सामान्य जनतेचा सरकारी नोकरांच्या संपाला मुळीच पाठिंबा नव्हता. असणार कसा? थंड, आळसावलेले, वेळकाढू आणि सत्त्वहीन सरकारी नोकर प्रगतीच्या पाठीवरचे अडथळे होण्याची वेळ आली. हा सरकारी नोकरांचा संप शहाणपणाने मागे घेतला, बिनशर्त मागे घेतला म्हणूनच बरे झाले. नचपेक्षा हजारो बुभुक्षित बेकार आज त्यांची जागा घेण्यासाठी उभे होते. संपवाल्यांच्या मदतीस कोणीही आले नसते आणि टाचा घाशीत त्यांना मरावे लागले असते. फर्नांडिस यांची आज काय दशा झाली आहे हे सरकारी नोकरांनी ध्यानात घेतले हे बरे झाले! डांगे यांच्याजवळ अनुयायी नाहीत, लोकमत नाही, कामगारांची झुंड नाही तेव्हा त्यांच्या वल्गनाही निरर्थक आहेत, याचाही विचार सरकारी नोकरांनी केला हे ठीक झाले. त्यांच्या नादाने त्यांनी स्वत:चे आणि देशाचे नुकसान करून घेतले असते.

हा संप अगोदरच आणखी एका कारणासाठी अभद्र होता. महागाई काय फक्त सरकारी नोकरांपुरतीच वाढली आहे? सरकारी नोकरीशिवाय खासगी कंपन्यात कितीतरी नोकर काम करतात. सरकारी नोकरांपेक्षा या सर्वत्र पसरलेल्या समाजातील नोकरदारांची स्थिती फारच वाईट आहे. सरकारी नोकरांचे पगार वाढवणे म्हणजे पर्यायाने या अर्धपोटी नागरिकांना खिजवण्यासारखेच आहे. शिवाय महागाई भत्त्याच्या वाढीबरोबरच महागाई वाढत राहते. ते दुष्ट चक्र आहे. कोणाही नोकर संघटनेने स्व-सदस्यांचे हितसंबंध लक्षात घ्यावे, पण त्याचबरोबर एका मोठ्या सागराचा ते एक बिंदुमात्र भाग आहेत हेही त्यांनी विसरू नये.

ज्यांच्या मिळकतीची उद्याची शाश्वती नाही, ज्यांना पगारवाढ नाही, पेन्शन नाही अशा आपल्याइतक्याच गुणवान माणसांचे जीवित खडतर करण्यात आपण सहभागी होत आहोत ही त्यांनी जाणीव ठेवावी. आज सरकारी नोकरांची स्थिती पुष्कळच चांगली आहे. मध्यवर्ती सरकारी नोकरांच्या सुखसोईनुसार आपल्याला वागवले जावे यासाठी त्यांनी धडपड करावयास हरकत नाही. (कारण मिळाले तर अधिक कोणास नको असते?) पण म्हणून गुंडगिरीचा आश्रय घेऊन, नागरिकांची गैरसोय करून आपण आपले मागणे पुरे करून घेऊ, हा भ्रम सरकारी नोकरांनी सोडून द्यावा. सरकारी नोकरांची कचेरीतील गैरहजेरी, उर्मटपणा, कामे टाळण्याची प्रवृत्ती, कायद्याचा फाजील कीस काढून जनतेला छळण्याची वृत्ती, कामाच्या वेळातच खासगी कामे, कथा-कादंबऱ्यांचे वाचन किंवा कँटीनमध्ये गप्पाटप्पा मारण्याची वृत्ती, ह्या आधीच पुरेशा संतापजनक गोष्टी झालेल्या आहेत. सचिवालयात तासभर फेरफटका मारला म्हणजे याची प्रचिती येते. खरेतर, जनतेने कायदा हातात घेऊन सरकारी नोकरांना आता सुधारण्याची गरज उत्पन्न झाली आहे. सरकारी संप चिघळला असता तर लोकांनी सरकारी नोकरांना निराळ्या भाषेत उत्तरे दिली असती. सरकारी नोकरांची संघटना आहे तशीच अडलेल्या व नाडलेल्या जनतेचीही संघटना होऊ शकते. बंगालमध्ये जे घडते ते इथे घडू नये असे वाटत असेल तर सरकारी नोकरांनी सेवाभाव वाढवला पाहिजे. कामावर प्रेम केले पाहिजे. पगाराची व सुरक्षिततेची किंमत अदा केली पाहिजे.

आणि शासकांनी? त्यांनी तर आता बदलत्या काळाची पावले ओळखलीच पाहिजेत. आज मंत्र्यांवर, खासदारांवर, सचिवालयातील चैनबाजीवर जो खर्च होतो आहे तो जर थांबला नाही तर बाका प्रसंग ओढवेल. मंत्र्यांना वाटत असेल की लोक चिडले तरी पोलीस आपला बचाव करतील. ती खोटी गोष्ट आहे. मंत्र्यांचा बचाव त्यांचे चारित्र्य, जनताहितदक्षता, साधेपणा आणि सचोटीच करू शकतील. आज प्रत्येक मंत्र्याचे चारित्र्य वादास्पद आहे आणि यात मुख्यमंत्री नाईकसुद्धा आगेमागे नाहीत. इतर प्रांतापेक्षा इथले मंत्री पुष्कळ चांगले आहेत पण इतर प्रांतांपेक्षा इथली परिस्थितीही निराळी आहे हे विसरू नये. मंत्र्यांचे हे वैभव दरिद्री जनतेच्या पैशातून उभे आहे. मंत्र्यांच्या बुडाखालच्या गाड्या या त्यांनी आमची सेवा करावी म्हणून आम्हीच दिलेल्या आहेत. मंत्री आणि सामान्य नागरिक यांच्या जीवनात जेवढा फरक असेल तेवढे ते उद्याच्या अशांततेचे मूळ ठरेल. इथेही तरुण पिढी समाजपुरुषाच्या या विकृतीकडे डोळे उघडे ठेवून पाहत आहे. आपण बादशहा आहोत या थाटात राहणाऱ्या या नेत्यांना जाब विचारणारे

कोणीच नाहीत ही समजूत चुकीची आहे. या शिशुपालाचे शंभर अपराध पोटात घातलेले आहेत आणि अस्वस्थ असा हा जनताजनार्दन शिशुपालाच्या मस्तकावर चक्र भिरकावण्याच्या तयारीत उभा आहे. उद्या या मंत्र्यांना रस्त्यावर कोणी ठोकून काढले तर त्याचे आश्चर्य वाटणार नाही. कारण त्यांची करणीच तशी आहे. आपल्या भोवतालच्या चार साथीदारांना संपत्ती देऊन 'उदार, मायाळू,कनवाळू' अशी बिरुदावले विकत घेता येतात, पण ती बिरुदावले संतप्त नागरिकांच्या परशूला अडवू शकत नाहीत. तेथे तुम्ही समाजासाठी काय केलेत तेवढेच मदतीला येईल. सरकारी पहाऱ्यात आपण वाटेल ती वक्तव्ये करू असे नव्या 'श्रीपतीना' वाटते आहे. पण सरकारी पहारे कितीही मोठे असले तरी जनतेची ताकद त्याहूनही मोठी असते, हे विसरू नये, आणि म्हणून विकास कार्याला पैसा नाही म्हणून ओरडा करणाऱ्यांनी तो देण्यासाठी स्वत:पासून साधेपणाला प्रारंभ करावा. मगच इतरांना समाजवादाचा उपदेश करणे सोपे जाईल. मंत्र्यांचा कोरडा उपदेश कोणी ऐकून घ्यावयाचा नाही असे ठरवणारी बहुजन समाजातील तरुण पिढी उगवेल आणि ती या माजलेल्या राक्षसांना वठणीवरही आणू शकेल अशी मला खात्री आहे.

या संपामुळे जनतेला थोडी गैरसोय सोसावी लागली याचे मला मुळीच वाईट वाटले नाही. आता यापुढे अशा गैरसोई पुष्कळदा सोसाव्या लागतील. मुंबई बंद करणारे अधिकच चेकाळतील, मग ते शिवसेनेवाले असोत किंवा फर्नांडिसचे अनुयायी असोत. जनतेला यापुढे भयामुळे दरवाजे बंद करणे परवडणारे नाही. राजकीय डावपेच किंवा स्वार्थी मागण्या यासाठी उद्योगनगरातले उद्योग थांबवणारे हे नेहमीच राष्ट्रद्रोही मानले पाहिजेत, आणि त्यांना त्याच गल्लीबोळाचा कोंडवाडा करून ठेचले पाहिजे. कोणत्याही कारणास्तव- मृत्यू असो वा जन्मदिन असो- काम बंद ठेवायची आपल्याला वाईट खोड लागली आहे, त्यासाठी आपण निमित्त शोधत असतो. यापुढे हे संप मोडण्यासाठी शासनाला-मग ते कोणत्याही पक्षाचे असो- आपण स्वयंस्फूर्तीने साहाय्य केले पाहिजे.

या देशात नको असलेली माणसे निवडणुकीच्या द्वारा हाकलून देता येतात. तेव्हा राज्ययंत्र बंद पाडण्याची गरज नाही. उलट ते अधिकात अधिक प्रभावी, कार्यक्षम ठेवूनच आपल्याला त्याचा उपयोग करून घेता येईल. शासनाचे डोळे उघडण्यापुरताच लाक्षणिक अर्थाने हा बंद उपयोगी आहे. पण आज कोणत्याही कारणाने राज्ययंत्र बंद पाडून अराजक निर्माण करून लाल लांडग्यांसाठी संधी उत्पन्न करू देणे चुकीचे ठरेल. लाल रंगात फिक्कट लाल, गर्दलाल -

पांढरट लाल असे काहीही नसते. सर्व कम्युनिस्ट सारखेच असतात आणि देशाची संस्कृती-चालीरिती-धर्म या सर्वांशी त्यांचे वैर असते. एखाद्या हिंस्त्र लांडग्याप्रमाणे सर्व सत्ता काबीज करून माणसाला ते गुलाम करतात. त्यांच्या विरुद्ध जे बंड करतील ते जनतेचे शत्रू ठरवले जातात. अत्यंत पाताळयंत्री, अभद्र अशा गुंडांचा तो एक गट असतो आणि सर्वंकष अशा यंत्रणेने ते लोखंडी पडदा लावून नागरिकांना कोंडून टाकतात. स्वातंत्र्याचे वारे संपून जाते. पाखराप्रमाणे सैरभैर फिरणारे प्रतिभावंत मग त्यांचे भाटचारण होतात. त्याची उदाहरणे अर्ध्या युरोपात घडताना दिसत आहेत. इथल्या भूमीतल्या तत्त्वज्ञांनी 'आपण दुरितांचे तिमिर हरवू शकू असे ज्याला वाटत असते' त्या सर्वांनी या लाल विंचवापासून स्वत:ला दूर ठेवले पाहिजे.

पण आपल्या देशावर आज हे सावट फार झपाट्याने येते आहे. सत्ताधारी अधिकच लाचखाऊ नबाबी आणि जनतेपासून वेगळे पडत आहेत. जीवनमान प्रतिदिनी वाढते आहे. वाढत्या कायद्यांनी कायद्याचे हसे होते आहे.

'सरकार' शाबूत ठेवणे हे सर्व सुजाण पक्षांचे, नागरिकांचे काम आहे आणि म्हणून सरकारी नोकरांना संप करण्याचा अधिकार देणे या गरीब आणि विस्कळीत देशाला परवडणारे नाही. कारण या देशातली नोकरशाही राजकारणी डावपेचापासून मुक्त असणे अंती हिताचे आहे.

(६ डिसेंबर १९७०)

-०-०-०-

१६.

या भयंकर साथीला आवरणार कसे?

विज्ञानाने अनेक रोगांवर प्रतिबंधक उपाय काढले आणि सहजगत्या जीविताच्या सर्वनाशावर उपाय शोधून माणसाला आनंदमय आयुष्य दिले. नवनव्या औषधांबरोबरच नवनवी चिकित्सा करून रोगाचे निर्दालन करण्यासाठी विज्ञानाने चंग बांधला. पण असा एक रोग आहे की ज्या रोगावर औषध नाही आणि वैज्ञानिक साहाय्याने त्या रोगाचा निचरा होण्याजोगाही नाही आणि तो रोग पाहता पाहता एवढा बळावला आहे की त्यापायी संस्कृतीसंवर्धनाचा जो प्रवास मनुष्यजातीने केला त्यालाच धोका उत्पन्न होऊ पाहतो आहे.

हा रोग अमेरिकेत अगर युरोपात पैदा झाला असता, तर मुळीच बिघडण्यासारखे नव्हते. उपभोगाचा अतिरेक झाला की आपोआपच माणसे निवृत्तीमार्गाकडे वळतात, त्यांना आयुष्य निरर्थक वाटते आणि मग माणसाचे थिटेपण मनोमय जाणवते. या प्रचंड कोलाहलात एखादा जीव-जिवाणू वळवळावा असेच मानवी जीवन वळवळत असते. मोठेमोठे सम्राट, हुकूमशहा, तत्त्वज्ञ, शब्दकार या चलनवलनात निरर्थक वाटतात, हास्यास्पदही वाटतात. मानवी कर्तृत्वाची पराकाष्ठा, सुबत्तांचे विपुलत्व, इंद्रियजन्य उपभोगाच्या मर्यादा आणि मानवी शक्तीचा क्षणोक्षणी होत जाणारा ऱ्हास यायोगे ऐहिक गोष्टींबद्दल किळस उत्पन्न व्हावी व मग ऐहिकापलीकडच्या त्या अंतिम सत्याबद्दलचे कुतूहल वाटावे, अमानवी सामर्थ्याच्या शोधाची आस लागावी, निवृत्त, निस्संग, निरंहकारी माणसाच्या पूजेची वृत्ती बळावी हे क्षणभर उचित वाटते. ऐहिक स्वास्थ्याची पराकाष्ठा म्हणून हा आध्यात्मिक आवेश समजण्याजोगा आहे. पण भारतासारख्या देशात जिथे मानवी कर्तृत्वाची

गेल्या कित्येक शतकात परीक्षाच झाली नाही, इंद्रियांच्या शक्तींना कोणी हाक दिलीच नाही, अंग झाडून कोणी श्रमावर प्रेम केलेच नाही, तिथे हा नवा अंधश्रद्धेचा, आळसाचा, निरुद्योगाचा, पराभूत निवृत्तीचा नवा रोग उत्पन्न झाला तर हा देश कधीच डोके वर काढू शकणार नाही. अगोदरच धार्मिक आणि चुकीच्या सामाजिक श्रद्धांपायी आम्ही जेरीस आलो आहोत. त्यातच आता उच्चभ्रू अध्यात्माची आणखी भर पडते आहे.

भारताची संस्कृती-संस्कृती आहे तरी काय? देवाने ठेवले तसे राहवे, पराभव झाला तर पराभव झालाच नाही असे म्हणावे, अन्न मिळाले नाही तर खालच्या मानेने मातीत मिसळावे, पाऊस पडला नाही तर आभाळाकडे तोंड करीत स्तब्ध बसावे, ही आपली संस्कृती. मुळातच गेल्या अनेक शतकांत अनेक अर्थांनी ही संस्कृती पराभूत आहे. त्यात अनावर उदासीनता, अतर्क्य आशावाद आणि भाबडा युक्तिवाद यायोगे आपली संस्कृती जगात कशी श्रेष्ठ आहे, आपले पूर्वज कसे थोर होते, आम्ही कसे टिकून आहोत या शब्दांच्या दांडपट्ट्यांनी आपण विरोधकांना गारद करून टाकतो. पण गेली जवळ जवळ बारा-चौदा वर्षे शतके आपण हल्लेखोरांकडून एवढ्या लाथा खाल्ल्या आहेत की त्याला जगात तोड नाही. आपल्या स्त्रिया, देवळे, धर्म, इमले आपण खुशाल येणाऱ्यांना देऊन टाकले, आणखी घ्या म्हटले, हे उच्च संस्कृतीचे तर लक्षण नव्हे? आपला धर्म, देव आणि संस्कृती जर श्रेष्ठ आहे तर मग ती सदैव पराभूत का होते आहे? एकामागोमाग देवळे फोडली गेली, राजकुले भ्रष्ट केली गेली, सुकुमार राजकन्या बटक्या झाल्या, तेव्हा आमचे संत, महंत, शंकराचार्य, गुरुदेव, आचार्य, बुवा यांच्यातील आध्यात्मिक शक्ती, देवत्व, पावित्र्याचे ओज, चमत्कार कुठे गेले होते? हे सारे अध्यात्म्याच्या नावाखाली पोट जाळणारे देवाघरचे बडवे त्यावेळी आपल्या लुंग्या सावरत रानोमाळ पळाले. त्यांच्या अदभुत शक्ती, त्यांचे अमानुष सामर्थ्य, त्यांचे शिष्यगण हे सारे मानवाने निर्माण केलेल्या एका दीडदमडीच्या लोखंडी पात्याने पराभूत केले. देवाला माणसाने दगड केले. त्याच्या ठिकऱ्या ठिकऱ्या केल्या. मग ज्या मूर्तींच्या बळावर हे तथाकथित ईश्वरी अवतार येथे अध्यात्म्याची पिके काढत होते त्या 'मूर्ती' भ्रष्ट झाल्या तरी त्यांच्या अध्यात्माच्या साम्राज्याला मुळीच डग लागली नाही.

भारतीय संस्कृतीच्या श्रेष्ठत्वाची गाणी गाणाऱ्या कीर्तनकारांनी, संतांनी, बुवांनी, इथल्या माणसाच्या पराक्रमाचे इंद्रियच खच्ची केले. जीवनाकडे त्यांना वळवण्याऐवजी जीवनाकडून त्यांना वळवले. जीवनावर प्रेम करावयास

शिकविण्याऐवजी निरर्थक, पराभूत अशा अध्यात्माच्या शब्दजंजाळात त्यांना बुडवले. त्यामुळे आपला धर्म बुडाला, राज्ये बुडाली, यत्न बुडाला आणि हाती उरला काय... तर नागवा निवृत्तिमार्ग.

देवाशी नाते जोडणारे असे बुवा साऱ्या भारतात जागोजागी, गल्लोगल्लीत आहेत आणि त्यांचा धंदा उत्तम चालू आहे. मोठमोठ्या इस्टेटी, आश्रम, वसाहती त्यांनी उभारल्या आहेत. अनेक आळशी गुंडांना त्या इस्टेटी पोसत आहेत. अनेक पापांना तिथे प्रतिष्ठा आहे. अशा या बुवांच्या प्रचंड व्यापाराला अनेक मंत्री, खासदार त्यांना साहाय्य करतात. प्रत्येक बुवाच्या अनुयायात हे राजकारणी पुरुष असतात. मुंबई मंत्रिमंडळातील अनेक मंत्री अशा गुरुप्रसादाने पावन झालेले आहेत. असल्या भुक्कड संतांच्या पायी मुळातच बेताची असलेली बुद्धी वाहिल्यावर या देशाचा राज्यकारभार ते कशाच्या बळावर करणार देव जाणे!

या देशातली प्रधान इंडस्ट्री म्हणून उद्योग खात्याने 'अध्यात्म' असा उल्लेख करायला हरकत नाही. इंडियन अध्यात्म्याला परदेशात चांगला भाव आहे. तिकडच्या लोकांना आपल्या संतांची दाढीची जंगले, अंगाला येणारी घाण, त्यांचे वस्त्रहीन शरीर, त्यांची न समजणारी वक्तव्ये आणि जादूटोणा याविषयी फार प्रेम आहे. अशा अनेक अमेरिकन मूर्खांनी येथे येऊन इथल्या योगविद्येचे, अध्यात्माचे शिक्षण घेण्याची मनीषा व्यक्त केल्यापासून तर इथल्या या संतमहंतांना फारच आनंद झाला आहे. जणू काही आपण अमेरिकेच्या आधिभौतिक शास्त्राचा, प्रवृत्तीचा व विज्ञानाचा पराभवच केला अशा थाटात आता अध्यात्माची गाणी आणखी मोठ्या आवाजात त्यांनी सुरू केली आहेत.

या तथाकथित बुवांची– परपुष्ट असणारे बैरागी, महंत, गोसावी– यांची जरी खानेसुमारी केली तरी ती पन्नास साठ लक्ष भरेल. गंगा नदीने या सर्व गोसावड्यांना स्वच्छ करायचे ठरवले, तर तिचे पावित्र्य ती हरवून बसेल. तारवटलेल्या डोळ्यांनी, गांज्याच्या तारेत यांचे अध्यात्म फोफावत असते. धर्माच्या नावे जोगवा मागणारे अनेक पंथ, जाती आणि पोटजाती आहेत. जो धर्म आळशी लोकांना पोसतो, त्यांच्या व्यसनांना उत्तेजन देतो आणि अशा तऱ्हेने पापी लोकांच्या पापाला मुक्त होण्यास मदत करतो त्याचा ऱ्हास अपरिहार्यच आहे असे म्हटले पाहिजे.

पण या पोटार्थी, आळशी, निरुपयोगी लोकांना खरोखरीच आयुष्याचा अर्थ कळलेला नसतो. सौंदर्याचा आनंद उमगलेला नसतो. ज्ञानाची कवाडे त्यांनी बंद केलेली असतात. या लोकांपेक्षा अधिक धोकादायक असे जर लोक कोणी

असतील, तर विज्ञानाचा आधार घेऊन शास्त्रीय परिभाषेने लोकांना षंढ बनवणारे नवे बुवा, संत, दास, नित्यानंद, चैतन्यानंद... पूर्णानंद... हे. अशा शब्दांचा बकवा कशासाठी करतात, कुणापुढे करतात? अन्नान्न झालेल्या लोकांना अध्यात्म्याच्या गोड गाण्यापेक्षा पसाभर तांदूळ मोलाचे असतात आणि या घामट, ओशट अशा बेगडी संतांपेक्षा लवकर पिकणारी तांदळाची जात निर्माण करणारा एखादा मोहिते पाटील त्यांना खरा परमेश्वरचा पुत्र वाटतो. अंतिम सत्याचा शोध घेण्यापूर्वी इथल्या सत्याची तोंडओळख व्हायला हवी. आयुष्यानंतर काय घडणार हे कळण्यासाठी आयुष्यात काय घडणार - काय घडवणार, हे कळणे महत्त्वाचे आहे. परलोकात जाऊन आपण जे सुख मिळवणार ते अखेर इंद्रियजन्यच. अप्सरा-सोमरस-चिरतारुण्य हेच ना? ही सुखे मिळवायला परमेश्वराचे दलाल कशाला? एखादा दलालही सुखे थोडक्यात मिळवून देईल.

अशा या बुवांनी महाराष्ट्राला तूर्त हैराण केले आहे. भ्रमचित्त झालेला समाज प्रवृत्तीकडून निवृत्तीकडे वळतो आहे. श्रमाकडून समाधीकडे वळतो आहे. ज्ञानसंचयाकडून गुरुपदेशाकडे वळतो आहे. पुण्यातल्या तळ्यातल्या गणपतीच्या देवळात हल्ली जो तरुण समाज घुटमळतो, तो कर्तृत्वाकडून श्रद्धेकडे फिरलेला दिसतो आहे. बुद्धिवादाची परंपरा सांगणारे पुणे हे गाव अशा मामुली बुवांच्या इंग्रजी व्याख्यानातील निरर्थक शब्दामागे वेड्यासारखे भिरभिरते आहे. वृत्तपत्रे शंकराचार्यांच्या निरुपयोगी गादीचे पुनरुज्जीवन करू पाहत आहेत. मंत्राचे सामर्थ्य, साधनेचे सामर्थ्य, मौनाचे सामर्थ्य यांच्यावर रकानेच्या रकाने लिहिले जात आहेत. समाजाला निवृत्तीकडे फिरवीत आहेत. मासिकातूनही अशा बुवांच्या लीलांचे प्रस्थ वाढत आहे. दीपलक्ष्मी, वाङ्मयशोभा, रोहिणी ही ललित मासिकेही अंधश्रद्धांच्या पाट्या वाहून लोकांपर्यंत पोचवीत आहेत. खपते म्हणून बीभत्स वाङ्मय विकणाऱ्यांप्रमाणे खपते म्हणून हे 'अ'धार्मिक वाङ्मय विकले जात आहे. किर्लोस्कर मासिक, विनायकराव सावरकर आणि महादेवशास्त्री दिवेकर यांनी महाराष्ट्रातून एकेकाळी खरवडून टाकलेली बुवाबाजी पुन्हा या देशात रुजू लागलेली आहे, हे धोकादायक आहे. निकोप समाजाचे हे लक्षण नव्हे. एकवेळ मला उन्मत्त झालेली, विकृत झालेली, अनावर झालेली बंडखोर प्रवृत्ती चालेल. कारण तेथे हालचाल आहे. हालचाल म्हणजे तेथे जीवन आहे. जीवनावर माझे फार प्रेम आहे आणि म्हणून जेथे खळखळाट आहे, जेथे चलनवलन आहे, ते ते मला आवडते, पण षंढ करून टाकणारा निवृत्तीमार्ग हा सर्वांत मोठा धोका आहे.

हा सर्व विचार इतक्या प्रकर्षाने सुचला याचे कारण माझ्या समोरचे दोन

मासिकाचे अंक. एक आहे सह्याद्रीचा ताजा अंक. आचार्य अत्रे यांचे अनेक गुण अनेकांनी सांगितले. पण श्री. भा. द. खेरांनी अत्रे यांचा एक नवाच पैलू सांगितला. ते त्या लेखात लिहितात, ''मी त्यांचा हात हातात घेतला. अत्र्यांचा हात लोण्यासारखा मऊ असे. आध्यात्मिक वृत्तीत रंगलेला हात असा असतो हे मला माहीत होते.''

अत्र्यांची एवढी बदनामी मला वाटते आजवर कोणीच केली नसेल. एका खंद्या प्रवृत्तिमार्गी माणसाला बुवा करण्याचे सामर्थ्य पत्रकारात कसे असते त्याचा हा पुरावा. आता अत्र्यांचे अध्यात्म काय प्रकारचे होते त्याची एक आठवण देतो.

गतवर्षीची गोष्ट आहे. एक नामांकित, मूळच्या परधर्मीय नटी नुकत्याच परदेशातून परतून आल्या. त्या लगोलग आचार्यांना भेटावयास गेल्या - आणि म्हणाल्या, ''तुमचे पातंजल योगदर्शनावरचे आणि शांकरभाष्यावरचे लेख मी वाचले अन् तुमच्या आध्यात्मिक सामर्थ्याचा मला अंदाज आला. तुम्ही मला गुरुपदेश करावा.'' अत्रे मिस्किलपणे हसले अन् म्हणाले, ''तुझे आयुष्य कसे गेले मी जाणतो अन् माझे कसे गेले हे तू जाणतेस. तुला इथले पुरुष अपुरे पडले म्हणून तू परदेशी जाऊन आलीस अन् या वयातही मला नव्या स्त्रीचा मोह सुटत नाही. गधडे, तुला कसला गुरुपदेश हवा आहे तो मला माहीत आहे आणि मी तरी तुला काय अध्यात्म शिकवणार हे तू ओळखायला हवेस - मूर्ख कुठली.''

दुसरा अंक आहे तो 'भालचंद्र दर्शन' या मासिकाचा. या मासिकाचे मुखपृष्ठ पाहूनच मी चकित झालो. हा कोण विख्यात बदमाश? असाच उद्‌गार त्या मुखपृष्ठाकडे पाहून आला. माझ्याप्रमाणेच माझ्या वाचकांचाही उद्‌गार निघेल अशी माझी खात्री आहे, त्या माणसाचे डोळे पहा, त्याची एकंदर ठेवण पहा... माझी खात्री आहे की पोलिसांनी नीट तपासले तर या माणसाचे रेकॉर्ड कुठेतरी सापडेल– जबरी संभोग, समसंभोग किंवा तशाच काहीतरी आरोपावरून हा माणूस कुठेतरी पोलिसांनी पकडलेला असला पाहिजे. या माणसाची संत होण्याजोगी लायकी काय ती त्याच मासिकाच्या एका लेखात आहे. ती अशी :

''तो काळ साधारण इ. स. १९३२ - ३३ चा असावा, मे महिन्याचे दिवस होते ते. एक २९-३० वयाचा, वेडसर, केस वाढलेला, अंगात फाटकी लक्तरे असलेला या गावात प्रविष्ट झाला. तो कोण होता व कोठून आला याचा थांगपत्ताच कुणाला नव्हता. त्यावेळच्या मोटरस्टँडजवळच्या श्रीकाशीविश्वेश्वर मंदिराशेजारील दोन आंब्याच्या झाडांच्या बेचक्यात त्याने आपले बस्तान ठोकले.

''गावात फिरणे नाही, कोणाकडे काही मागणे नाही. कोणी त्याला काही दिले तर फेकून द्यावे, निर्विकार चेहऱ्याने बसावे, हा त्याचा त्यावेळेचा वेड्याचाळ्यांचा

प्रकार. मुलाबाळांनी दगडधोंडे मारावेत, लोकांनी त्याच्याकडे तिरस्काराने व हेटाळणीच्या दृष्टीने पाहावे, कोणी त्याला शिव्या द्याव्यात, हा त्यावेळचा लोकोद्योग.

"नंतर त्याने कामत नावाच्या एका इसमाच्या समाधीपाशी जो मुक्काम ठोकला तो कायमचाच. या समाधीपाशी घाण होती. बेवारशी कुत्री होती आणि त्याच्या जवळूनच बहिर्दिशेस जाण्याची पाऊलवाट होती. या वेड्या माणसाचे वेडसर चाळे तेथे चालूच होते. लोकांनी त्याला वेडा म्हणून मारहाण केली. पुढेमागे हा वेडा एक मोठा सत्पुरुष म्हणून प्रसिद्धीस येईल, याची त्यावेळी कुणालाही कल्पना शिवली नाही. पुढे आवडी नावाच्या एका सहृदय बाईस या वेड्याची दया आली. ती बिचारी भूतदया म्हणून या निरुपद्रवी माणसाची सेवा करू लागली. तेथेच पडून राहणे, तेथेच मलमूत्र विसर्जन करणे आणि कुठल्या तरी गूढगुंजनात रमून जाणे हाच त्याचा उद्योग.

"ती बाई तेथे साफसफाई करी, त्याला जेवण भरवी. असे साधारणत: ७-८ वर्षे चालले होते. ही स्वारी उघडी नागडी तेथे पडलेली असे. काही बोलण नाही, चालणे-फिरणे नाही, कुणाकडे याचना नाही. आपल्याच विचारात लीन होऊन तासनतास, दिवसेंदिवस व वर्षानुवर्षे हाच नित्यक्रम चालू असे या स्वारीचा.

"शाळेत जाताना या स्वारीचे वेडेचाळे पाहिले आहेत. केव्हातरी गंमत म्हणून त्यांच्या हातात कागद पेन्सिल ठेवली आहे, पण त्यांच्या लिखाणात रेघोट्याशिवाय काही आढळले नाही. 'कोणी वंदा, कोणी निंदा, आपुला स्वहिताचा धंदा' हीच वृत्ती तेथे दिसत होती. भविष्यकाळ वर्तमानकाळाच्या उदरात दडपला होता.

"पुढे बऱ्याच दिवसांनी कै. भिकाजी निग्रे यांनी महाराजांनी कागदावर रेखाटलेल्या अक्षरांवरून त्यांचे नाव 'भालचंद्र ठाकूर' असावे असा कयास बांधला. तेच त्यांचे नाव पडले. वास्तविक पाहता त्यांच्या गावाचा, घराण्याचा अगर इतर काही ठावठिकाणा लागतच नाही. कोणी त्यांच्यावर हक्क सांगायला आलाच नाही. ते मॅट्रिक परीक्षेत नापास झाल्यामुळे वेडावले असावेत, असे पण बोलले जाई. वस्तुस्थिती काय होती, ब्रह्मदेवच जाणे.

"होता होता भक्त मंडळी वाढतच गेली. जे त्यांची निर्भर्त्सना करीत, शिव्या घालीत, दगडधोंडे फेकीत तेच लोक त्यांचे चरण धरू लागले. भक्तलोक त्यांना काहीतरी देतात. त्यांच्यापुढे ठेवतात. परंतु महाराजांना त्यांचे काहीच नाही. ते कुणालातरी मारतात, तर केव्हातरी एखाद्यास गोंजारतात. महाराजांचे जीवन म्हणजे एक गूढ आहे. एक अद्वितीय रहस्य आहे. लोकांना त्यांच्या जगण्याचे मोठे आश्चर्य वाटते. गावात दोनदा मोठे प्लेग झाले. लोक सैरावैरा

पळाले, गाव ओस पडला पण हा अवलिया तेथेच होता. इतके दिवस एकाच ठिकाणी अन्नपाण्याविना पडून राहणे का थट्टा आहे? हालचाल न केल्यामुळे व पाय न पसरल्यामुळे त्यांचे पाय आता लुळे झाले आहेत. उभे राहण्याची क्षमता आता पायात राहिलेली नाही. परंतु त्यांच्या शरीरामध्ये व चेहेऱ्यावर बदल होत गेलेत. अशा अवस्थेत तीन तपे निघून गेली. सामान्य मनुष्य अशा स्थितीत जिवंत राहील की काय हाच मोठा प्रश्न आहे.

"अलौकिक चमत्काराचे दाखले जरी देता आले नाहीत, तरी त्यांच्या विक्षिप्तपणाच्या खुणा लोकांना मनोमन पटलेल्या आहेत. त्यांच्या नजरेला नजर भिडवून माणसास त्यांच्या मानसिक व्यवहाराची कल्पना करता येते. त्यांची विक्षिप्त हालचाल व वेडेचाळे पाहून ही विभूती मनुष्य कोटीतील नक्कीच वाटत नाही.

"शेकडो मैलांवरून भक्तगण श्रीभालचंद्र महाराजांच्या दर्शनासाठी धाव घेतात यात त्यांचे व्यक्तिमत्त्व काय थोडे दिसते? श्रीसदगुरु भालचंद्र महाराजांच्या लीलांमध्ये काय अदभुत काव्य भरले आहे याची कल्पना पामराला करता येणार नाही."

ज्या बुवांना धर्मग्रंथ माहीत नाहीत, ज्यांना पापपुण्य म्हणजे काय माहीत नाही, इंद्रियांचे उपभोग माहीत नाहीत– अशा या माणसांना संत म्हणून का भजायचे? त्यांच्या टिऱ्या का बडवायच्या? हे काय चालले आहे? मेहेरबाबा बोलत नव्हते– त्यांचेच कौतुक. देवाने चांगले तोंड दिले ते बोलण्यासाठी, ते न वापरणे हा खरोखरीच देवाचा अपमान. मग जर देवाकडे मेहेरबाबांचा एवढा वशिला तर त्यांनी आपले स्वरयंत्र देवाला परत द्यायचे. एखाद्या मुक्याच्या कामी तरी ते येते. पुष्कळ संतांना अत्यंत घाणेरडे रोग असतात, विकृती असते. त्यांचे भांडवल करून त्या म्हणे त्यांच्या लीला मानायच्या. कऱ्हाडची जुलेखाबी कोणते तरी पाणी देऊन रोग बरे करण्याच्या मिषाने पैसे कमवीत होती. अखेरीस ती वेड्याच्या इस्पितळात पोचली म्हणतात. वस्तुतः या सर्व तथाकथित बुवा मंडळींना तेथेच पाठवायला हवे आहे. लोकांना भुलवून त्यांना कर्तव्यविन्मुख करणारे हे परमेश्वराचे दलाल खऱ्याखुऱ्या समाजवादी रचनेत ठेचले जातील. कारण अशा निरुद्योगी लोकांना पोसणार कोण?

आपल्या समाजात झपाट्याने पसरत जाणारे हे वेड काहीही करून थोपवले पाहिजे.

(१३ जुलै १९६९)

-०-०-०-

१७.

अनुभव आणि आविष्कार

साहित्यक्षेत्रात उत्तम साहित्यिक व कनिष्ठ साहित्यिक अशीच फक्त वर्गवारी असावी असे मला वाटते. स्त्री साहित्यिक व पुरुष साहित्यिक, बहुजन समाजातील साहित्यिक व ब्राह्मण साहित्यिक, अशांसारख्या वर्गवाऱ्यातून सवलतीची अपेक्षा व्यक्त होते. साहित्यिकांचे लिंग, जात, धर्म, शिक्षण आदी सर्व वर्गवाऱ्या मला कालबाह्य वाटतात.

मग स्त्री साहित्यिक असा वेगळा विचार करण्याचे प्रयोजनच उरत नाही. असा वेगळा विचार मनात येण्याचे कारण युद्धकाळापूर्वी स्त्रीवर सामाजिक बंधने फार होती व तिचा जीवनविषयक अनुभव मर्यादित होता, आणि म्हणून तिच्या साहित्यविषयक जीवनाला खोली नव्हती. तिला तसे समाजप्रवाहापासून वेगळे ठेवण्यात आले होते. पुरुषजातीच्या असहिष्णु वृत्तीविरुद्ध बंड करण्याइतकीही ती धिटाईखोर झालेली नव्हती. हिंदोळ्यावर, कळ्यांचे नि:श्वास (मालतीबाई बेडेकर); हिरवळीखाली (गीता साने) वगैरे अपवाद. पण युद्धकाळानंतर स्त्री-जीवनाचे चित्र बदलले. आर्थिक ओढाताणीमुळे नोकरीसाठी स्त्री बाहेर पडू लागली. त्यामुळे स्त्रियांचे शिकणे ही चैन राहिली नाही. स्त्री-पुरुष संबंध अशा तऱ्हेने सामाजिक परिसरात वाढू लागला. 'स्त्री' ही केवळ पुरुषाची छाया या कल्पनेला तडा बसू लागला. स्त्रियांना बंदीत टाकणारे कायदे बदलले. स्त्रीच्या वर्तनाकडे पूर्वीएवढ्या वाकड्या नजरेने पाहणे दिवसेंदिवस अशक्य झाले आणि म्हणून स्त्रीची अनुभवकक्षा वाढू लागली

आणि म्हणून अशा बदलत्या जीवनाचा तिच्या साहित्यावर

काही परिणाम घडला का, तिच्या अनुभूतीची समज वाढली का, तिला खरीखुरी दृष्टी आली का हे पाहिले पाहिजे. एवढ्या अर्थानेच 'स्त्री' साहित्यिका निराळ्या विचारात घ्यावयाच्या.

या ठिकाणी आणखी एक प्रश्न उत्पन्न होतो, की निर्माण झालेल्या एकूण मराठी साहित्यात युद्धोत्तर प्रश्नांचा तरी म्हणण्याजोगा प्रत्यय येतो कुठे?

उत्तर नकारार्थी आहे आणि तो नकार स्त्रियांच्याही साहित्यापुढे खडा आहे.

मराठी साहित्य अजून स्वप्नरंजित अवस्थेत मश्गूल आहे. काही लेखकांचा वाकडा प्रवास या घटकेला बंडखोरीत जमा आहे. आरती प्रभू, दिलीप चित्रे आदी मंडळींचे राहोच, पण विद्याधर पुंडलीक, शरच्चंद्र चिरमुले, ए. वि. जोशी हे बक्षिसाचे मानकरी खरे, पण लोकप्रिय नव्हेतच आणि प्रातिनिधिक तर नव्हेतच नव्हेत. महाराष्ट्र टाईम्स या नियतकालिकाच्या लोकप्रिय कथाकार स्पर्धेत पुन्हा असतात ते पु. भा. भावे, ग. दि. माडगूळकर, ग. ल. ठोकळ, वसुंधरा पटवर्धन, स्नेहलता दसनूरकर, अरविंद गोखले. याचा अर्थ आजचे मराठी वाङ्मय म्हणून आपण जे ओळखतो ते कोणते? चार टीकाकार 'ग्रेट', 'वेगळे', 'अस्टॅनिशिंग' या विशेषणांनी उल्लेखतात ते; की जे वाचून हजारो वाचक, सुबुद्ध (किंवा निर्बुद्ध) होतात ते? मराठी वाङ्मयाची वाटचाल पाहताना वा. ल. कुलकर्णी, संभाजी कदम, श्री. पु. भागवत, माधव मनोहर या व अशा एकारलेल्या मतांचा कौल मानावा की लोकमतालाही थोडीफार किंमत द्यावी?

लेखिकेच्या जगात तर फारच घालमेल आहे. शकुंतला गोगटे, चंद्रप्रभा जोगळेकर, ज्योत्स्ना देवधर, मृणालिनी देसाई, शैलजा राजे, लीला श्रीवास्तव आदी लेखिका लोकप्रिय आहेत आणि विजया राजाध्यक्ष, कमल देसाई, सरिता पदकी आदी स्त्रियांना प्रशस्ती लाभूनही लोकप्रियता लाभू शकत नाही. अखेरी समाजावर परिणाम करते आहे ते साहित्य कोणाचे? तपासणी कोणाच्या साहित्याची हवी?

साहित्य हे आपल्या जीवनाचा एक भाग आहे. आपले जीवन हे खुजे, सुरक्षिततेचा हव्यास धरणारे आहे. एकूण मराठी वाङमयच भाबडे, खोटे आणि मायावी वाटते. याचे मुख्य कारण आपल्यावर काहीतरी टिकवून धरण्याची जबाबदारी आहे, असे मराठी लेखक मानतो आणि संस्कृती टिकविण्याचा पत्कर आधी पुरुषांनी स्त्रियांच्या गळ्यात घातला आणि आता तो स्त्रियांनी स्वखुशीने गळ्यात अडकवून घेतला आहे. त्यामुळे धक्का देणारे, विस्मित करणारे,

थरारून टाकणारे काही सुचणे हेच त्यांना अशक्य आहे. 'कोंडमारा' हे साहित्याचे प्रधान अंग वाटते आहे किंवा सर्व काही आबादीआबाद आहे आणि गंमत म्हणून, रुचिपालटासाठी जीवनात संकटे येतात असे दुसरे सूत्र अजून स्त्री वाङ्मयात टिकून आहे.

मराठी मनावर अजून सुरक्षिततेचे फार दडपण आहे. संसार, लग्नसंस्था, संस्कृती, मुले, समाज, परिवार या साऱ्यांकडे पाहण्याचा दृष्टिकोन, –धोका न पत्करता आहे ते टिकवून धरावे– हा आहे आणि त्या पायीच इथली स्त्री कायद्याने मुक्त झाली तरी मनाने गुंतलेली आहे. मुक्त स्वातंत्र्याची तिला भीती वाटते. बंधनातच तिला सुरक्षितता वाटते.

म्हणूनच मराठी स्त्री-लेखिका कसलेच निराळे असे जागृतीचे लक्षण दाखवीत नाहीत. स्त्रीचे दुःख, स्त्रीवरील अन्याय, स्त्रीचे दास्य हा त्यांनी करुणेचा विषय केला आहे. स्त्रीवरील सामाजिक बंधने हे करुणेचा विषय झाल्यामुळे अन्यायाविरुद्ध प्रतिकार करण्यापेक्षा अन्यायाविरुद्ध तक्रार करण्यातच स्त्रीलेखिका धन्यता मानतात.

वास्तविक स्त्रीचे अनुभवक्षेत्र विस्तृत झाले, तिला आर्थिक स्वातंत्र्य लाभले. तिच्यामागचा सामाजिक ससेमिरा सुटला; पण त्याची जाण स्त्री लेखिकांच्या लेखनात मला तर जाणवतच नाही. एखाद्या पुरुषाचे अन्य स्त्रीशी संबंध असले तरी तो सुखी संसार करू शकतो असे आपण मानतो, पण अशी स्त्री मात्र आपण स्वीकारू शकत नाही. स्त्री लेखिकांनाही तशी स्त्री भेटू शकत नाही. पुरुषांच्या सक्तीच्या वा खुशीच्या साहचर्याशिवाय राहणारी स्त्री, लग्नाशिवाय न कळत नव्हे तर जाणूनबुजून माता बनू पाहणारी स्त्री, कोणत्यातरी वेडाने झपाटून संसाराकडे हेतुपुरस्सर लक्ष न देणारी स्त्री अशा वस्तुत: तुरळक दिसू लागणाऱ्या स्त्रिया अजूनही स्त्री लेखिकांना भुरळ घालू शकत नाहीत. एक घरंदाज, सोशिक स्त्री हेच आज खरेखुरे कॅशक्रॉप आहे. वेगळे जीवन चित्रित करण्याचा यत्न जयवंत दळवी, बाबुराव बागूल, भाऊ पाध्ये या पुरुष लेखकांप्रमाणे स्त्री लेखिकांनी केल्याचेही दिसत नाही. सुबोध भाषा आणि नेटके निवेदन यातच स्त्री लेखनाची प्रगती जाणवते. पण नवी बहुजन समाजातील स्त्री किंवा मध्यम वर्गातली नैराश्यवादी स्त्री तर अजूनही स्त्री लेखिकांना ज्ञातच नाही.

स्त्रीमन हे पुरुषापेक्षा संवेदनाक्षम आहे. पाप-पुण्यांचा विचार त्या ठिकाणी एकाच वेळेला चालू असतो. कोणत्याही बारीकशा गोष्टीने तिच्या अंत:करणात प्रक्षोभ निर्माण होतो. तो ती बाहेर प्रगट करत नाही. त्याचाच परिणाम ती

खुलेपणाने बोलू शकत नाही व म्हणून खुरटत जाते. (आजचे स्त्री लेखिकांनी लिहिलेले मराठी साहित्य हे मुळी स्त्री-मनाचे बोलच नव्हेत. स्त्रियांच्या मन:पटलावरील ती चलत्‌चित्रे नसून, पुरुषांनी घालून दिलेल्या एका खोट्या व्रतस्थ स्त्रीची ती वृथा बडबड आहे. त्या साऱ्या पुरुषी अनुभूतीची स्त्री ही गुलाम आहे.) पुरुषाचा मस्तवालपणा, मग्रुरी, धुंदी, आसक्ती आणि नावीन्याचा शोध या गोष्टीशी त्यांचा अजून परिचयसुद्धा झालेला नाही.

स्वातंत्र्यानंतर पुस्तकी स्वातंत्र्य मिळाले, पण स्त्री मात्र अधिक परतंत्र बनली असे वाटते. गृहाबरोबरच आर्थिक उचापती, सौंदर्य-स्पर्धा आणि सहचारित्वाची ओढाताण तिच्या नशिबी आली. या गोष्टीचे स्त्री लेखिकांना दु:ख नाही. त्याबद्दल स्त्री साहित्यातून कसलेही बंड नाही. काही कवयित्रींच्या कवितांतून थोडे बंड जाणवते, पण अखेरी ती बंडेसुद्धा चहाच्या पेल्यातलीच!

मराठी स्त्री लेखिका म्हणूनच पुरुष लेखकांनी निर्माण केलेल्या चौकटीत बंड करतील. केवळ गंमत वाटावी म्हणून!

वास्तविक सांसारिक श्रद्धांना तडा गेलेला आहे. स्त्री-पुरुष संबंधाचे स्वरूप बदलले आहे. स्त्रीला निवडीचा हक्क मिळाला. क्वचित प्रसंगी राजकीय जुगारात स्त्रियांच्या नशिबी धर्मांतर, बलात्कार आले; बहुजन समाजातील पुष्कळ स्त्रियांना केवळ शिक्षणामुळे त्यांच्या समाजात जोडीदार गवसेनासा झाला. चित्रपटातील उत्तान जीवन प्रत्यक्षात न भेटल्यामुळे मनोभंग झाला. आर्थिक दाणादाणीत प्रत्यक्ष शरीर नाही तरी सौंदर्य, गोड अनुनयाची भाषा, स्पर्श अशा गोष्टी स्त्रीला पदोपदी विकाव्या लागतात.

पण दुर्दैव असे की माजघर, वृंदावन, एकत्र कुटुंबपद्धती, साध्वीपण, पातिव्रत्य, सौभाग्यलेणे या गोष्टींवर स्त्री लेखिका अजूनही खूश असतात. वाचकांना खूश करतात आणि तडा गेलेल्या आरशातले आपले विद्रूप रूप पुन:पुन्हा सचिंत मुद्रेने पाहतात. खऱ्या समाजातले पेटलेले प्रश्न आणि सत्य यांना अजून तरी सामोरे जाणे स्त्री लेखिकांना शक्य झालेले नाही.

(स्त्री मासिक, ऑगस्ट १९७०)

-०-०-०-

१८.

मध्यमवर्गीय राजकारणविन्मुख का?

श्री. बाळासाहेब देसाई यांना, स. न. वि. वि.

तुमच्यावर मी अनेकदा अत्यंत कठोरपणे प्रहार केले आहेत. अर्थात त्याबद्दल मला कोणताही पश्चात्ताप होत नाही. तुमच्यावर कधीकाळी चार भले शब्द लिहिण्याचा योग येईल असे मला स्वप्नातसुद्धा वाटले नव्हते. परवा वृत्तपत्रातून तुमच्या एका भाषणाचा साद्यंत वृत्तांत मी वाचला आणि मला वाटले, हे तुम्ही मध्यमवर्गाला सहानुभूतीदर्शक भलतेच काय बोलताहात? तुम्ही आणि यशवंतरावजी चव्हाण यापूर्वी अशाच स्वरूपाचे काही बोलला होतात हे मला स्मरले. पण मी तो एक राजकीय स्टंट म्हणून घेतला. ब्राह्मण - ब्राह्मणेतर वादाचा विचार करताना तुम्हा दोघांना विचारात घेतल्याशिवाय आज काही बोलणे वेडेपणाचे आहे. तुमच्याविरुद्ध आम्ही कितीही काहूर उठविले, तुमच्या चारित्र्याचा पंचनामा केला, तुमच्या ज्ञानाची मर्यादा उघडी पाडली तरी आपण पत्करलेल्या लोकशाहीची तुम्ही दोघेही प्रतीके आहात हे विसरण्याइतका मी मूर्ख नाही.

कोणत्याही प्रश्नाचा विचार करताना आपले भारतीयत्व मला विसरता येत नाही आणि ते तसे विसरता येत नाही म्हणून शिवसेनेसारख्या लाभदायक आणि लोकप्रिय चळवळीशी मला फटकून राहावे लागते. ब्राह्मण - ब्राह्मणेतर वादाचा एरवी मी विचारही केला नसता. त्या एका क्षुद्र वादापायी महाराष्ट्रावर सदैव अन्याय झाला आहे. भारतीय लोकसभेत महाराष्ट्राची मान सदैव खाली राहिलेली आहे, आणि एका अत्यंत पुरोगामी, राष्ट्रहितदक्ष अशा महाराष्ट्रीय समाजातील बुद्धिवंतांना भारत मुकला आहे, हे विदारक चित्र मला नेहमी अस्वस्थ

करते. कोणतेही शब्द वापरले तरी ब्राह्मणद्वेषाचे राजकारण तुम्ही लोकांनी आजवर केलेत आणि ते कोणत्याही लोकशाहीच्या तत्त्वाला धरून नव्हते असेच इतिहास सांगेल. ब्राह्मण मेले तरी कोणतेही ऐहिक नुकसान होणार नाही; परंतु ब्राह्मण्य मेले तर मात्र सारा अंधार होईल. ब्राह्मण ही एक जमात आहे; ब्राह्मण्य ही एक वृत्ती आहे. ब्राह्मणांचा नाश झाला, तर काही लाख लोक नेस्तनाबूत होतील. त्याने फारसे बिघडणार नाही. कोट्यवधी लोकांच्या या अर्धपोटी देशात, काही लाख असणे अथवा नसणे याने काहीही घडणार नाही. घडणार आहे ते ब्राह्मणांच्या नाशाबरोबर बुद्धिवादही नाश पावेल त्यामुळे. राज्य चालविणे ही गोष्ट शेत नांगरण्याइतकी सोपी नाही, आणि ही गोष्ट ज्या दिवशी आपल्या शासकांना कळेल तो दिवस आपण सणासारखा साजरा करू. राजकारण हा असा यज्ञ आहे की जेथे पायाची आहुती होत असताना तोंडातून स्वाहाकाराचे मंत्र उमटावे लागतात आणि एवढ्यानेही भागत नाही; सारे आयुष्य जळत ठेवूनसुद्धा बाहेर फुलावे लागते आणि म्हणून ज्ञानाची, सेवेची, विज्ञानाची कारंजी आपल्याभोवती फुलू द्यावी लागतात.

बाळासाहेब देसाई, तुम्ही लोकातून नेते झाला, पण लोकनेते झाला नाहीत. जुनी सरंजामशाही संपल्यासारखी वाटली, पण ती संपली नाही. नावापुरते राजे बरबाद झाले पण राजपदे शिल्लक राहिली. जुन्या राजांना ज्ञानाची जी तीव्रतर ओढ होती तिचा तर मागमूसही राहिला नाही. मिळालेली सत्ता अधिकाधिक लाभदायक कशी करावी आणि आपल्या पुत्रपौत्रांचा जीवनमरणाचा लढा कमी करावा यापरते मोठे उद्दिष्ट तुम्ही ठेवले नाहीत.

आपण उठल्या बसल्या शिवाजीचे नाव घेतो आणि वागतो मात्र त्याच्या तत्त्वाविरुद्ध असे होऊ नये. शिवाजीच्या जीवित चरित्राचा अन्वयार्थ नीट लावून पाहिला तर हे ध्यानात येईल की सर्व जातीजमातींचा त्यांनी यथान्याय उपयोग करून घेतला होता. राजकारणाचा किंवा समाजहिताचा गाडा एका जमातीला कधीच ओढता येणार नाही. प्रत्येक जमातीच्या काही मूलभूत सुप्त शक्ती असतात, आणि जे काम करायला अन्य कोणाला अधिक शक्ती व समय व्यतीत करावा लागेल ते काम केवळ सवयीने आणि निष्ठेने ती जमात त्वरेने आणि सफाईने करील. अर्थात म्हणून अन्य कोणी ती कामे करूच नयेत असे मात्र नव्हे कारण तसे बंधन ठेवल्यामुळेच तर जातीव्यवस्था आल्या. पुन्हा तोच इतिहास आपण घडवणार नाही. ज्या त्या समाजातील अशा सुप्त शक्ती शिवाजीने राबवल्या म्हणूनच त्याला हिंदवी स्वराज्य उभे करता आले. तुमच्या

हाती आलेले हे राज्य जर वैभवाला यावयाचे तर जातीपातीचा मोड व्हावयास हवाच, पण त्याच्या वैशिष्ट्यपूर्ण उक्तींना मात्र वाव मिळावयास हवा.

तुम्ही परवा म्हणाला, मध्यमवर्ग (म्हणजे ब्राह्मणवर्ग) राजकारणाबाबत उदासीन आहे. ही गोष्ट खरीच आहे. ब्राह्मणवर्गाने ते औदासिन्य सोडावे ही विनंती केलीत याबद्दल मन:पूर्वक आभार. पण खरे म्हणजे ब्राह्मणवर्गच नव्हे तर सर्व सुशिक्षित, सुसंस्कृत, विचारी लोक राजकारणपासून दूर राहतात. यात जातीचा मुळीच प्रश्न नाही. सुशिक्षित मराठासुद्धा राजकारणाच्या धुराळ्यापासून दूर राहणे पसंत करतो. याचे कारण राजकारण म्हणजे डावपेच, दुसऱ्याला शह देण्यासाठी करावी लागणारी सामर्थ्याची रस्सीखेच-शिवीगाळ-अपव्यवहार असा काहीसा अर्थ तुम्ही गेल्या दहा-पंधरा वर्षांत राजकीय जीवनाला आणला आहे. आपला व आपल्या नातेवाइकांचा भाग्योदय करण्यासाठी आपण सत्तास्थाने मिळवावी असे एकदा का तुम्ही स्ववर्तनाने सिद्ध केलेत म्हणजे कोणताही समंजस, विवेकी माणूस त्या घाणेरड्या व लडबडलेल्या राजकीय पदासाठी आकांक्षा धरणार नाही. नेहरूंनासुद्धा स्वजनाच्या स्वार्थासाठी खाली येण्याचा मोह आवरला नाही. मग बाळासाहेब, तुम्हाला आम्ही दोष का द्यावा. पर्वत जेथे गडगडला तेथे खुरट्या गुलटेकडीचा विचार वृथा कशाला करायचा.

अर्थात हा दोष काँग्रेसच्या राजकारणापुरता मर्यादित नाही, हेही मी येथेच कबूल करून टाकतो. सत्ता मिळाली की माणसांना नशा चढते. बुभुक्षित माणसापुढे पंचपक्वान्नाचे ताट ठेवले की तो आपल्या शक्तीचा विचार न करता खादाडतो आणि मग आजारी पडतो. त्याप्रमाणे आजचे एकूण एक सत्ताधीश करताहेत. 'राजकारण आणि सत्तास्पर्धा' हा पुष्कळांचा पोटाचा व्यवसाय बनत चालला आहे. हे असेच चालले तर मला सांगा, कोणता विचारी माणूस या वाटेला हेतुपुरस्सर येईल. मराठे व बहुजनसमाजातील विवेकी लोकही दिवसेंदिवस या तुमच्या तथाकथित 'राजकीय' जीवनाकडे पाठ फिरवीत आहेत.

सर्वसामान्य माणसापेक्षा नेत्यावर चारित्र्यरक्षणाची अधिक जबाबदारी असते; कारण तो चारित्र्यशून्य असला की त्याच्या अनुयायांना तोच मोह होतो, आणि त्याच्या चारित्र्यहननाला थोपवणे कोणालाच शक्य होत नाही. तो नेता, त्याचे अनुयायी यांच्या चारित्र्याची एकदा अवनती सुरू झाली, की मग त्याचेच समर्थक भाटही त्यांना लाभतात. वृत्तपत्रेही त्या कृत्याचीच तरफदारी करतात. होता होता असे हे चारित्र्यशून्य नेते समाजातील चारित्र्याची मूल्येच बदलवून टाकतात.

परदारागमन, काळाबाजार, लाचलुचपत, वशिलेबाजी यांनी डागाळलेले

नेते सर्व समाज रसातळाला नेतात आणि शासकीय अधिकारी कर्तव्य बजावण्याऐवजी या मंत्र्याची सरबराई करून मंत्र्यांच्या व्यसनांची सोय करतात.... आणि बढत्या उपटतात.

(बाळासाहेब देसाई, मी काय लिहिले याची खोच तुमच्या व तुमच्या सहकाऱ्यांच्या ध्यानी यावयास हरकत नाही.)

म्हणून तुमचे काय ते चालू द्या. ते थांबवणे आमच्या हाती नाही. पण समाज सुरक्षित आहे तो राजकारणविन्मुख अशा मध्यमवर्गीय समाजामुळे. त्याला नका ओढू तुमच्या या रबड्यात आणि मध्यमवर्गीय समाज जसे मी म्हणतो, तो जातीवाचक समाज नव्हे, तर शिक्षणाने सुसंस्कृत झालेला समाज. ब्राह्मण, मराठे, अन्य बहुजनसमाजातील शिक्षितांचा समाज.

तरीसुद्धा तुमच्या परवाच्या भाषणात आत्मनिरीक्षणाचा एक समंजस प्रामाणिक विचार जाणवला म्हणून अभिनंदन. अशी पुन्हा केव्हा वेळ येईल तो सुदिन.

(२ जून १९६८)

- ० - ० - ० -

१९.

नव्या समाजासाठी शब्दांना नवे अर्थ द्या

प्रिय बाळासाहेब देसाई, यांसी स. न. वि. वि.

परवा तुमचा षष्ट्यब्दिपूर्ती समारंभ यशवंतराव चव्हाणांच्या हस्ते साजरा झाला. यशवंतराव तुमच्या गुणगौरवपर बोलले ते ठीकच आहे. कारण तुम्हीच म्हणता की त्यांनी तुम्हाला आजच्या पदवीवर नेऊन ठेवले. बरे, चव्हाणांचे मोठेपणसुद्धा तुम्ही, वसंतरावजी, शंकररावजी आदी बळकट स्तंभांवर अवलंबून. चव्हाणांशिवाय तुम्हाला अस्तित्व नाही आणि तुम्हा सर्वांच्या एकसंध गढीकोटातील फौजफाट्याशिवाय चव्हाण बिचारे एकाकी काय करणार? आजवर तुमचे सर्वांचे बरे चालले आहे. क्वचित थोडी कुजबुज झाली, मतभेद झाले तरी सर्किटहाऊसच्या बाहेर तुम्ही ते येऊ दिले नाहीत. इतर प्रांतातील वातावरण बघता महाराष्ट्रात अजूनही दोन आवाज नाहीत. परस्परांनी परस्परांची योग्य ती ताकद जोखली म्हणजे हे असे अभंग राज्य उभे राहते. म्हणून तुम्हा सर्वांचेच त्या प्रसंगी अभिनंदन करायला हवे.

या प्रसंगात भाऊसाहेब खांडेकरही वक्ते होते. त्यांनीही तुमची प्रशंसा केली. भाऊसाहेबांची प्रशंसा विकत मिळवण्याजोगी नसावी. एकतर आयुष्यातील यशावर ते संतुष्ट आहेत. त्यामुळे तुमच्याकडून त्यांना मिळवण्याजोगे किंवा मिळण्याजोगे काही नाही, आणि त्यांची मन:प्रकृतीही अनृताची वा पापाची शिफारस करणारी नव्हे. चारदोनशे रुपयांच्या मानधनासाठी किंवा एखाद्या क्षुद्र हक्कासाठी तुमची किंवा चव्हाणांची युगप्रवर्तक म्हणून भलावणी करणारे या महाराष्ट्रात अमाप विचारवंत आहेत. प्रत्येकाचे हात कुठेतरी अडकलेले असतात. तुम्ही

दोघेही असे शहाणे आहात की विरोधकांशी युद्ध खेळून त्यांना पराभूत करण्यापेक्षा उपकृत करून तुम्ही ओशाळे करता. या महाराष्ट्र राज्यातील संपादक, लेखक, तर्कतीर्थ, महामहोपाध्याय आणि विचारवंत म्हणवणारे प्राध्यापक अनेक वेळा तुम्ही ओशाळे करून जिंकले आहेत. मधूनमधून न्यायीपणाची ऐट मिरवण्याकरता एखादा संपादक जहाल स्फुट लिहितो. पण केवळ फोनवर तुम्ही त्याच्या लेखणीचे टोक मोडून तरी टाकता किंवा दौतीतील शाई पातळ तरी करता. मला तुमच्या कर्तृत्वाचे आणि चतुराईचे नेहमीच कौतुक वाटत आलेले आहे. मी मी म्हणणारे आणि अन्य वेळेला आपल्या पांडित्याच्या वा स्वाभिमानाच्या वल्गना करणारे गावठी केसरी आज तुमच्या दरबारात शेळ्या झाले आहेत. यशवंतरावांचे महाराष्ट्रात एक अनन्यसाधारण स्थान आहे. याचा फायदा तुमच्या नेतृत्वाला मिळतो हे तर खरेच, पण तुमचेही काही गुण आहेतच की नाही.

यशवंतरावांचे एक बरे आहे, की ते दिल्लीला काय बोलतात, कसे वागतात, कोणत्या गोटात सामील होतात, कुणाचा अनुनय करतात यावर त्यांची इथली लोकप्रियता अवलंबूनच नाही. वस्तुत: महाराष्ट्रातला त्यांचा अनुयायी वर्ग मुख्यत्वे क्षत्रिय मराठा समाज हा अहिंसा मानणारा नाही, मुसलमानांचे लाड चालू देणारा नाही-कम्युनिस्टांचा सहप्रवासी नाही. तो ठोशास ठोसा देणारा, धर्मावर अतीव प्रेम करणारा आणि घट्ट राष्ट्रवादी आहे. एकतर राष्ट्रवादी म्हणवणाऱ्या पक्षांना इथल्या बहुजनसमाजाचा अनुनय करणे जमलेले नाही किंवा यशवंतरावांचे दिल्लीतील चाळे आणि स्वरूप त्यांना समजावून सांगणे जमलेले नाही. तेव्हा त्या समाजावर आज तरी एकमुखी राज्य चव्हाणांचेच राहणार असे दिसते. दिल्लीतील राजकारण गल्लीतील माणसांना कळतही नाही आणि त्यांच्यापर्यंत पोचतही नाही. शिवाय महाराष्ट्रातील वृत्तपत्रे यशवंतरावांनी केव्हाच पचवून टाकलेली आहेत. ती दिल्लीतील राजकारणाचा अर्थ चव्हाणांच्या सोयीनुसार लावतात आणि म्हणून चव्हाणांच्या कारकिर्दीत भारताची अनेकदा नामुष्की झाली, पण चव्हाणांचे स्थान अजून घट्ट आहे. चव्हाणांच्या कारकिर्दीतच ताश्कंदचा करार झाला आणि आमच्या सह्याद्रीनेच- सैनिकांनी प्राणार्पण करून जे मिळवले ते- आपल्या मुत्सद्दीगिरीने गमावले. सह्याद्री हिमालयाच्या मदतीला धावला असे आपण म्हणतो पण हिमालयाच्या गेलेल्या भूमीतील एक तसूभरही जमीन सह्याद्रीला सोडवता आली नाही. उलट भूतान-सिक्कीम-नेपाळ इथे भारताबद्दल अप्रीती उत्पन्न झालेली आहे. ज्या गृहखात्यावर आमचा सह्याद्री हक्क सांगतो, त्या गृहखात्याच्या पत्रकानुसार या देशात गढूळलेले वातावरण व दंगे मुसलमानच

करतात. पण तरीही आमचा सह्याद्री मुसलमानांच्या भारतीयीकरणाला कडाडून विरोध करतो. दिल्लीतले सारे राजकारण आज चव्हाणांचा विचार न करता चालते आहे. पण एकसंध महाराष्ट्र जोपर्यंत चव्हाणांच्या मागे उभा आहे तोपर्यंत सह्याद्री दिल्लीत सुरक्षित आहे आणि सह्याद्री दिल्लीत खडा आहे तोपर्यंत महाराष्ट्र त्याच्याशी इमान सोडणार नाही. म्हणून कसेही करून दिल्लीत असणे हे चव्हाणांच्या लेखी आज राजकारणाचे एकमेव सूत्र बनले आहे. ते कसोशीने ते टिकवीत आहेत.

आता इथले त्यांचे सुभेदार आपआपले सुभे कसोशीने शाबूत ठेवीत आहेत. त्या सर्व सुभेदारीत, बाळासाहेब आपण फार थोर आहात. परवाचा तुमचा षष्ट्यब्दिसमारंभ दणक्यात झाला. त्यात तुमचेही स्वतःचे गुण कारणीभूत आहेत. भाऊसाहेब खांडेकरांसारख्या भल्या माणसाला तुमची स्तुती करावीशी वाटते यातच मला सर्व पावले. तुमच्याबद्दल फेरविचार करायचा तर पुष्कळ गोष्टींचा फेरविचार करायला हवा. पापपुण्य-लाच-बक्षिशी-बाईबाजी या साऱ्यांचा पूर्वीचा अर्थ आता इतिहासजमा झाला. निष्क्रीय-पराभूत-आणि मूर्ख माणसे नीति-अनीतीचा बागुलबोवा करतात. बहुजनसमाजाचे प्रतिनिधित्व करावयाचे म्हणजे त्याच्या गुणांबरोबर दोषांचेही प्रतिनिधित्व करावयास नको काय? हा खरा समाजवादी सिद्धान्त होय. लोकांच्या लायकीनुसार त्यांना त्यांचे नेते मिळतात या सुप्रसिद्ध वचनाचा अर्थ समजावून घ्यावयास हवा, आणि म्हणून आजच्या जमान्यातील पुष्कळ शब्दांचा अर्थ आपण बदलला पाहिजे. पाप काय किंवा पुण्य काय, अगोदर त्यांचा बडेजाव कशासाठी? आणि करायचाच तर अखेरी त्या केवळ कल्पनाच नसतात काय! त्यात कालमानानुसार बदल व्हायचेच. स्वातंत्र्यसंपादनानंतर त्याग, सेवा, विनंती, अर्ज, सत्याग्रह, हृदयपरिवर्तन आदी शब्द नाही का आपण मोडीत टाकले? पुन्हा इंद्रियदमन-औदार्य-त्याग वगैरे भानगडीत नाक खुपसायचे.... तर मग स्वातंत्र्य आपण मिळवले तरी कशाला? पूज्य बाळासाहेब, आज राष्ट्राला गरज आहे ती या शब्दांना नवे रूप देण्याची, नव्या जमान्याला शोभेल असा समाजवादी प्रगमनशील अर्थ या शब्दांना देण्यासाठी आपण पुढे झाले पाहिजेल आहे.

आता तुम्ही तर दरिद्रीनारायणच आहात. तुमच्या स्वतःच्या खात्यावर एक पैसा नाही असे तुम्हीच परवा जाहीर केलेत. कुठल्याही थिएटरात-हॉटेलात-एजन्सीत तुमची भागीसुद्धा नाही. म्हातारपणी राजकारणातून निवृत्त झाल्यावर मग तुमचे कसे होणार? जरी तुम्हाला किरकोळ मानधन मिळाले तरी त्यात

तुमचे भागणार कसे? येणाऱ्या जाणाऱ्याला मदत करावी, त्याचे अश्रू पुसावेत ही तुम्हाला लागलेली सवय तुम्हाला म्हातारपणी भारी जड जाणार. आता लोक म्हणतात, तुमच्या मुलांच्या नावे खूप गडगंज संपत्ती आहे. पण त्याला तुम्ही तरी काय करणार? मुलांनी उद्योग करून पैसा मिळविला तर त्याला, अगदी मंत्री असला म्हणून बाप कसा अडवणार? शिवाय बापाचे ऋण फेडण्यासाठी मुलाला हे सारे करणे हे मुळी भागच आहे. लोक खरोखरी नतद्रष्ट आहेत.

काही लोक तर असे डँबीस आहेत की ते म्हणतात की मंत्री लोक पैसे खातात. मी म्हणतो की, खातात. पण पैसे खाऊन काम करतात की नाही? मग यात लबाडी कुठेय? हा तर शहाजोग व्यवहार झाला. योग्य त्या कष्टांचा मोबदला का मिळू नये? असा मोबदला घेणे ही खरे तर आजच्या काळाची गरज आहे. नव्यानव्या गरजा उत्पन्न होताहेत. लोकांजवळ खूप पैसा आहे. त्यांची पुष्कळ कामे अडून राहिलेली आहेत. अशा वेळेस कोणताही कार्यतत्पर मंत्री गप्प कसा बरे बसेल! या हरामखोर पैसेवाल्यांचे, लायसेन्सवाल्यांचे पैसे गरिबापर्यंत पोचवण्याचा हा नवा रस्ता स्वातंत्र्यप्राप्तीनंतर आपल्याला सापडला आणि आपल्या सामाजिक जीवनात क्रांती झाली. प्रिय बाळासाहेब, लाचलुचपतप्रतिबंधक कायदे सत्वर रद्द करून 'लाचलुचपत' या शब्दाऐवजी 'मेहरबानी' हा शब्द रूढ करून तमाम पुढाऱ्यांचे तुम्ही दुवे घ्यावेत. 'मेहरबानी' खाऊन काम किती दिवसांत करावे, दोन्ही पक्षांकडून मेहरबानी घ्यावी काय, मेहरबानी घेतलीच तर पक्षाच्या खाती किती हिस्सा जमा करावा, किती स्वतःकडे किंवा स्वतःच्या मुलांच्याकडे ठेवावा यासंबंधी एखादी श्वेतपत्रिका प्रसिद्ध करून सर्वांची प्रशंसा साधावी. माधवराव बागलांच्या सूचनेनुसार अंधश्रद्धा -देव-पूजा-अर्चा यांचा नायनाट करण्यासाठी उरलेले आयुष्य घालवण्याच्या फंदात न पडता तुम्ही गंजलेल्या शब्दांना नवे अर्थ देऊन समाजवादाची वाटचाल सोपी करावी, ही नम्र विनंती आहे.

जाता जाता कल्पना सुचली म्हणून लिहितो. कोणत्याही पुरुषाला, कर्तबगार पुरुषाला बदनाम करण्यासाठी लोक नाना तऱ्हेच्या वावड्या उठवतात. 'दारू आणि बाई' या दोन गोष्टी अशा आहेत की कोणीही उठावे आणि एखाद्याला बदनाम करावे. मी म्हणतो, खरे तर ही उठाठेव हवी कशाला लोकांना. ही मर्द पुरुषसिंहांची कामे. दारू पिऊन रस्त्यावर लोळत नाही आणि जोपर्यंत ती बाई बोंब मारून उठत नाही तोपर्यंत या लोकांना ओरडण्याचे कारणच काय म्हणतो मी. कुणाला एक भाकरी तर कुणाला चार भाकरी लागतात. हा केवळ गरजेचा

प्रश्न आहे. पण लोकांनी चारित्र्याचा मधुघट यातच बुडवून ठेवला आहे. तुमच्याबाबतीत या दोन्ही गोष्टींचा संबंध नाही म्हणा. पण मला हे समजत नाही की, आता या कल्पनेत नको का बदल करायला? एखाद्या नटीला चित्रपटाचा कर माफ करून हवा असतो, कुणाला हौसिंग बोर्डात ब्लॉक हवा असतो, तेव्हा अशा कोणी अडलेल्या बाया काही मागायला आल्या तर मी म्हणतो, लोकांचा यात संबंध काय? शिवाय चार घटकांची सोबत जन्मभर थोडीच सांभाळायची असते? बात केवढी क्षुल्लक अन् लोक मात्र त्याचा गाजावाजा फार करतात. खरे सांगू, मोठ्यांच्या व्यथा या लोकांना कळायच्या कशा? याबाबतीत बाळासाहेब, आपण लक्ष घालावे व बदललेल्या समाजाच्या नव्या भुका जाग्या होत आहेत, त्या पुऱ्या करणे हे कोणाचे काम आहे ते लोकांना समजावून द्यावे. मला वाटते, स्त्री-पुरुष संबंधाबाबत एवढा गहजब लोकांनी का करावा? मंत्री हा का माणूस नसतो? पुढारी हा का पुरुष नसतो?

बाळासाहेब, आपल्या वयाला साठ वर्षे झाली याबद्दल अभिनंदन, लोकादर, लोकप्रियता यात तुम्ही अग्रेसर आहात याबद्दल अभिनंदन. कोणाचेही - कोणतेही काम तुमच्याकडून होऊ शकते याबद्दल अभिनंदन. लोकांच्या सर्व गुणदोषांसकट तुम्ही त्यांचे खरेखुरे कनवाळू प्रतिनिधी आहात याबद्दल अभिनंदन. बहुजन समाजाच्या दृष्टीने एक बलदंड पुरुष, विचारवंताच्या दृष्टीने यथार्थ लोकप्रतिनिधी आणि सर्वच जनतेच्या दृष्टीने गुणावगुणाचे एक सामूहिक प्रतीक असे तुमचे व्यक्तिमत्त्व माझ्यासमोर उभे आहे. तुमच्यावाचून या महाराष्ट्र देशाला शोभा नाही. नव्या काळाची नवी गरज ओळखून समाजजीवन जगणारा, सेवाभावी, जागरूक, दरिद्री नारायण असा एक पुढारी म्हणून मी तुमच्यापुढे नम्र आहे.

आपला

ग. वा. बेहेरे

(२२ मार्च १९७०)

- ० - ० - ० -

२०.

मी... मराठी भाषेचा छिन्नविच्छिन्न पुढारी!

प्रिय पुणेकर,

माझं नाव विष्णु कृष्ण चिपळूणकर. लोक मला आता चांगलेच विसरलेले आहेत. माझ्या प्रेरणेने निघालेल्या न्यू इंग्लिश स्कूल, चित्रशाळा, किताबखाना, केसरी आदि सर्व संस्थासुद्धा मला विसरलेल्या दिसतात. माझी त्याबद्दल मुळीच तक्रार नाही. विसरू देत बिचारे मला. काही वेडे लोक मला मराठी भाषेचा शिवाजी म्हणत असत. शिवाजीची चलती आहे आणि मला मात्र फार वाईट दिवस आले आहेत.

एक काळ असा होता की हा महाराष्ट्र झोपला होता. इंग्रजांनी दुसऱ्या बाजीरावला नंगा करून गंगाकिनारी पाठवला आणि इकडच्या भटा-ब्राह्मणांना सरकारी नोकरीला जुंपले. गरीब बिचारी अडाणी जनता आपला क्षत्रियधर्म विसरून कृषिकर्मात मग्न झाली. आपल्या सेवेसाठी देऊ केलेल्या इंग्रजी भाषेच्या शिक्षणाने भटा-ब्राह्मणांपैकी पुष्कळांचे डोळे उघडले. इंग्रजी राज्य हे ईश्वरी वरदान आहे अशी समजूत करून घेणारे गोखले, रानडे, गांधी हे जसे या वाघिणीच्या दुधातूनच जन्माला आले तसेच स्वराज्य हा माझा जन्मसिद्ध हक्क आहे असे सांगणारे नरसिंह टिळक किंवा सावरकरही निर्माण झाले. इंग्रजी भाषेने साऱ्याच सुशिक्षित समाजाची क्षितिजे मोठी केली.

मी असा एक भाग्यवान की ज्याचे डोळे प्रथम उघडले. इंग्रज हे आपल्यापेक्षा श्रेष्ठ आहेत ते देशभक्तीत, सामाजिक चारित्र्यात आणि विज्ञानात हे मी ओळखले, आणि म्हणूनच आपल्या राष्ट्राची अस्मिता जागी करायला हवी असे ठरवून मी तो उद्योग केला. तसा

मी एकाकीच होतो. लोकहितवादींच्यावर मी कडकडून लिहिले, याचा अर्थ त्यांचे म्हणणे मला सर्वथा अमान्य होते असे नाही, लोकहितवादी हे एकजात इंग्रजांशी फितूर होते किंवा देशद्रोही होते असे तर मुळीच नाही. फक्त आपल्या पराभवाच्या कामी आपल्या उणीवा सांगून मनोभंग करण्यापेक्षा चेतनेचा मार्ग हा यथायोग्य आहे अशी माझी धारणा होती. आपल्या साहित्यिकांची, संस्कृतीची, धर्माची थोरवी सांगण्यासाठी मी ताठ मानेने उभा राहिलो. परकीय आक्रमणाविरुद्ध शिवाजी एकाकी उभा राहिला– तसाच मीही परकीय वैचारिक आक्रमणाविरुद्ध उभा राहिलो– एकाकी, आणि मराठी माणसाला हिंपुटी करणारी ही वैचारिक झापडे मी मोडूनतोडून टाकली. मराठी भाषा मराठी तलवारीसारखी धारदार आहे. शिवाजीप्रमाणेच देवी भवानी मलाही प्रसन्न होती. मी मराठी भाषेच्या वाराने सारे गारदी मारून टाकले आणि स्वाभिमानाची ज्योत उंच केली.

आणि माझ्या प्रेरणेने अन् माझ्या लेखनातून स्फूर्ती घेऊन टिळक-आगरकर यांसारखी ज्वलंत ज्योत पेटून उठली. या मराठी देशातल्या सर्व सामाजिक व राजकीय गोष्टींचे पुनरुत्थान झाले ते माझ्या निबंधमालेने. पुढची अनेक वर्षे सारी देशभक्त मंडळी धाव घेत ती माझ्या निबंधमालेकडे. मलासुद्धा वाटे, हे निद्रिस्त राष्ट्र जागे व्हायला हवे, आणि अवघ्या पाचपंचवीस वर्षांत बघता बघता हा सारा महाराष्ट्र देश खडबडून जागा झाला. भारतातला हाच भाग सर्वांत आधी पेटला. इथेच अनेक स्वातंत्र्ययुद्धे घडली. इथेच वासुदेव बळवंत निर्माण झाला. क्रांतिकारकांचा हा देश इंग्रजांचा कट्टर वैरी बनला.

आज आपला देश स्वतंत्र झाला आहे. तेथे स्वराज्य आहे–तेथे बहुजन समाजाचे राज्य आहे, हे पाहून माझा अंतरात्मा संतुष्ट आहे. स्वराज्य हे सुराज्य असतेच असे नाही. पण स्वराज्याची तहान सुराज्याने भागत नाही हेही खरे. त्यामुळे साऱ्या उणिवांसकट मी विष्णु कृष्ण चिपळूणकर, स्वराज्य संपादनाच्या युद्धातला एक बिनीचा सैनिक म्हणून नवस्वातंत्र्याचे स्वागत करतो, नवनेतृत्वाचे स्वागत करतो. हे अपरिहार्य आहे हे आम्ही तेव्हाच ओळखले होते. शिक्षणाचा प्रसार करण्यासाठी न्यू इंग्लिश स्कूल काढण्यात आले. डेक्कन एज्युकेशन सोसायटीच्या प्रेरणेतून महाराष्ट्रात शिक्षणाचे वारे शिरले. शिक्षणाने समतेचा प्रसार केला. शिक्षणाने समाजातले सर्व स्तर हलवून सोडले. लोकांचे राज्य येणार तेव्हा लोकनेत्यात बदल अपरिहार्य होते. उघड्या डोळ्यांनी तरीही आम्ही समतेचा, लोकशाहीचा, शिक्षणाचा प्रसार केला. आम्हाला घडले त्याबद्दल मुळीच खंत नाही. उलटपक्षी अज्ञ बहुजन समाजाला जागते करावयाला आम्हाला

विलंब लागला याबद्दल आम्ही हिंपुटी आहोत.

पण बहुजनसमाज मात्र आम्हाला विसरला. एक शिवाजी आणि त्यानंतर महात्मा फुले, जणू मधे या देशात काही घडलेच नाही. अटकेवर पुणेकर गेले ते खोटेच. दिल्ली पुण्याने जिंकली ती खोटीच. बंगालवर भोसले चालून गेले ते तरी खरे की नाही? मराठी राज्य भारतभर गर्जत होते. खूप खूप इतिहास मध्ये घडला. जसे शूर तसेच भेकड पेशवे राज्य करून गेले.

आणि त्या निद्रिस्त समाजाला जागे करणारी माझ्यासारखी माणसे तर कोठे अडगळीत पडली देव जाणे. इतिहास असा लपवून काय होणार? तुम्ही पुढे मोठा इतिहास घडवलात, त्याने मी भारून गेलो आहे. पण त्या सर्व मंदिराच्या पायात माझाही एक चिरा आहे. तो विसरण्याचे तुम्हाला कारण नाही.

महात्मा गांधींच्या हस्ते माझा एक छोटा, न दिसेल एवढा पुतळा पुण्यात माझ्या कर्मभूमीत पुण्याच्या भाजी मंडईत बसवला होता. कोणी तिकडे पाहतही नव्हते. माझ्या जन्म-मृत्यूचा दिवसही कोणाच्या ध्यानी नसतो. मी स्थापन केलेल्या संस्थासुद्धा मला विसरल्या, मग इतरेजनांचे काय? बहुजनसमाजाचे तर सोडूनच द्या. मी खाली मान घालून पुण्यातले बहकलेले नेतृत्व रोज पाहत होतो. कोणत्या देशासाठी आम्ही पेटून उठलो– कसल्या स्वराज्यासाठी आमच्यापैकी काहींनी देहदंड भोगले याचा विचार करीत.

एक दिवस माझे ते अस्तित्वही काहींना नकोसे झाले. माझ्या त्या पुतळ्याची शकले उडाली. मी कोण हेच कुणाला माहीत नाही, तेव्हा माझ्याबद्दल दुःखही व्यक्त करायचे कारण नाही. नवे पुतळे उभे करण्यासाठी जुन्यांनी जागा खाली करावी, असा तर माझा पुतळा फोडणाऱ्याचा हेतू नसेल?

पुतळा फुटू दे. माझा फुटतो तसा तो दुसऱ्याचाही फुटू शकतो. तसे हे काम सोपे आहे. पण अशा तऱ्हेने काय होणार? इतिहास पुसण्याचा हा मार्ग तसा धोकादायकच आहे. आज असा इतिहास लिहिला गेला. उद्या दुसरा लिहिला जाईल, हे माझा पुतळा फोडणाऱ्याच्या लक्षात आले नसावे.

यशवंतरावजी आता काका गाडगीळ व शंकरराव मोरे आदी नव्या देशभक्तांचे पुतळे उभारण्यासाठी पुण्यास धाव घेऊन येत आहेत.

फार छान–
आमचे जुने चौथरे आता रिकामे आहेत.
त्यांचीही सोय होईल
आणि

मी... मराठी भाषेचा छिन्नविच्छिन्न पुढारी! / १४१

आम्हालाही मुक्ती मिळेल.
जय महाराष्ट्र.

(४ मे १९६९)

- ० - ० - ० -

२१.

'गड सासवडा'ची एक स्फूर्तिदायक गोष्ट

माननीय, प्रिय शंकररावजी उरसळ, स. न. वि. वि.

गेल्या काही दिवसांत अनेक वृत्तपत्रांतून तुमच्याबाबत मजकूर येत आहे. तुम्ही म्हणे दारू पिऊन सासवड येथील एका करपे नामक शिक्षिकेला मध्यरात्री पंचायत कचेरीत घेऊन गेलात आणि तेथे अनैतिक व्यवहार केलेत. शीः! शीः! तुमच्यासारख्या सत्पुरुषाबद्दल अशा तऱ्हेचे प्रवाद उठवणाऱ्या वृत्तपत्रांबाबत मला केवढा संताप आलेला आहे म्हणून सांगू? पण काय करणार! नव्या ग्रामीण नेतृत्वाबद्दल आकस असणाऱ्या ह्या बुद्धिवादी, भटाळलेल्या वृत्तपत्रकारांना हल्ली काही उद्योगच राहिलेला नाही. 'भटाळलेला' हा शब्द मी मुद्दामच वापरलेला लक्षात यावा. कारण आपल्याआड येणाऱ्या सर्वांना जातीय ब्राह्मणी - गोडसे सांप्रदायी म्हणाले की काम भागते हा आपल्याला नित्याचा अनुभव आहे. तेव्हा या सर्व वृत्तपत्रकारांच्या सडक्या मेंदूतून असले गलिच्छ आरोप बाहेर पडले याचे मुख्य कारण विद्याधर गोखले, गोविंद तळवलकर, पु. रा. बेहेरे, श्री. खाडिलकर, आणि कै. आचार्य अत्रे हे मुंबईचे आणि जयंतराव टिळक, ना. भि. परुळेकर, श्री. भिशीकर हे पुण्याचे असे सारे संपादक हे ब्राह्मण आहेत, आणि आपल्याला बदनाम करून पेशवाई निर्माण करण्याचा यांचा मनसुबा आहे, अशी मला जबरदस्त शंका येते.

या सर्व वृत्तपत्रांतून तुमच्या तथाकथित व कपोलकल्पित (चेष्टेने कुणी कपोललज्जित म्हणतात) अशा कहाणीचा जो वेगाने प्रसार झाला त्याबद्दल आता केवळ जातीय, गोडसेवादी वगैरे म्हणून भागणार नाही. काहीतरी केले हे पाहिजेच. हा प्रचार थांबवण्यासाठी

तुम्ही काय काय केलेत?

मला माहीत आहे, अशा कोल्हेकुईने तुमचे स्वकर्तृत्वावर निर्माण केलेले स्थान मुळीच धोक्यात येणार नाही. उलटपक्षी ते हलवून बळकट केलेल्या खुंट्याप्रमाणे (!) मजबूतच होईल. असा आपल्या आयुष्यातला हा काय पहिलाच प्रसंग आहे की काय? म्हणजे अशा प्रसंगांतून तुम्ही पुष्कळवेळा तावून सुलाखून निघालेले आहात. पण वृत्तपत्रांतून बोंबाबोंब अशी ही प्रथमच झाली. पण आपण मुळीच चिंता करू नये. आपण काहीही केलेत तरी आपल्याला प्रेमाने पोटाशी घेणारे आपले मायबाप इथल्या आणि प्रांतिक काँग्रेस कचेरीत पुष्कळ आहेत. या नागरी, बुद्धिवादी समाजाचा आणि आपल्यासारख्या बहुजनसमाजाच्या पुढाऱ्याचा तसा म्हणाला, तर संबंध तरी काय आहे? त्यांची मते निवडणुकीत आपल्याला काही मिळायची नाहीत. मग आपण त्यांची पर्वा तरी कशाला करायची?

ते एक तर राहोच. पण असे खरोखरीच तुम्ही केलेत तरी काय? आता दारू पिणे हा एक एवढा मोठा गुन्हा थोडाच आहे. दारूबंदीचे धोरणही सरकारने शिथिल केले आहे. यापूर्वी हातभट्टीचा धंदा करणारे काँग्रेसवाले आता गुत्यांचे परवाने काढून राजरोज धंदा करू लागले आहेत. म्हणजे दारूबद्दल एवढा गवगवा करावा अशी परिस्थितीच राहिलेली नाही. पुष्कळ मंत्री, सभापती, काँग्रेस वृत्तपत्रांचे संपादक सुखेनैव मद्यपान करू लागले आहेत. ती काळाची गरज आहे. देशात जी दारू होते ती 'स्वदेशी मालाचा' प्रसार या धोरणासाठी, आपणच नको काय बरे संपवायला. नचपेक्षा येथे उद्योगाची वाढ तरी व्हावी कशी? सहकारी कारखान्यांना दारूकारखाने काढण्याची परवानगी देण्यामागेही हाच उद्देश आहे. पुढेमागे तेथे साखर न काढता केवळ दारूच काढता यावी, अशीही सोय नव्या यंत्रसामुग्रीच्या खरेदीच्या वेळी ध्यानात घ्यावी अशा सूचना सहकार खात्याने दिल्या आहेत.

दारू ही आता तशी एक राष्ट्राची व आपल्या सर्वांची गरजच आहे. बरे, दारू घेतली की आपोआपच अनेक इंद्रिये उत्तेजित होतात. आपला त्याला काहीच इलाज नसतो आणि इंद्रियांची भूक अपुरी तरी का ठेवावी! एकतर आपण बापूजी किंवा विनोबा नाही आणि शिवाय तशी संयमाची आवश्यकता तरी काय म्हणतो मी. का मन मारायचे? दारू तरी त्या देवानेच निर्माण केली आहे ना? मग तिला तरी का वगळायचे. अर्थात दारू घ्यायची म्हणजे बरोबर अन्य सोयही हवीच की! पुन्हा त्यावेळी तुम्ही पुण्यात नव्हता. म्हणजे एरवी जी गोष्ट पुण्यात मुळीच अवघड नाही, ती तुम्ही सासवडला असल्यामुळे किती

अडचणीची होऊन बसली पहा. अशा अवस्थेत ती सोय करण्यासाठी तुम्हाला स्वत: करपेबाईच्या घरी जावे लागावे, हे किती अन्यायाचे आहे, ही गोष्ट हे वृत्तपत्रकार लक्षात घेत नाहीत. तरी पण तुम्ही मन मोठे केलेत. आला प्रसंग निभावून नेण्यासाठी स्वत: तिथे गेलात. मग बाईही आल्या, व्हायचे ते होऊन गेले. खरे म्हणजे या टीकाकारांचे यात असे काय वाकडे झाले? क्षुद्र, मत्सरी लेकाचे. तसा यांपैकी कोणी पत्रकार तुमच्याकडे येता तर तुम्ही त्यालाही संतुष्ट केले नसते का? पण नाही. स्वत: बेचव आयुष्य जगायचे आणि तुमच्यासारख्या रसिक माणसाचे पाय ओढायचे, तुम्ही काय डरता की काय? मुळीच नाही. आता तथाकथित करपेबाई आणि तुम्ही यांचा हा खाजगी व्यवहार, तोही खुशीचा. बरे ही करपेबाई काय मोठी सती सावित्री होती की काय? बाई तर चालूच होती म्हणतात आणि नसली चालू, तर चालू केली म्हणून कोठे बिघडले. कोणीतरी चालू केलीच पाहिजे की नाही? तुम्ही हे काम केले नसतेत, तर दुसऱ्या कोणीतरी हे केलेच असते. मग मी म्हणतो पुढाकार घेऊन तुम्हीच केलेत हेच ठीक झाले. अबलांचा उद्धार करणे, उन्नतीचा मार्ग दाखवणे व व्यवसायास लावणे हे तर पुढाऱ्याचे काम आहे, आणि म्हणून क्षुद्र टीकाकरांनी तुमच्या पवित्र कार्याची अवहेलना केली असली, तरी तुम्ही कामात मुळीच हयगय करू नये. सासवडनंतर खेड, मंचर, नारायणगाव, घोडेगाव अशा अनेक गावांत कितीतरी शिक्षिका बिचाऱ्या झुरत असतील. तुमच्या वाटेकडे डोळे लावून वाट बघत असतील. तुम्ही तिथे जाऊन त्यांचे 'सासवड' करावेत अशी त्यांची इच्छाही असेल. मला वाटते, जनतासंपर्क साधण्याची तुमची हातोटी आणि इच्छा जगजाहीर असल्यामुळे प्रश्न आहे तो सवड मिळण्याचा.

प्रिय शंकररावजी, माझ्या लेखी आपले परवाचे धीरोदत्त वर्तन कौतुकास्पद आहे. सर्वांनी एवढी कोल्हेकुई केली, पण तुम्ही गडबडला नाहीत. उलट करपेबाईचे पत्र तुम्ही हजर करून आपण सासवडला गेलोच नव्हतो, गेलो असलो तर करपेबाईकडे गेलो नव्हतो आणि गेलो असलो तर दारू पिऊन गेलो नव्हतो आणि दारू प्यायलोच असलो तर पुढे काय घडले त्याबद्दल जबाबदार नव्हतो– अशा स्वरूपाचे एक गोंधळात टाकणारे पत्र प्रसिद्ध करून भल्याभल्यांची फजिती केलीत. आता करपेबाई तर म्हणतात की त्या रमणीय रात्री त्या मुळी घराबाहेरच पडल्या नाहीत. मग या आरोपांना अर्थ काय? बरे इतक्या पतिव्रता, सत्यवचनी आणि शुभलक्षणी बाईंच्या शब्दांवर विश्वास तरी का न ठेवावा?

या वृत्तपत्रकारांची एक नेहमीची युक्ती आहे. गांधी - विनोबा यांची साधी

राहणी, चारित्र्य वगैरेंचा सारखा उल्लेख करून ते आपल्यासारख्या थोर पुरुषावर अकारण अन्याय करतात. कोण हो हे गांधी, आणि विनोबा? आणि नेमका यांचा व्यवसाय काय? तुमच्यासारख्या माणसाबरोबर उल्लेख करावा असे हे पुरुष आम्हाला माहीत नसावेत म्हणजे आश्चर्य आहे. गांधींचे ठीक आहे. ते खजूर खायचे. गाईचे दूध प्यायचे आणि त्याचा सारा खर्च अनुयायी चालवायचे, आणि त्यांचे साधेपणसुद्धा सर्व मौजमजा करून झाल्यावरच आलेले, आणि एवढे सारे करून त्यांचे अखेर काय बरे झाले! तेव्हा त्यांच्या नावाची भीती घालून तुम्हाला अडवणाऱ्यांना महात्माजींच्या तत्त्वज्ञानाचा अर्थच कळला नाही. गांधींचे पुष्कळ अनुयायी मद्यपी होते. मांसाहारी तर बहुतेक होते, पण तरी त्यांची अहिंसा त्यांना मान्य होती. तुम्ही जे आयुष्य जगता तसे जगून गांधींचे साधेपण आणि संयम मान्य करायला आपलं तरी काय जातंय. एक बरे आहे. गांधीयुगानंतर चारित्र्य, नीती, संयम हे अनुयायांसाठी असतात हे नक्की ठरले आहे हे बरे झाले.

म्हणून म्हणतो शंकररावजी, तुम्ही या वृत्तपत्रांकडे दुर्लक्ष करावे, नवा विषय मिळाला की ही कुत्री तिकडे भुंकू लागतील आणि आपोआपच 'गड सासवडाकडे' दुर्लक्ष होईल. त्यामुळे तुमचे चालू आहे तसेच चालू राहील.

आता एवढेच सांगा, पुढच्या खेपेला तुमचा मुक्काम कुठंय. तुमच्याबरोबर आम्ही येऊ म्हणतो. थोडा बंदोबस्त जास्त करा म्हणजे झाले. ते तुम्हाला मुळीच कठीण नाही. पण लवकर बेत होऊ द्या. स्वातंत्र्यदिन आपण जरा निराळ्याच तऱ्हेने साजरा करू या.

तुमचा,
गोमा गणेश.

(६ जुलै १९६९)

-०-०-०-

२२.

अमेरिकन गव्हाची गलबते फोडून टाका

काही चौकशी करण्याकरता मी परवा 'माणूस' कचेरीत गेलो. गेलो म्हणण्यात काही अर्थ नाही, जाणार होतो. कारण मी तेथपर्यंत मुळी पोहोचूच शकलो नाही. कारण सर्व बाजूंचे रस्ते बंद होते. बंद अशासाठी होते की त्या रस्त्यावर जिकडे तिकडे टेरिलीनचे कपडे, मिल्क पावडरचे डबे, सौंदर्यप्रसाधनाची साधने, संतती प्रतिबंधक साधने, गहू, मिलो, अमेरिकन फिल्म्स - आकाशाला भिडतील एवढ्या राशीने पडलेले होते. हा प्रकार काय आहे हेच मला उमजेना. ट्रान्झिस्टर्स, मिलिंग मशीन्स, कापूस... विविध यंत्रे, न्यूजप्रिंट... अशी जवळपास एकही वस्तू नव्हती की त्या ढिगाऱ्यात नव्हती. प्रत्येकावर चिट्ठी (Made in U. S. A.) (अमेरिकन निर्मिती)

मग शेवटी फोनचे संधान बांधले.

"माजगावकर आहेत का?"

"माजगावकर कोण?" असा उलट प्रश्न आला.

मी चकित झालो.

माणूसच्या कार्यालयाऐवजी जवाहर हॉटेलचा किंवा किर्लोस्कर मासिकाचा तर फोन मी फिरवला नाही या कल्पनेने मी नम्रपणे विचारले.

"ही माणूस कचेरीच ना?"

"होय."

"माजगावकर आहेत का?"

"हे माजगावकर कोण?"

"संपादक."

"नाही, माजगावकर वगैरे इथे कोणी नाही."

'माणूस' चे संपादक माजगावकर कोण असा प्रश्न करण्याची धिटाई माणूसच्या कचेरीत पाहून मी चक्रावलो.

फोनवर पुन्हा ऐकू आलं "हां! इथं अधूनमधून एक चष्मेवाला उंच माणूस येतो. तोच बहुश: माजगावकर असावा."

"येस, करेक्ट."

"पण त्या माणसाचं इथं निश्चित काय काम असतं हे मला ठाऊक नाही. मी येथे येऊन वर्षभर झाले. मी त्यांना पाचसहा वेळा पाहिलंय. ते माणूसबद्दल फारसं कधी बोलताना ऐकलं नाही. पण शिवचरित्र, बाबा पुरंदरे, प्रतिष्ठान, यूथ फेडरेशन, पदयात्रा, चल्ला, मार्ग.... असे काहीसे बोलतात."

"यस, तेच-तेच माजगावकर, तेच मला हवे आहेत."

"कम्माल करता राव, तुम्ही म्हणालात की इंदिराजी हव्या आहेत तर आम्ही एकदोन दिवसात विमानातून दिल्लीहून त्यांना आणवू शकू. पण माजगावकर..;. त्यांचं नाव काढू नका. आता तीन महिने ते इथं नाहीत."

"तीन महिने?"

"हो तीन महिने. म्हणजे काय झालंय त्यांचा तूर्त मुक्काम कैलासावर आहे."

"काय गांजा वगैरे ओढला आहात काय? कैलासावर म्हणजे कैलास पर्वतावर - हिमालयात..."

"चूक. कैलास म्हणजे वेरूळ येथील कैलास लेणे."

"तिथे कशाला गेले आहेत ते?"

"अमेरिकन सरकारविरुद्ध आपण धान्य घेतो त्याविरुद्ध त्यांना आवाज उठवायचाय."

"मग कैलास कशाला? पुणे, लोणावळे, पनवेल ही गावं काय वाईट, आम्ही काय अमेरिकन गहू खात नाही?"

"कैलासची मजा त्यात नाही म्हणून. अमेरिकेची जिरवायला चांगले बॅकग्राऊंड नाही पुण्यात. जेव्हा फोटो निघतील तेव्हा काय बुधवार चौक किंवा कुंटे चौकाची पार्श्वभूमी दाखवायची-वेरूळची चित्रकला केवढी थोर आहे."

"पण अमेरिकन गव्हाचा तिथे संबंध-"

"ते विनोबांना विचारा."

"विनोबांना का?"

"ज्यावर पुन्हा प्रश्न नाही अशी उत्तरे पूर्वी फक्त गांधी देत–आता विनोबा देतात."

"बरे, ते जाऊ दे. मला माजगावकरांना भेटायचं, ते कसे ते सांगा."

"चला."

"चललो."

"तसे नाही. कैलासहून–सिंधूसागरापर्यंत आहे मार्ग–माजगावकरांचा."

"मग ऑफिसमध्ये भेटणार नाही म्हणता तर."

"कधीच नाही–आज नाही–उद्या नाही–चला वेरूळ."

मी वेरूळला अजून निघालो नाही. कदाचित जाईन. मला माजगावकरांच्यात असणारा प्रामाणिकपणा जाणवतो आहे. एक चमचा विनोबा, एक चमचा गांधी, पाव चमचा लेनिन, दोन चमचे सावरकर, (थोडा विक्रमादित्य- वगैरे) असे प्रिस्क्रिप्शन करून परमेश्वराने माजगावकरांना केले.

त्यांच्या वृत्तपत्राचे राजकीय धोरण काय हा आम्हा त्यांच्या सर्व मित्रांना प्रश्न पडतो. पण त्यावाचून माजगावकरांचे चालले आहे, मग आपण तरी कशाला तकलीफ करा. त्यांच्यात काहीतरी सल आहे. निव्वळ प्रचार–चर्चा–लेखणी यावर त्यांचा विश्वास नाही. ते पुष्कळसे भ्रमचित झाले आहेत. मागे त्यांनी माणूस प्रतिष्ठान काढले. मार्ग धरला तो चुकीचा निघाला. कारण त्याला शास्त्राची जोड नव्हती. आताही नेमके तेच आहे. त्यांना काहीतरी करावयाचे आहे. परकीय मदतीचा ओघ स्वतंत्र राष्ट्रांना शरमिंदा करतो हे सत्य आहे. पण अशा चळवळीची अखेर कशात होईल? अमेरिका तुमच्या दारी आली नसून, आपण भीकमागे त्यांच्या दरवाजापुढे झोळी पसरत आहोत. म्हणजे राज्यकर्ते बदलले पाहिजेत, याच सत्याशी आपण येऊन पोहोचतो. राज्यकर्ते बदलले पाहिजेत एकतर तलवारीने किंवा मतपेटीने. मतपेटी ही आता विकत घेण्याची बाब आहे. म्हणजे अमेरिकन मदत घेऊन काँग्रेसचा पराभव करायचा आणि मग अमेरिकन दात्यांशी युद्ध करायचे असा सुरेख मामला जमेल.

अमेरिकन गहू नाकारणे (तेही तो खातखात) फार सोपे आहे. पण अमेरिकन विमाने, यंत्रे, लष्करी साहित्य नाकारणे म्हणजे पर्यायाने चीन-पाकिस्तानला 'आत या' म्हणणे आहे. आज चीन गप्प आहे तो केवळ अमेरिकेच्या लष्कराला भिऊन, आपल्या आरोळ्यांना नव्हे. नचपेक्षा कितीही शूर असले तरी भारतीय लष्कर चीनचा बंदोबस्त करणार कसा? चाकू सुऱ्यांनी की विळ्या कोयत्यांनी! अणुबॉम्ब न करणाऱ्या राष्ट्राला अणुबॉम्ब करणाऱ्या राष्ट्राशी मुकाबला करताना

काय गांधींचा पंचा उपयोगी पडणार आहे?

अमेरिकन नव्हे तर सर्वच परराष्ट्रांची मदत नाकारली पाहिजे. कैलास ते सिंधुसागर ही चळवळ अँटी–अमेरिकन होता नये तर 'अँटी फॉरेन एड' (परराष्ट्र मदतविरोधी) व्हायला हवी. त्या चळवळीपासून डांगे - फर्नांडिस दूर ठेवायला हवेत. नचपेक्षा ही चळवळ अखेर लालभाईंची मिरवणूक व्हायची. (होणारही आहे. फर्नांडिस निघालेच आहेत. पाठोपाठ डांगे येतील.)

बंद व्हावयास हवे ते परराष्ट्रावर भिस्त असणारे परराष्ट्रीय धोरण. पण इंदिराजींचा पिता घालून देत असणारे धोरण चालविण्याचा वारसा शास्त्रींनी घेतला आणि पुढे इंदिराजींनी तेच धोरण धरले आहे. चुकले तर पंडितजी, आणि जिंकली तर अलाहाबादची मलिका.

तरीपण तुमचा मार्ग चालू दे माजगावकर. आमची तुम्हाला सक्रीय सहानुभूती आहे. तुमचे पाय मागे ओढण्यापेक्षा तुमच्याबरोबर असणे निदान सोयीचे आहे. उद्या तुमच्या संचालनात फर्नांडिस - डांगे येऊन पुढे झाले तर त्यांना मागे नको का खेचायला–

आम्ही आहोत– तुम्ही चला–

(२८ जानेवारी १९६८)

-०-०-०-

२३.

हे सिंधुसरिते, मला तुझी आठवण येते...!

हे सिंधुसरिते, आता तू कोठे आहेस– तुझी मला आज आठवण झाली. मी राष्ट्रगीत म्हणू लागलो आणि तू समोर दिसलीस. माझ्यावर कधी स्वत:च राष्ट्रगीत गायचा प्रसंग आला नव्हता.

आणि आला होता तेव्हा राष्ट्रगीत 'वंदे मातरम्' होते.

बिच्चारे राष्ट्रगीत - वंदेमातरम्.

ज्या राष्ट्रगीतात अनेक देशभक्तांचे नि:श्वास अडकले होते– ज्या गीतात पदोपदी देशावर प्रेम करणाऱ्या अनेक वेड्यांचे अश्रू आणि किंकाळ्या लोंबकळत होत्या, आणि केवळ वंदेमातरम्च्या उच्चारासाठी ज्यांनी आपले प्राण पणाला लावले असे ते इतिहाससंपन्न आणि भावसंपन्न गीत होते. अजूनही मंद लयीत ते गीत कुणी म्हणू लागले की अंगावर रोमांच उठतात. मीही आपल्या परीने त्या गीताची सेवा केली आहे. ४२ च्या चळवळीत पायावर गोळी झेलताना मीही नकळत ओरडलो, 'वंदेमातरम्!' माझा पाय जसा कायमचा अधू झाला तसेच ते गीतही अधू झाले. राष्ट्रगीत म्हणून त्याचा पहिला मान गेला. लेखणीच्या एका फटक्यासरशी 'जनगणमन अधिनायक' या गीताची राष्ट्रगीतपदी स्थापना झाली. मात्र वंदेमातरम् हे गीत लोकांनी डोक्यावर केव्हा घेतले हे कळणे कठीण आहे. एकदा आपल्या श्रद्धा बसल्या– आपण आपले रक्त एकदा का देऊ केले की मग ती वस्तू चर्चेची राहात नाही. आपले आईबाप, आपली भूमी, आपली दैवते, आपला धर्म या गोष्टी मी मी म्हणणाऱ्या साम्यवाद्यांना–आंतरराष्ट्रीयवाद्यांना– उदारमतवाद्यांनासुद्धा वेळ आली म्हणजे चर्चेपलीकडच्या वाटतात. आपल्या श्रद्धास्थानात राष्ट्रध्वज,

राष्ट्रगीत हेही असतात.

वंदेमातरम् या शब्दात नमस्कार आहे तो जननीला–स्वत:च्या अन् सर्वांच्या. त्या शब्दात एक मंत्रसामर्थ्य आहे. शब्दात हिप्नॉटिक इफेक्ट आहे. अजूनही या गीताने शृंगार–व्यवहार–क्रीडा आदी सर्व आनंदांना छेद जातो आणि एकदम आपल्याला अनामिक सामर्थ्याचे आवाहन मिळते. उभे राहा–आदर दाखवा अशी फर्माने काढण्याची अजून तरी त्या गीतावर पाळी आलेली मी पाहिली नाही.

'जनगणमन' हे आता राजमान्य गीत आहे. आम्ही त्यापुढेही नम्र आहोत. नम्र राहू. अखेर संसदेने सांगितले की आम्हाला ते मानले पाहिजे. पुढच्या पिढीला वंदेमातरम्चे मंत्रसिद्ध सामर्थ्य तेवढे जाणवणार नाहीही. पण आदर आणि प्रीती या गोष्टी भिन्न असतात. दोनही गीते संस्कृत शब्दांनी बहरलेली आहेत. पण एक गीत हृदयात आहे, दुसरे मस्तकात. वंदेमातरम् हे खरे म्हणजे गीत नव्हेच. तो एक फाशी गेलेल्या, देशहितार्थ खर्ची पडलेल्या अनेकांसाठी सोडलेला एक आर्त सुस्कारा आहे.

आहेत, जनगणमन आणि वंदेमातरम् ही दोनही राष्ट्रगीतेच आहेत. आदरणीय आहेत. मूल होत नाही म्हणजे राजा दुसरी राणी करतो. दोन्हीही राण्याच असतात. एक उपयुक्त–म्हणून सदैव आवडती. बँडवर वाजवता येत नाही म्हणून म्हणे वंदेमातरम्ऐवजी जनगणमन हे गीत स्वीकारावे लागले. असेल, तसेही असेल. अमावास्येला राज्यग्रहण नको म्हणून रात्री १२ वाजता नाही का भारताने स्वातंत्र्य स्वीकारले? शहाणे आणि वेडे अशा गोड गोंधळात आपल्याला रस्ता काढायचाय. तेव्हा हे असं घडायचंच.

हे सिंधूसरिते–राष्ट्रगीत म्हणताना मला तुझी आठवण का झाली ते सांगायचे राहूनच गेले. तुझी मला आठवण झाली कारण आपल्या नव्या राष्ट्रगीतात म्हणजे 'जनगणमन अधिनायक' तुझे नाव ओठातून आले. वास्तविक पूर्वी तुझे नाव तिथे नव्हते. 'पंजाब, सिंध, गुजरात, मराठा' ओळीत कुणी एका शहाण्याने 'सिंधू' असा शब्द घुसडला असावा. सारी प्रांतांची नावे असताना सिंधू हे तुझेच नदीचे नाव तिथे का बरे यावे!

तू हुरळली असशील हे पाहून. तुला वाटले असेल की, तुझा मान मोठा– तू वयानेही ज्येष्ठ, म्हणून तुझा उल्लेख या गीतात असेल. पण वेडे सिंधू, तुझे नाव आलंय ते केवळ पळवाट म्हणून. ते आमच्या नालायकीतून आलंय तिथे. मुळची ओळ आहे, 'पंजाब, सिंध, गुजरात, मराठा' पण आपण सिंध तर विकून टाकला. अजून सिंधचे नाव राष्ट्रगीतात राहिले तर मग आपले

पवित्र (पाक) शेजारी काय म्हणतील असा प्रश्न पडला. मग हे नाव काढून टाकायचं ठरलं. पण मग तिथे ठेवा काय? शहाण्या राज्यकर्त्यांनी कुणाच्या लक्षात हा आपला भेकडपणा येऊ नये म्हणून रवींद्रनाथांच्या परवानगीशिवाय त्यांच्या गीतात सिंध ऐवजी सिंधू घुसडून शब्दाला शब्द जुळवून घेतले. राष्ट्रगीत म्हणून नाणे चालू झाले. विचारतो कोण त्या दाढीवाल्या कवीला?

पण सिंधू, तू एकूण दुर्दैवी नदी आहेस एवढे खरे. तुझे सारे देणे आम्ही विसरलो. तुझ्या ठायी स्फुरलेले वेदमंत्र विसरलो. अलीकडे आम्ही शांततेचे मंत्र म्हणतो, निधर्मी मंत्र म्हणतो, वास्तविक सिंधूसरिते, तुझ्या ठायी आम्ही पाहिली आर्यधर्माची ध्वजा आणि आता उरली आहे सर्वभक्षक–सर्वसमावेशक धांदोटी.

सिंधू, तू सारे काही सोसलेस. सारे प्रहार तुला सोसावे लागले. पहिले आघात तुझ्यावर पडले. अनेकदा आर्यांच्या रक्ताने तू माखून गेलीस. तू केलेले सर्व उपकार, सारे रक्त, त्याग नालायक वैश्यांनी दिल्लीच्या सिंहासनाच्या अभिलाषेने ठोक भावाने विकून टाकले.

अगदी परवा परवा 'इस्रायल' ने काय केले! इस्रायलची जॉर्डन नदी, सिंधू, तुझ्यासारखीच दुर्दैवी नदी. दोन हजार वर्षांत तिची अन् तिच्या मायलेकरांची ताटातूट झाली होती. पण तिची लेकरे हट्टी होती. जिद्दी होती. सारी संपत्ती समृद्धी देऊ केली तरी ती ठोकरून त्यांनी वाळवंटी रेताडातून वाहणाऱ्या तुझ्या प्रवाहापाशी सर्वस्व वाहिले. सिंधू, जी तुझ्या पासंगाला लागणार नाही अशी ती चिरटोळी नदी जॉर्डन, हिंदूंच्या मानाने इवलीशी इस्रायली जमात, पण दोघेही कृतकृत्य झाले. केवळ स्वाभिमानामुळे– केवळ पेटलेल्या रक्तामुळे.

आज ना उद्या तुझे पुत्र तुझ्या मुक्ततेसाठी येतील अशी तुला आशा असेल तर ती व्यर्थ होय. बापूजींना तर ही कल्पना असह्य झाली असती. नेहरूंच्या शांततामय सहजीवनात हे बसणारे नाही... काँग्रेसला इस्लामी चंद्राची अवहेलना कशी रुचावी! कम्युनिस्टांना - समाजवाद्यांना गेलेले परत मिळवणे यात प्रतिगामित्व दिसते.

म्हणून म्हणतो सिंधूसरिते, तू रडतच राहा. तुझे अश्रू तसेच ओघळत राहू देत. राष्ट्रगीतात तुझा उल्लेख झाला म्हणून फुशारू नकोस. राष्ट्रगीताचा अन्वयार्थ समजून तुझ्या मुक्ततेचा कोणी यत्न करील, या तुझ्या भ्रमाला काय म्हणावे! अगं अजून काश्मीरवर आमचा कब्जा आहे म्हणून तुझी नावनिशाणी तरी शिल्लक आहे. नचपेक्षा सिंधू हा शब्दसुद्धा उरला नसता.

हे सिंधू! तू निपुत्रिक आहेस, का तुझ्या पोटी डुकराची अवलाद वाढली?

हे सिंधुसरिते, मला तुझी आठवण येते...! / १५३

तू म्हणे केव्हातरी हिंदूंच्या संस्कृतीची खूण होतीस! पण या अहिंसक राज्यात संस्कृती म्हणजे जंगली आदिवासींची केलेली निरर्थक अर्धनग्न नृत्ये असतात हे तुला माहीत नाही का? या आमच्या खोट्या जगात नद्या - पहाड - नगरे ही केवळ स्थावरे. इतिहास हा नव्याने लिहिला पाहिजे ही इथली आरोळी. शिवाजी हा वाट चुकलेला देशभक्त हे यांचे निष्कर्ष. म्हणून म्हणतो हे सिंधूसरिते, तू वृथा शोकाकुल होऊ नकोस. तू एकदा निर्माण केलेली पुरातन संस्कृती आता केवळ उत्खननाचा विषय झाली आहे.

राष्ट्रगीत म्हणतेवेळी समरसरिते, सिंधू, तू साक्षात उभी राहिलीस. 'सिंध' ची सिंधू झालेली मला काल प्रथमच कळले. पण तुझे अश्रू पुसण्याचे सामर्थ्य या षंढ राजवटीतील माझ्यासारख्या नागरिकाला राहिलेले नाही. राष्ट्रगीत म्हणताना तुझी आठवण येईल अन् मन चरकेल. आपण हळूहळू गमावत सुटलो आहोत. गांधार गमावला. सिंध–पंजाब गमावले, काश्मीर... (परमेश्वर जाणे ते अर्धे काश्मीर तरी अजून शाबूत आहे की नाही!) नेहरूंच्या मताप्रमाणे गवत न उगवणारी १६००० चौरस मैल जमीन गमावली. नागालँड वाटल्यास आपला म्हणावा. पण तो नावापुरता आपला आहे. लडाख, नेपाळ - भूतान ही आपल्या पंखाखालची राज्ये आता दुसऱ्यांच्या मदतीने आपल्या पदराबाहेर डोकावून आपला पाणउतारा करण्याच्या स्थितीत आहेत. बंगाल मुळात अर्धा गेला, आता कम्युनिस्टांनी उरलेला घ्यायचा मानस दर्शविला आहे. कच्छच्या रणाचा वाद अजून संपलेला नाही. केरळमध्ये चीनच्या मैत्रीसाठी हपापलेल्या कम्युनिस्टांनी काळजीपूर्वक देशद्रोहाचे पीक लावले आहे, त्याचीही फळे येतील, कोरिया - व्हिएतनामची तिथेही आवृत्ती निघेल.

असा हा आमचा सुरेख जमाखर्च असताना आणि आमच्या बोडक्यावर पाचसात कोटी अर्धशिक्षित, असंस्कृत जातीय मुसलमान असताना आम्ही तुझी सुटका कशी करणार, केव्हा करणार हे एक परमेश्वरच जाणे.

अल्लाच्या राज्यात तू राहतेस, तेव्हा अल्लाच तुला सुखी ठेवो.

(३१ डिसेंबर १९६७)

- ० - ० - ० -

२४.

अरे, आमचे कौतुक करा - हार आणा

परवा माझ्या डोळ्यांत आनंदाचे अश्रू आले.

प्रसंग तसा नवीन नव्हता.

असे प्रसंग अलीकडे वारंवार येत आहेत.

राष्ट्रपिता महात्मा गांधी, त्यांचे सत्‌शिष्य पंडितजी, पंडितजींचे वारसदार लालबहादूर आणि सुलताना इंदिरा या साऱ्या श्रेष्ठ पुरुषांच्या परंपरेत भारतीय संस्कृती, भगवान बुद्धाचे तत्त्वज्ञान, शांततायुक्त सहजीवन आणि अहिंसा यांचे पालन चांगले होत आलेले आहे हे मला चांगले उमगले. मूर्ख लोकांच्या नादी लागून लालबहादूर शास्त्री यांनी मध्यंतरी आपले शेजारी जे यवनबंधू त्यांच्यावर हकनाक शस्त्रे उगारून आपले हसे करून घेतले. वास्तविक एवढा पैसा, एवढी जीवहत्या करून त्यांनी मिळविले काय? ताश्कंद करार. तो त्यांना युद्ध न करताच नसता का मिळवता आला. युद्धखोर, आक्रमक, असहिष्णु व बळाचा वापर करणाऱ्या राष्ट्रांचा निषेध करण्यातच मानवजातीची सेवा होत असते. माणूस यानेच प्रगत पावतो. ते सोडून त्या खुज्या माणसाने अगदी खुळेपणाने लष्करी हालचाली केल्या. पण जाऊ दे. झाले ते होऊन गेले. ते अवसान थोडक्यात ओसरले म्हणून ठीक. नचपेक्षा महात्माजींना काय वाटेल, पपांना काय वाटेल या चिंतेत इंदिराजींसकट सारे भारतवासीय पडले होते. देवाला काळजी म्हणून त्याने कोसिजनमार्फत भारतीय परंपरेला गालबोट लावू दिले नाही.

असो. सांगायचे राहूनच गेले.

परवा आंतरराष्ट्रीय लवादाने कच्छच्या वादाबाबत लवादनिवाडा

दिला. वाद म्हटला म्हणजे देवाणघेवाण आलीच. सगळेच आपल्यासारखे कसे होणार. माणसाने आपले मन मोठे केले पाहिजे. विचार व विवेक हे आपले खरे बळ असायला हवे. त्याऐवजी उठल्या-सुटल्या आडदांडपणे वागून आपले हसे का करावे? कच्छबद्दलचे भांडण आपण कसे छानपणे लवादाच्या बरणीत ठेवले. एवढ्या लवकर लवादनिवाडा द्यायची काही घाई होती का लवादांना? पण हे बेटे गाढवच. आमच्या भारतीय परंपरेत हा अचपळपणा मुळीच बसत नाही. एवढ्या तडकाफडकी न्याय घ्यायला या लवादांना दुसरा उद्योग नव्हता की काय?

भारतीय संस्कृतीचा जयजयकार असो.

भारताची बाजू नेहमीच न्याय्य असते हे आता जगाने मान्य केलेले आहे. त्यामुळे कोणत्याही लवादात भारतातीच बाजू खरी मानली जाते. कच्छ वादात पाकिस्तानचे तीन हजार चौरस मैलांचे मागणे लाथेने उडवून अवघ्या तीनशे चौरस मैल भूमीवर त्यांचे थोबाड लवादांनी बंद केले. कोणीही शहाणा माणूस या लवाद निवाड्यावर खूश होईल. पाकिस्तानची जिरवली म्हणून आनंदित होईल. सुलताना इंदिरा तर खूश झाल्याच आहेत. राजाजी यांनीही खुशीच्या टाळ्या पिटल्या आहेत. जयप्रकाशजी गळ्यात ढोलके अडकवून तर नाचत सुटले आहेत. ही हसण्याची वेळ आहे. हा आनंदोत्सवाचा समय. अशा वेळी नाराजी बरी नव्हे हे या मधु लिमयांना, वाजपेयींना, कुणीतरी सांगायला नको का? आपण सत्तावीसशे चौरस मैल जमीन मिळवली, वाचवली म्हणजे मिळवलीच नाही का? मग यानिमित्त आनंदाचे उधाण नको यायला? नवा भूप्रदेश मिळविल्यानंतर पूर्वी राजे लोक केवढा हर्षोत्सव करीत आणि आज -

अरेरे! भगवान बुद्धदेवा, पूज्य बापूजी, आदरणीय जवाहरजी, स्वर्गीय लालबहादूरजी आपण घालून दिलेला हा अमोल धडा या वेड्या लोकांनी एवढ्या लवकर विसरावा अं! भारतीय परंपरा धर्मराजाची आहे–त्या महाकपटी कृष्णाची नव्हे. भारतीय परंपरा गझनीला निमंत्रण देणाऱ्या जयचंद राठोडची आहे. पृथ्वीराजाची नव्हे... अरेरे! आता या वेड्या लोकांना आवरावे तरी कसे?

"पण पूज्य बापूजी, तुम्ही मुळीच सचिंत होऊ नका. मी सुलताना प्रियदर्शनी तुम्हाला प्रतिज्ञेवर सांगते की, मी तुमच्या तत्त्वाचे पालन करून तुमचे नाव उज्ज्वल करीन. वेळप्रसंगी माथेफिरू चळवळ्या लोकांवर मी गोळ्या घालीन. त्यांच्या पुस्तकांवर बंदी घालीन. त्यांच्यावर अश्रुधूर सोडीन. गुंडांची गय करून उपयोगी नाही–नाही का पपा? तुम्ही केले ते सर्व मी करीन. आपला

परमप्रिय मित्र माओ याने आक्रमण केले असा खुळा कुविचार करून भारताची शान घालविणाऱ्या मूर्खांचे तुम्ही काय केलेत? मी तेच करेन.''

या भारतातील लोक तुमचे नाव ऐकले की अजून सद्‌गदित होतात, अजून टाळ्या पिटतात. पप्पा, लोक म्हणतात तुमचे परराष्ट्रीय राजकारण चुकले म्हणून तुमचा अपमृत्यू झाला. वेडे कुठचे, चीनचा केवढा प्रचंड पराभव झाला हे जगाला माहीत नाही का! ज्या भूमीवर गवतसुद्धा उगवत नाही अशी पाचपंचवीस हजार चौरस मैल जमीन आता रात्रंदिवस राखण्याचे काम त्यांना विनामूल्य करावे लागते आणि राखणावळीबद्दल आपल्याला खर्च काही नाही. आता, यात पराभव कोणाचा झाला? जिंकले कोण? माओला सारा भारत देश हवा होता. त्याला दिल्ली, पाटणा, कलकत्ता हवे होते. मिळाले का त्याला? तेच त्या आयुबदादाचे. त्याला काश्मीर हवे होते. आम्ही युक्ती केली. सदा बर्फ असणाऱ्या काही निरुपयोगी टेकड्या त्याला दिल्या व तो खुळा त्यातच खूश. सांभाळायला त्रासदायक अशी जनावरे शेजाऱ्याच्या गोठ्यात बांधून माहेरी जावं, तसं केलं आम्ही.

कच्छच्या बाबतीत तर आम्ही अशी बाजी मारलीय की, वास्तविक आमचे लोकांनी टाळ्या वाजवून स्वागत करायचे. आमचे मुत्सद्दी पुढारी ही संधी मिळावी म्हणून रात्रंदिवस राबत होते. सतत पाण्याखाली असणारी जमीन आम्हाला कोणाच्या तरी गळ्यात मारायची होती. अनायासे आपला आयुबदादा पुढे आला. नकटी, काळी, मूर्ख मुलगी वरायला एखादा वर आपणहून यावा तसाच. मग आम्हीच तो सोहळा मध्यस्थांमार्फत पुरा केला.

परवा जेव्हा सुलताना इंदिराजी म्हणाल्या की लवाद निवाडा आपण मानलाच पाहिजे, तेव्हा माझे डोळे आनंदाश्रूंनी भरून आले. वाटलं, की भला थोरला हार घेऊन दिल्लीला जावे अन् आमच्या पंतप्रधानीणबाईंचं स्वागत करावे. पण एवढी गेंदबाज फुले अलीकडे पुण्यात फुलत नाहीत म्हणून तो विचार सोडला झालं. म्हटलं जाऊ दे, पुष्कळ मंडळी तिथे स्वागत करणारच आहेत तिचे. इंदिराबाईंच्या त्या विशाल नि उदार उद्‌गारांनी मला एकदाचे हायसे वाटले. म्हटले, त्या लालबहाद्दूराने मध्येच लढाईबिढाईचा पायंडा पाडला त्यामुळे सुलताना चुकते की काय! पण नाही. अखेरी रक्त कुणाचं आहे? ते असे भलत्याच ठिकाणी हार घेणार नाहीत. कच्छ लवाद आपण मानलाच पाहिजे!

या वेड्या मंडळींना एवढंही कळत नाही की असं आपलं काय गेलंय?

अरे, आमचे कौतुक करा - हार आणा / १५७

आपला देश केवढा! त्यात कुठली तरी बेरुबारी, कुठले ते छाड! हत्तीचा केस उपटावा तसेच आहे हे सारे. हत्ती अजून शाबूत आहे. अगदी रोज तीनशे मैल द्यायचे म्हटले तरी सारा भारत संपवायला बरीच वर्षे लागतील. पण वेड्या मंडळींच्या डोक्यात हे कसं येत नाही हे कळत नाही. आपल्या देशाचा इतिहास आपण विसरता कामा नये. शिवाय त्यातली आणखी एक गोम लक्षात आलेली नाही. आपल्याजवळ अन्न कमी आहे अन् माणसे जास्त आहेत. माणसे काही मारता येत नाहीत. अन्न तर नक्कीच निर्माण करता येत नाही, मग खाणारी तोंडे दुसऱ्याच्या परड्यात बांधली; यात बिघडणार कुणाचं? शेजाऱ्याचंच. नेपाळ व भूतान चीनच्या, काश्मीर व दक्षिण आसाम पाकच्या, उत्तर आसाम नागाच्या, दक्षिण भारत... जाऊ दे. आमची मुत्सद्देगिरी नाही यायची अजून तुमच्या ध्यानात. तुम्ही अजून बच्चे आहात. हे राजकारण आहे. तुम्ही बसा कोकलत हवे तेवढे. कच्छ लवाद आम्ही मानणार तर आहोतच पण एवढीच भूमी पाकला दिल्याबद्दल यूनोत तक्रार करणार. बोला, सुलताना इंदिराजी झिंदाबाद.

सुलताना सुलताना - अजब ये जमाना।
दोस्ती का तरीका - बहोत पुराना ।
पपा की कहावत - मानना पडेगा ।
कोसिजीन - जॉन्सन - है आपके नाना ।।

(३ मार्च १९६८)

-०-०-०-

२५.

भारत विकाऊ आहे!

परवा सर्व वृत्तपत्रांतल्या एका टेंडरच्या जाहिरातीचे सर्वांनाच आश्चर्य वाटले. सरकारी ठेकेदारांना कोणतेही टेंडर म्हटले की अत्यानंद होतो आणि बयाणा रकमेची ते तरतूद करतात. अक्षरओळख नसलेला माझा एक मित्र सरकारी ठेकेदार आहे. अवघ्या पाच-दहा वर्षांत त्याने पाचपन्नास लाखांची कमाई केली आहे. त्याचे म्हणणे आहे की एवढीच रक्कम त्याने पोलीस, सरकारी अधिकारी, कारकून, मध्यस्थ आदी माणसांवर वाटली आहे. ''यात गुन्हा आहे'' असे मी म्हणताच तो हसला. तो म्हणाला, ''या देशात ज्याचा हात पापात बुडालेला नाही, असा कोण हरीचा लाल आहे? पुढारी निवडणुकीत वैध-अवैध पैसा उडवतात, तो येतो कोठून याची कोणी चिकित्सा केलीय? हजारपाचशे रुपये पगार मिळवणाऱ्या कित्येक अधिकाऱ्यांच्या बायका वापरतात ते जवाहीर, फ्रीज, ट्रान्झिस्टर, कपडे यांचा हिशोब कोण ठेवतो. अगदी साधनशुचितेचा आव आणणारे तुमचे गांधी-नेहरू यांना सदोबा पाटलांचे लक्षावधी रुपयांचे निवडणुकीचे फंड चालतच होते की नाही! आता पाटील हे पैसे कसे उभे करीत हे त्यांचे त्यांना माहीत. कॉंग्रेसला निवडणुकीसाठी कोटी दीड कोटी रुपये परवा मिळाले, हे सर्व स्वकष्टाचे पैसे होते का? हे पापाचेच पैसे असणार. मोठमोठ्या उद्योगपतींना करोडो रुपयांचे लायसेन्स–परमिट–परवानग्या लागतात. त्या सुखेनैव, विनाविलंब देण्यासाठी थोडी थैली ते सैल सोडतात. आपखुशीने सोडतात–त्यात मोठेपणाही मिळतो आणि कामेही होतात. मोरारजी देसायांचा लंपट मुलगा कांतीलाल याला किर्लोस्कर कुटुंबाने आपली मुलगी दिली. मुलाचे वर्तन वाईट असा

बोभाटा होताच. त्यात शिक्षण पूज्य. आता काय कारण होते या शरीरसंबंधाला. मोरारजींनी स्वत: जातीने किर्लोस्करांवर नसेल केली मेहरबानी. पण हीच किर्लोस्कर मंडळी मोरारजींच्या घरी राहून सचिवालयातील आणि दिल्लीतील सारी कामे करीत होती. मोरारजींच्या व्याहीपणाचा फायदा किर्लोस्करांनी मिळवलाच. मोरारजींनी पैसा लाच म्हणून घेतला नाही हे खरे. पण चांगली सुलक्षणी सून लाच म्हणून घेतली. मंडळी, हा व्यवहार आहे.''

या सर्व हकिकतींवर मी काय बोलणार! त्याने टेंडर फॉर्म माझ्याकडे टाकला आणि टेंडर आहे कशाचे ते मला विचारले.

मी टेंडर फॉर्म वाचू लागलो आणि थक्क झालो. मध्यवर्ती गृहमंत्र्याने जगातल्या प्रमुख देशांत सदर टेंडरची जाहिरात केली होती, तशीच टाटा - बिर्ला - किर्लोस्कर यांच्यासाठी स्वदेशातही केली होती. ते टेंडर येणेप्रमाणे होते.

जाहीर लिलाव, भारताचा जाहीर लिलाव.

गृहखाते टेंडर क्रमांक ४२० (शासनविषयक), रक्कम १८०० कोटी किंवा अधिक.

टेंडर भरणारास शासनविषयक अनुभव हवा. अमेरिका, रशिया, फ्रान्स, इंग्लंड, जर्मनी (पोर्तुगाल - पाक - चीन सोडून) कोणत्याही देशाच्या राज्यकर्त्या पक्षाला किंवा संस्थेला टेंडर भरता येईल. स्वदेशात टेंडर भरण्यासाठी, परवानगीसाठी जॉर्ज फर्नांडिस, ज्योती बसू, नंबुद्रिपाद, मधु लिमये यांचे सर्टिफिकेट हवे. बयाणा-अमेरिकेच्या कर्जाची रक्कम. (अमेरिकेनेच टेंडर भरले तर प्रश्नच मिटला.)

अलीकडे या देशाचा कारभार त्रासदायक होऊ लागला आहे. संस्थानाधिपती नेहरू यांचे निर्याण झाल्यापासून राज्यकर्त्या पक्षाची झोप उडाली आहे. सर्व पुढाऱ्यांचे आसन अस्थिर आहे. 'घेराव', 'बंद', 'संप' यायोगे सर्वत्र अंदाधुंदी माजली आहे. वर्षानुवर्षे अधिकारावर राहिलेली मंडळी बेकार होण्याचा धोका उत्पन्न झाला आहे. ह्या बेकार कार्यकर्त्यांना अन्य काहीच उद्योगधंदा येत नसल्यामुळे त्यांच्या रोजगाराविषयीचा यक्षप्रश्न कसा सोडवावा ही अडचण आहे.

स्वातंत्र्य संपादण्याच्या कामात जे गुण होते तेच आता अवगुण ठरले आहेत. त्यामुळे ५० कोटी लोकांचा हा गाडा ओढण्याची शक्ती आमच्या व कोणत्याही पक्षात नाही. शासनाचा अनुभव नाही. इथली हवाही नवे काही शिकण्यास उपयोगी नाही.

यास्तव आम्ही जगातील व स्वदेशातील (परवानगी - मधु लिमये) तमाम शासनकर्त्यांना आवाहन करतो की, खालील अटीनुसार भारतीय शासन चालविण्यास

जो अधिकात अधिक दराचे टेंडर पाठवील ते आम्ही मंजूर करू. (आता वेळ घालवू नये आणि पैसे रोखीत आणावेत. दम निघत नाही.)

दरमहा खालील रकमा रोख घरपोच पोहोचवाव्यात.

अटी : प्राइममिनिस्टर - दरमहा दहा हजार रुपये

(अन्य नेहरू कुटुंबातील मुले कुठे तरी चिकटून घ्यावी.)

इतर मंत्री	७,५००
राज्य व उपमंत्री	५,०००
खासदार	२,५००
प्रांताचे मंत्री	३,०००
उपमंत्री	१,५००
आमदार	१,०००
राजकीय पक्षाचे पुढारी	२,५००
जिल्हाबोर्डाचे अध्यक्ष	२,०००
कार्यकर्ते (गुणवत्तेनुसार)	१,५०० पर्यंत
विनोबा भावे (आश्रमासाठी)	
प्रतिवर्षी	१,००,०००
जयप्रकाश - पाकिस्तान व चीनची वकिली करण्यासाठी	१,००,०००
शेख अब्दुल्ला -	
ज्योती बसू - चीनचा पासपोर्ट	६०,०००

(तपशील मागाहून जाहीर करू)

वरील सर्व असामींना साखर, दूध, धान्ये, परदेशी वस्तू भरपूर मिळाव्यात. मंत्र्यांच्या मुलांच्या शिक्षणाची सोय परदेशात करावी. संप, घेराव, बंद यापासून मंत्र्यांचा व पुढाऱ्यांचा बंदोबस्त व बचाव करावा. चीन व पाकिस्तानशी युद्ध लढून ते जिंकण्याची कोशिस करावी. हारजीतीशी आम्हाला कर्तव्य नाही. मात्र वर्तमानपत्रे किंवा ना. ग. गोरे यांना त्याविरुद्ध बोलू दिले जाऊ नये.

रेल्वे अपघात ताबडतोब थांबवावेत. निदान मंत्री, आमदार प्रवास करीत असणाऱ्या रेल्वेना अपघात होता कामा नयेत.

श्रीमंत सधन शेतकऱ्यांना कोणतेही कर नसावेत.

उसाच्या कारखान्यात ऊस नसला तरी साखर निर्माण करण्याची साधने बसवावीत.

प्रत्येक जिल्ह्यात एक धरण बांधावे, नदी नसली तर एक-एक तरी नदी अमेरिकेहून मागवावी.

प्रत्येक प्रांतात एक एक लोखंडाचा कारखाना काढावा. मग त्या लोखंडाचे काय करावयाचे हा प्रश्न उद्भवू नये म्हणून त्या लोखंडाची पुन्हा लोहमिश्रित माती करावी, ती जपानला निर्यात करावी.

कोणास कोणत्याही भाषेत व्यवहार करण्याची मुभा असावी. उत्तरे कोणत्याही भाषेत मिळावी. त्यामुळे सर्वच भाषा सर्वांना येऊ लागतील.

सर्व सरकारी नोकऱ्यांतील मद्राशांचे, सैन्यातील पंजाब्यांचे, मंत्र्यांतील संयुक्त प्रांतांचे, व्यापारातील गुजराथ्यांचे आणि काश्मीरमधील मुसलमानांचे प्रमाण कायम ठेवावे.

(आणखी तपशीलासाठी भेटा त्या त्या देशातील वकिलाती–)

चीनला टेंडर भरण्यास परवानगी मिळावी यासाठी केरळहून व बंगालहून मोर्चा निघाला आहे. नेते ज्योती बसू, नंबुद्रिपाद, रणदिवे. रशियाला टेंडर द्यावे यासाठी स्वत: डांगे यांच्या नेतृत्वाखाली एक प्रचंड मोर्चा निघाला आहे.

अमेरिकेसाठी मोरारजी देसाई, पाटील, प्रभाकर पाध्ये आदी लोकांचे शिष्टमंडळ अगोदरच खास विमानाने गेले आहे. परंतु अवास्तव रोख रकमा बरोबर नेल्यामुळे वजन वाढले व हे विमान मध्येच उतरवावे लागले.

आहे हाच कारभार चांगला आहे, यास्तव टेंडर काढूच नये, असे मत यशवंतरावांनी व्यक्त केले. त्यामुळे महाराष्ट्र काँग्रेस कमिटीची पंचाईत झाली; कारण त्यांचे मत टांगानिकाचे टेंडर स्वीकारावे असे होते. ब्लिटझचे करंजिया व कृष्ण मेनन यांनी नासरसाठी खटपट करावयाचे ठरवले होते. पण त्यांची गाडी दादर स्टेशनवरच अडवून बाळ ठाकरे यांनी त्यांची गाढवावरून धिंड काढली. बाळ ठाकरे यांचे मत शिवसेना असताना हिंदुस्थानच्या कारभाराची चिंता कशाला! ठाणे नगरपालिकेचा शिवसेनेला अनुभव आलेला आहे. मात्र तेथल्या नगराध्यक्षाप्रमाणे झाकीर हुसेन यांनीही सांभाळून असावे. जनसंघाचे मत अजून ठरलेले नाही तरी,पण हिटलरला शक्य तर बोलावून आणावे असे त्यांनी सुचवले, तेव्हा हिटलर गेला असे कोणीतरी पुटपुटले. मग वाजपेयींनी फ्रँक्रोला तार करण्याचे ठरविले. अगदीच कोणी नसेल तर शिवशाहीर ब. मो. पुरंदरे यांनाच छत्रपती करावे असाही विचार पुढे आला. अष्टप्रधानात अर्थात गो. नी. दांडेकर, गोळवलकर गुरुजी, वाजपेयी, मधोक–आदी मंडळी आहेत. दिल्लीची राजधानी किल्ले रायगड येथे न्यावी लागेल एवढेच... नेताजी पालकरचे सरसेनापतीपद बाळ

ठाकरे यांनी घ्यावे. वाटल्यास त्यांना शुद्ध करून घ्यावे.

सर्वांत मौज केली ती प्रजासोशॅलिस्टांनी. त्यांना कोणाला बोलवावे हेच सुचेना. त्यांनी चुकीने द गॉल यांना तार पाठविली, पण चूक लक्षात येताच लगेच टिटोला खलिता पाठविला. पण तोही चुकीचा निर्णय आहे असे ठरल्यामुळे साधना कार्यालयात सर्व देशांच्या आर्थिक धोरणाचा फेरविचार करण्यासाठी त्यांनी अभ्यास वर्ग चालविण्याचे ठरवले. मुख्य वक्ते रावसाहेब पटवर्धन, उपवक्ते ग. प्र. प्रधान, यदुनाथ थत्ते–(सभा चालू आहे)

भारतातील मुसलमानांनी, परवानगी नसतानाही पाकिस्ताननेच टेंडर भरावे यासाठी मालेगाव, भिवंडी वगैरे ठिकाणी दंगली केल्या. (त्या जातीय नव्हत्या, असे दै. सकाळचे वृत्त.)

टेंडराची वाट पाहत मध्यवर्ती सरकारचे मंत्रिमंडळ पार्लमेंट हाऊसमध्ये वाट पाहत बसले आहे. कोणी नाहीच आले तर अमेरिकन गहू व शस्त्रास्त्रे आणि रशियन व्हेटो यांच्या बळावर राज्य चालविण्याचे ठरले.

जनता... तिचा काय संबंध मंडळी?

(१७ सप्टेंबर १९६७)

- ० - ० - ० -

२६.

छत्रपती शिवाजीचा रजेचा अर्ज

मेहरबान गृहमंत्री, मध्यवर्ती सरकार,

माननीय प्रतिशिवाजी यशवंतरावजी यांसी...

खऱ्या शिवाजीचा अर्ज की,

मोठ्या नाखुशीने गेली तीन साडेतीनशे वर्षे दगडी चबुतऱ्यावर तुमच्या सर्वांच्या प्रेमाखातर मी उभा आहे. मी कधीही क्षणभराचीही विश्रांती आजपावेतो घेतलेली नाही, इकडे स्वामीजी, लक्ष ठेवावे. वर्षाला एक महिना भरपगारी रजा हे तत्त्व सरकारने सर्वांचे बाबतीत लावले असताना गेल्या अनेक वर्षांत एक दिवसाचीही विश्रांती मला मिळू दिली गेली नाही. अलीअलीकडे तर माझ्यावर कामाचा एवढा भार पडू लागला आहे की माझा दुसरा गुडघाही निकामी होऊन उभे राहणेच मला मुश्कील होईल. सदोदित मला कामाला जुंपणारे बाळाजीपंत देसाई (सारामंत्री), 'शिवशक्ती - शिवशक्ती' ओरडणारे प्रल्हादबुवा अत्रे, बाळ ठाकरे, बाबा पुरंदरे, गो. नी. दांडेकर आणि गावोगावचे बाळशिवाजी (फलटण वगैरे) या सर्वांविरुद्ध माझी गंभीर तक्रार आहे. आपण या तक्रारीचा योग्य तो विचार करावा आणि माझ्या नावाचा व्यापार करणाऱ्यांवर कायदेशीर इलाज योजावेत.

वास्तविक ज्या कार्यासाठी मी जन्म घेतला, ते यावनी साम्राज्य केव्हाच नष्ट झाले. दिल्लीचे मोगली बादशहा चंबूगबाळे आटोपून रावळपिंडीच्या दिशेने केव्हाच परागंदा झाले. बाटलेल्या मुसलमानांचे पुन्हा हिंदूकरण करण्याचे आणि हळूहळू हिंदूसमाज एकसंध करण्याचे माझे कार्य माझ्याबरोबरच संपून गेले. बजाबा निंबाळकरला मी केवळ हिंदू करून घेतले नाही, तर त्याला माझी मुलगी देऊन, पुन्हा

समाजात प्रतिष्ठित केले, अलीकडच्या कोणी शिवाजी-प्रतिशिवाजीने असे काही केल्याचे ऐकिवात नाही. हिंदवी स्वराज्य हा शब्द तर तुम्हा सर्वांना आता स्फोटक वाटत असेल. गाई- ब्राह्मणांचा प्रतिपाल ही तुम्हाला कालबाह्य गोष्ट वाटत असेल. गोवधबंदी तुम्हाला अजूनही करता आलेली नाही. आपल्या या निधर्मी राष्ट्राचे भाग्यचक्र गोवधबंदीत अडकलेले आहे, असे तुम्हाला भय वाटते. मुसलमानांच्या नाजूक हृदयविकाराचा तुम्ही साक्षेपाने विचार करता. त्या बिचाऱ्यांना गोवधबंदीने डागण्या होतील, असा तुम्हाला शक येतो. म्हणून गाईच्या रक्षणाचे कार्य तुम्ही धेनुदास डोळ्यांच्यावर सोपवून, डोळे मिटून घेऊन शेळीच्या रक्षणासाठी सिद्ध झालात.

गाईंचे एक असो, त्यांचे दु:ख त्यांना थोडेच सांगता येते. ब्राह्मणांच्या प्रतिपालाचे काय? जसे त्यांनी तुमचे जे काय बरे वाईट केले, तसा तुमच्या उद्धाराचा रस्ताही दाखविला. आज बहुजनसमाजाच्या हातात ज्या लोकशाहीच्या शासनामुळे सत्ता आली ती लोकशाही ब्राह्मणांनीच येथे आणली आणि रुजविली. महाराष्ट्रातील शिक्षणसंस्था व सामाजिक संस्था याही ब्राह्मणांनीच उभ्या केल्या. ज्या स्वातंत्र्याची फळे आज तुम्ही चाखता आहात ते स्वातंत्र्य आणणाऱ्या चळवळी ब्राह्मणांनीच केल्या. त्या ब्राह्मणांचे वैर आणि सर्वनाश केल्यानंतर दिल्लीश्वरांच्या पुढे उभी राहण्यालायक चारदोन तरी माणसे आहेत कुठे तुमच्याजवळ? मग महाराष्ट्राची बाजू कर्नाटकापेक्षा उणी का न पडावी? एवढ्या चार कोटीच्या देशात ब्राह्मण जातीचा एखादासुद्धा मंत्री तुम्हाला मिळू नये, याचे मला खरोखरीच आश्चर्य वाटते. गांधीवधाचे निमित्त करून आधीच मेलेल्या भटा-ब्राह्मणांची पडकी घरे जाळणाऱ्यांच्या तोंडी जयजयकारासाठी नाव येत होते तेही एका ब्राह्मण नेहरूंचेच, हेही गमतीचे आहे? कॉ. डांगे, एस. एम. जोशी, नानासाहेब गोरे, मधु लिमये, राजगोपालाचारी ही सारीसुद्धा दुर्दैवाने ब्राह्मण मंडळीच आहेत.

ब्राह्मणांचे एक राहो. 'मराठा तितुका मेळवावा' या समर्थ उक्तीप्रमाणे निदान मराठे तरी एकदिलाने उभे राहावेत, तर त्यात आणखी शहाण्णव कुळीचे मराठे हे एक लफडे जागे झालेलेच आहे. पूर्वी पाळेगार, गावगुंड यांचा जो उपद्रव मी नष्ट केला तो पुन्हा आता जोराने फोफावलेला दिसतो आणि मोगलांनी जसा महाराष्ट्र देश लुटून फस्त केला तसा पांढऱ्या टोपीवाल्यांनी हा देश लुटण्याचा सपाटा चालविला आहे.

गोब्राह्मणप्रतिपालक या माझ्या बिरुदावलीची झाली तेवढी मस्करी आता पुरे. असा मी कोणता अपराध केला, की ज्यासाठी कथा, कादंबऱ्या, नाटके

यामध्ये तुम्ही मला राबवावे? मी केलेल्या, न केलेल्या अनेक गुन्ह्यांची सजा रायगडला जाग आणून तुम्ही प्रत्येही देत आहात. खरं सांगू, माझा मलाच आता कंटाळा आला आहे, मला थोडी विश्रांती हवी आहे. ही विश्रांती तुम्ही मला घेऊ देणार नाही याची मला खात्री आहे. तुमच्या उत्साहाला सीमा नाही आणि ऐतिहासिक सत्याची तुम्ही कधी कदर करीत नाही. वास्तविक आग्र्याहून सुटका हा माझ्या लेखी माझ्या आयुष्यात फार गंभीर प्रसंग. पण आज तीनशे वर्षांनंतर या घटनेला काही महत्त्व आहे का? माझ्या दैनंदिन बऱ्यावाईट गोष्टींपेक्षा ज्यासाठी मी झगडलो ती तत्त्वे मोठी होती. पण तुम्हा लोकांना ती सोयीची नाहीत, त्यासाठी तीनशे वर्षांपूर्वी मी घालत असलेले पोशाख घालून मी चाललो, त्या रस्त्याने जाण्याचा खुळेपणा करण्याची काही लोकांची तयारी आहे. मी जेव्हा महाराष्ट्रातल्या कानाकोपऱ्यातून हिंडलो तेव्हा मोगल पाठीवर होते. स्वजनात फितूर होते. दाट दाट जंगले होती. जंगलात हिस्त्र श्वापदे होती. माझ्या पावलावर पाऊल टाकून महाराष्ट्र तुडविणाऱ्या या शेंबड्या मुलांची मला कीव वाटते. कारण थर्मास, बॅटरी, रिव्हॉल्व्हर, उत्तम पायरस्ते आणि संरक्षणासाठी सोबती घेऊन शिवाजीची वाट पुसणाऱ्या या खुळ्यांना इतिहासही कळत नाही, भूगोलही कळत नाही.

राजेरजवाडे मोडीत चाललेल्या या देशात माझ्या सामान्य कुवतीच्या वंशजांच्यापुढे मुजरे घालणाऱ्या या हुजरेसंप्रदायाने माझी जी बदनामी होते त्यासाठी तरी बाबा पुरंदरे आणि गो. नी. दांडेकर या दोघांना गिरफदार करून रायगडावर नजरकैदेत ठेवले पाहिजे. मुजरा सिंहासनापुढे असतो, ज्ञानापुढे असतो. सेवेपुढे असतो. केवळ 'भोसले' या नावासाठी नसतो. 'आग्र्याहून सुटका' स्मृतिदिन या प्रमाणेच 'शाहिस्तेखान अंगुलीकर्तन दिन', 'अफझुलखान वध दिन', 'राज्यारोहणदिन', 'अष्टविवाह दिन', 'संभाजी जन्मदिन', असे अनेक दिन साजरे करून शिव व्यापार करणाऱ्यांना ताबडतोब ताळ्यावर आणावे व नीट स्वराज्यरक्षणाच्या कामास जुंपावे.

या दोघांचे एक राहो, तशी ही बाळबुद्धी मुलेच आहेत. पण तिकडे बाळ ठाकरेंनी माझे नाव वापरण्याचे काही कारण होते का? केरळीय लोकांशी लढण्याचा मी कधी सल्ला दिला होता का? मराठी-अमराठी अशा संकुचितपणाचा मी कधी पुरस्कार केला होता का! मी केली ती हिंदवी स्वराज्याची घोषणा आणि बाळ ठाकरे नोकरीचाकरीच्या अडचणीच्या कामी उभारलेल्या चळवळीसाठी माझं नाव वापरून राहिला आहे. काय म्हणावं या कर्माला! हिंदुस्थान एक करण्यासाठी

मी चार पावले टाकली तर मुळातच त्रिखंड झालेल्या या स्वराज्याची आणखी शकले उडविण्यासाठी झपाटलेला हा वेडापीर दहा पावले पुढे गेला आहे. त्यातल्या त्यात एक गोष्ट बरी आहे. हा जर यशस्वी झाला तर माझे पुतळे काढून टाकून तो आपलेच पुतळे त्या जागी उभारील आणि माझी सुटका करील.

या सर्वांवर कडी केली आहे ती त्या वरळीच्या अफझुलखानाने. महाराष्ट्रातील पवित्र देवदैवते आणि आदरणीय मूर्ती यांचे भंजन करीत आलेल्या अफझुलखानाचा (साधनशुचितेचा विचार न करता) मी वध केला. महाराष्ट्रातल्या सर्व आदरणीय व्यक्ती, संस्था आणि कर्तृत्वस्थाने यांचा पदोपदी विध्वंस करणारा हा अफझुलखान अद्यापि सामर्थ्यशाली आहे. त्याच्याकडे अजून कोणीच लक्ष का देत नाही?

प्रतिशिवाजी यशवंतरावजी, माझी पुष्कळच कामे बाकी राहिली असली तरी आता माझ्या नावाचा चाललेला हा व्यापार मला बघवत नाही. केवळ माणुसकीला स्मरून तुम्ही आता मला रजा द्या. आपला इतिहास तसा चांगला सुपीक आहे. तुमच्या राजनीतीला शोभण्याजोगे असे अनेक पुरुष इतिहासानं उत्पन्न केले आहेत. राघोबा आहेत, दुसरे बाजीराव आहेत. आता काही दिवस माझा नाद सोडा. ही गोष्ट खरी की, माझं नाव सोडायचे म्हटले की, पुष्कळांच्या चरितार्थाचे साधन नष्ट होईल. पण त्याला माझा काही इलाज नाही. कृपा–लोभ नसावा ही विनंती.

कळावे.
आपला,
गोब्राह्मणप्रतिपालक
शिवाजी शहाजी भोसले.
(हल्ली मुक्काम - गोवा हिंदू असोसिएशन, मुंबई.)

(२६ नोव्हेंबर १९६७)

-०-०-०-

२७.

एक समजूतदार निर्णय!

"आज तू अशी चिंताक्रांत का दिसतेस?"

"खरंच दिसतेय?"

"तर!"

"चिंता वाटावी असं पुष्कळ घडलंय."

"का बुवा, चांगली दोनचार लाख यात्रा परवा जमली. खूप गर्दी झाली. साऱ्या बडव्यांच्या पुजाऱ्यांच्या, दुकानदारांच्या तिजोरीत आणखी थोडी भर पडली. पंढरपूर नुसतं गाजून राहिलं... मग रुक्मिणी, चिंता कसली तुला."

"तुमचं बरं आहे. तुम्ही नाही तरी फार भोळे आहात, तुम्हाला राग कसा तो माहीत नाही. बाहेर काय चाललंय याची काही कल्पना तरी आहे का तुम्हाला."

"का बुवा, सारं काही ठीक आहे. मंत्र्यांचे दौरे, आश्वासने, योजना चालू आहेत. यशवंतरावजींचा दरारा कायम आहे. देवधर्मावरचे प्रेम वाढत आहे. चैतन्यानंद, विज्ञानानंद, मेहरबाबा, साईबाबा, रजनीश... कितीतरी संत-महंत केवढी गर्दी जमवीत आहेत. वाऽ वा–मन कसं प्रसन्न होतंय हा भक्तिभाव पाहून."

"हेच ते, कोणी टाळ कुटले की तुम्हाला तिथे भक्ती दिसते. हे सारे 'आनंद' आणि 'बाबा' देवधर्माचा व्यापार करतात. चैनीत राहतात, गाड्या उडवतात. लोकांना अधूनमधून आत्मा- अविनाशी तत्त्व-त्याग, अहंकार, परमात्माप्रवेश वगैरेंच्या अफूच्या गोळ्या (त्याही इंग्रजीतून)... दिल्या की मंडळी खूश. कसला देव-कसला धर्म- कसले तुमचे प्रेम."

"जाऊ दे झालं. तू का चिंता करतेस. अगं हे असंच चालायचं. आता लोकशाहीचा जमाना आलाय. देवांनीसुद्धा लोकांचे मन सांभाळून नको का रहायला. थोडं लोकांच्या मनासारखं करायला हवंच."

"ते खरे, पण आता आपली पूजा अर्चा करणारे बडवे, त्यांच्या कारभारात सरकार हस्तक्षेप करणार आहे म्हणे."

"काय बिघडले, बरेच होईल. हे हरामखोर बडवे पुजारी चांगले गुंड झालेत. त्यांना धडा शिकविलाच पाहिजे."

"पण त्यांचा कित्येक वर्षांचा तो हक्क आहे. त्यांना सोडून आपल्याला तरी करमेल का?"

"त्याला काय झाले. चांगले पुंड झालेत लेकाचे. दलाली करण्यात जन्म गेला हरामखोरांचा. देवळे सरकारने खुशाल ताब्यात घ्यावीत. येणारे उत्पन्न वारकऱ्यांच्या सुखसोयींकडे खर्चावे. गरीब बिचारे माझे भक्त. त्यांचे दर्शनसुद्धा मला नीट घेता येत नाही. कोणी श्रीमंत तालेवार किंवा मंत्री आला की तास तास दारे बंद करून घेऊन या भक्तांना उन्हातान्हात बाहेर तिष्ठत ठेवतात."

"अहो एकदा बोललात ते बोललात, पुन्हा मंत्र्यांच्याबद्दल अगदी बोलू नका."

"का?"

"आता काय सांगावे तुम्हाला, मंत्री काय हवे ते करू शकतील. पूर्वी तुम्ही जे जे चमत्कार केलेत त्याचे आज काहीच नाही. आजचे मंत्र्यांचे कितीक चमत्कार तुमच्यापेक्षा भव्य आणि विपुल आहेत!"

"उदाहरणार्थ."

"अहो, परवा अकोल्याचे वारकरी बोलताना मी ऐकले की कृषी विद्यापीठ प्रथम राहुरीला होण्याचं ठरलं सर्व गुणावगुणांचा विचार करून जागा ठरली. विदर्भात त्या निर्णयाविरुद्ध दंगली झाल्या."

"वैदर्भीय मुख्यमंत्री, पाटबंधारे मंत्री, अर्थमंत्री असताना."

"अहो, त्यांना कोण विचारतोय, एवढ्या असंतोषाची कल्पना येत नाही तो प्रतिनिधी कसला आणि करोडो, लाखो रुपयांची आणि माणसांची हानी होते. असला असंतोष थांबवता येत नाही तो लोकनायक कसला? नुसते मेले शेणाचे पुतळे."

"असे म्हणू नकोस. शेवटी नाईकाने मार्ग काढलाच की नाही शोधून."

"हा कसला कपाळाचा मार्ग. बरं, मग हे आधी सुचायला काय अक्कल

लागत होती आणि त्यासाठी साहेबांचा वेळ कशाला खायचा.''

''वेडी कुठची. अगं इथले दंगे होतात तेही साहेबांच्या कृपेने आणि विझतात तेही साहेबांच्या कृपेने. अग, ही माया आहे नुसती. बुद्धिबळाच्या पटावरची प्यादी हलवण्यासारखे ब्रह्मांडनायक साहेब हस्तिनापुरी राहून इथला सारा कारभार करतात.''

''असेल बाई, पण त्यांना तरी आधी का सुचू नये म्हणते ते.''

''सुचलं होतं.''

''मग?''

''सुचल्यावर लगेच गोष्टी करायला तो काही सामान्य नागरिक का आहे आणि तसे झाले असते तर त्या विद्यापीठाचे महत्त्व वैदर्भियांना कळले नसते. शिवाय साहेबांच्या शक्तीचे प्रदर्शन व्हायला नको का ग!''

''विषय निघाला म्हणून सांगते, ही एक वाईट परंपरा पडली असं वाटतंय मला. उद्या जे जे महाराष्ट्राला द्यायचे ठरेल त्यातले एक एक विदर्भ–मराठवाडा कोकण यांना द्यायला नको का? समजा, उद्या बाळासाहेब देसायांनी पुन्हा लग्न करायचे ठरवले तर शिवाजी महाराजांइतक्या नाहीत पण निम्म्या तरी बायका त्यांना करायला हव्यात की नाही.''

''नाही समजलो.''

''बाळासाहेब देसायांसारखा कर्तबगार जावई एकट्या महाराष्ट्राला का असा प्रश्न उत्पन्न होईल. पण त्यांना एक अकोल्याची, एक राहुरीची, एक परभणीची आणि एक मालवणची अशा एकूण चार सोयरिकी कराव्या लागणार.''

''गंमत आहे की ग. आपल्या वेळेला या गमती नव्हत्या बघ. पण मला वाटते चारांची तूर्त गरज नाही. मराठवाडा आणि कोकण इथली मंडळी अजून दंगली करायला शिकलेली नाहीत. तेव्हा त्यांच्या तोंडाला पाने पुसायला हरकत नाही. तूर्त विदर्भ आणि महाराष्ट्र यांच्यात मात्र समान वाटणी केली पाहिजे.''

''त्यातल्या त्यात ठीक आहे म्हणा ते.''

''का ग.''

''तुम्हाला सांगावे की नाही याचा विचार पडलाय.''

''सांग, आता कोणी ऐकायला नाही.''

''अहो, परवा काही वारकरी भांडत होते.''

''कशाबद्दल.''

''पंढरपूर विदर्भाला लांब पडते म्हणून त्यांच्या तक्रारी चालू होत्या.

नाईकांना निर्वाणीचा खलिता पाठवून विदर्भात एक पंढरपूर असावे अशी चळवळ करायचा त्यांचा विचार आहे.''

"हॅड–काहीतरीच चळवळ आहे.''

"अहो, खरेच सांगते, अगदी सीरियस–आता अकोला अमरावती पेटणार, आमच्यावर अन्याय होतो, आमच्या पायाला एवढ्या लांबवर चालून फोड आले, आम्हाला पंढरपूर हवे, या आरोळ्यांनी वैदर्भीय जनतेची अस्मिता का काय, ती जागी होणार. मग गोळीबार, कर्फ्यू.''

"खरंच होईल म्हणतेस.''

"अहो, ते वारकरी काँग्रेसचे आमदारच आहेत. गुणवत्तेचा विचार करूनही पंढरपूर वर्धेच्या काठी असावे असा निर्णय त्यांच्या समितीने घेतलेला आहेच, आणि त्यासाठी राजकीय दडपणाची जरुरी आहे असे तो तावातावाने म्हणत होता.''

"मोठी आफतच आहे. बरं पुढे काय.''

"असंतोष, दंगल-चर्चासत्रे, वैदर्भीय जनता प्रक्षुब्ध का झाली आहे याचा शोध–आत्मपरीक्षण–समजुतीच्या बैठकी.''

"आणि मग?''

"साहेबांचे मुंबईत आगमन, त्यांच्या अधिपत्याखाली मंत्रिमंडळाची एक बैठक आणि समजूतदार निर्णय.''

"कोणता.''

"त्यामुळेच थरकाप उडालाय माझा. कारण तो आमदार म्हणाला, चळवळीपूर्वीच साहेबांनी या तडजोडीचे आश्वासन दिले आहे.''

"आधीच?''

"भोळे आहात तुम्ही विठ्ठलपंत. अहो, त्यांनी आश्वासन दिले म्हणून तर ही चळवळ सुरू होतेय.''

"मग सांग तरी, काय होता तो अमृतमय तडजोडीचा उपाय?''

"विठोबा हे पंढरपूरचे दैवत. पंढरपुराचा विठ्ठलावर हक्क. तेव्हा विठ्ठलाचे मंदिर पंढरपुरातच असू द्यावे.''

"आणि मग.''

"मला येथून हलवून माझी वर्धेकाठी स्थापनाऽऽ.''

विठ्ठल मूर्च्छितच पडला. तरीपण विटेवर उभा होता. पुढचे सारे त्याच्या डोळ्यांसमोर साक्षात उभे राहिले. काँग्रेस आमदारच जर बोलला असेल तर मग

फक्त साहेबांचे शिवाय ते बदलणे शक्य नाही. वर्षानुवर्षे सुखाचा संसार करणारी पतिव्रता रुक्मिणी आता दूर जाणार या कल्पनेने त्याला अश्रू फुटले.

अखेरी लोकांचा देव तो. विदर्भाचे आणि महाराष्ट्राचे मनोमन मीलन होण्यासाठी तर तो अठ्ठावीस युगे कटीवर हात ठेऊन उभा आहे. आपल्या भक्तांसाठी त्याने आजवर काय केले नाही? मन घट्ट करून त्याने या लोकशाहीतील अभूतपूर्व समजूतदार निर्णयासाठी सामोरे जाण्याचे ठरविले आहे.

साहेब पुण्यात आले की त्यांना विचारण्यासाठी पुंडलिकाला पाठवावे का स्वत:च त्यांना सामोरे जावे याचा तो तूर्त विचार करीत आहे.

''विठ्ठल - विठ्ठल...''

(८ डिसेंबर १९६८)

-०-०-०-

२८.

सत्य अहिंसेच्या प्रयोगाचा जय असो!

महाराष्ट्र सरकार लॉटरी सुरू करून एक विक्रमी इतिहास निर्माण करीत आहे. तसे महाराष्ट्र सरकार फार व्यवहारी अन् शहाणे आहेच आहे. आपल्याला दारुबंदीचे पालन करणे अशक्य आहे असे कबूल करून त्यांनी दारू मुक्त करून टाकण्याचे धारिष्ट दाखवले. आता साखर कारखान्यापेक्षा सहकारी रम कारखाने काढण्याची अहमहमिका लागली आहे. त्याचप्रमाणे मटका या लोकप्रिय जुगाराला आळा घालणे आपल्याला जमत नाही, यावर तोड म्हणून सरकारने मटका चालू करावा अशी सरकारी पातळीवर चर्चासुद्धा झाली. होईल, सरकारी मटका आज ना उद्या सुरू होईल. फूल नाही फुलाची पाकळी म्हणून मटका नाही तर लॉटरी सुरू करण्याचे सरकारने ठरवून लॉटरीची स्कीम तयार करण्यास अर्थखात्यास सांगितले आहे. जुगाराचे स्वरूप सरकारमान्य झाल्यास कोर्ट व पोलीस यांचे कामकाज कमी होईल असा भरवसा सरकारला वाटतो. त्यायोगे सरकारी खर्चात बचत किती होईल त्याचाही अंदाज घेतला जात आहे. ही एक नवीच जाणीव यावेळेस सरकारला झालेली आहे. म्हणून सरकारचा हा निर्णय सुवर्णाक्षरांनी किंवा मद्याक्षरांनी लिहून ठेवावा असे आम्हास वाटते. (महात्माजींच्या जन्मशताब्दीनिमित्त हा एक खास कार्यक्रम)

एखादा अव्यवहारी किंवा मोरारजींसारखा मुख्यमंत्री जर या मौलिक क्षणी महाराष्ट्राचा नेता असता तर महाराष्ट्राचे केवढे नुकसान झाले असते याची लोकांना कल्पना नाही. (आम्हालाही नाही.) परंतु जुगार राजमान्य करून लॉटरीचा धंदा सरकारने करावयास त्या तिरपगड्याने नक्कीच फांदा पाडला असता. इतर राज्यांनी लॉटरी

सुरू केली म्हणून आपण ती सुरू न करता त्यांच्याच लॉटरीवर बंदी करावी असेच तो म्हणाला असता. पण कल्याणकारी लोकशाही राज्यात आपले हट्ट लोकांवर लादण्यात अर्थ नसतो. लोक सुधारणे हे फार वेळाचे, महागडे काम असते. त्यापेक्षा जशी जनता राहते तेच राष्ट्रीय व सरकारमान्य जीवन केले तर ते अधिक संयुक्तिक आहे. लोकशाहीला धरून आहे. (असे गांधीवादी कॉंग्रेस सरकारचे मत.)

बघितलेत–आपण एका महान प्रयोगाला कशी नकळत सुरुवात केली. आपली सक्ती हकनाक वाया घालवण्यापेक्षा जे घडते आहे त्यालाच शास्त्रशुद्ध स्वरूप देऊन सरकारची जमाबंदी वाढवणे हे नव्या युगाचे मागणे आहे. सरकारने आणखी काही कल्याणकारी योजनांची पहाणी चालू केली आहे.

वेश्याव्यवसाय हा जगातला फार जुना व्यवसाय आहे. अनेक राजवटींनी तो व्यवसाय बंद करण्याचा यत्न केला. तो तसा का केला हे आम्हाला कळत नाही, पण मनुष्यस्वभावातील या व्यवसायावरील आकर्षण न उमगल्यामुळे ही बंदी झाली. तरीही हा व्यवसाय चोरूनमारून चालूच राहिला. हा अत्यंत महत्त्वाचा व्यापार सरकारने हाती घेतल्यास सरकारला ५० कोटी रुपयांचे उत्पन्न मिळेल असे छातीठोकपणे सांगणारे पुष्कळ मंत्री आजच्या मंत्रिमंडळावर आहेत. चोरून मारून व हलक्या लोकांनी चालवलेल्या या व्यवसायात रोगराईची भीती असते. शिवाय गरज असूनही लोकनिंदेच्या भीतीने हा व्यवसाय बरकतीने करता येत नाही. त्यामुळे लोकांनाही मनाजोगता माल उपलब्ध होत नाही.

सरकारने पूर्ण विचार करून महत्त्वाच्या ठिकाणी सरकारी वेश्यालये स्थापण्याचा निर्णय घेतला आहे. राज्यातील धंदा करू इच्छिणाऱ्या सर्व स्त्रियांची वर्गवारी करण्याचे काम चालू झाले आहे.

जमाबंदी मंत्री श्री. बाळासाहेब देसाई यांच्याकडे हे खाते सोपविल्यास त्या खात्याकडून सरकारला भरपूर आदा होईल असे सर्वांना वाटते. त्या दृष्टीने गावोगावी जाऊन योग्य त्या व्यापारपेठांची व मालाची चाचपणी करण्याच्या दृष्टीने त्यांनी आरंभ करावा अशी सूचना त्यांना मिळालीही आहे. प्रांतिक वाद विसरून अखिल भारतीय पेठातून सरकारी वेश्यालयाला पुरवठा व्हावा यास्तव ते भारतदौरा करणार आहेत.

सरकारी वेश्यालयाची उभारणी करण्यासाठी खास सोयिस्कर इमारतीचे डिझाईन बनविण्यात आले असून काम होताच परस्पर जाता यावे यासाठी मागच्या व पुढच्या दाराची योजना खास केली आहे. इमारती वातानुकूलित

असून त्यातील प्रत्येक इमारतीतील सरकारी मंत्री व पुढारी यासाठी राखीव जागा आहेत. लाल त्रिकोणाचे प्रवेशद्वारातून आत जाताच सरकारी ट्रेझरी आहे. तेथे पैसे भरून मगच वेश्यालयाच्या अंतर्गृहात प्रवेश मिळतो. या धंद्यावर भलत्याच लोकांनी गबर व्हावे व गरजूंना नाडावे हे लोकशाहीला धरून नाही. या धंद्याचे राष्ट्रीयीकरण करून शुद्ध माल वाजवी दराने पुरविण्यास सरकार परकरबद्ध झाले आहे. (विना सहकार नही उद्धार.)

आजच्या काँग्रेस मंत्रीमंडळाचा पूर्वानुभव लक्षात घेता, राष्ट्रीयीकरण करूनही हा व्यवसाय वाढेल अशी आम्हाला उमेद वाटते. आम्ही सरकारी धोरणाचे अर्थातच समर्थन करतो.

गर्भपात करणे हा आजवर एक गुन्हा होता. पण गर्भपात करण्याची आवश्यकता केवढी असते हे आम्ही काँग्रेस पुढाऱ्यांना सांगावयास नकोच. अशा अत्यावश्यक गोष्टींवर बेकायदेशीरपणाचा आरोप करून वैदू, डॉक्टर, सर्जन या लोकांनी जनतेची लुटमार केली.

हे सरकार यापुढे गर्भपाताची सोय करणारी केंद्रे चालविण्याचे ठरवीत आहे. या केन्द्राव्यतिरिक्त गर्भपात केल्यास मात्र गुन्हा मानण्यात येईल. गर्भपातगृहे चालविण्यासाठी निष्णात डॉक्टर व परिचारिकांची भरती करण्याचे काम चालू आहे. वाजवी दराने, गाजावाजा न करता मुले पाडण्यासाठी फक्त शंभर रुपये आकारण्याची शिफारस गर्भपात व्यवसायवृद्धी समितीने केली आहे. त्या व्यापारात काही नाही म्हणजे दोन तीन कोटी रुपये सरकारला मिळतील. शिवाय एक प्रकारे फॅमिली प्लॅनिंगला हा व्यवसाय उपयुक्तही आहे. लोकांनी याचा भरपूर फायदा घ्यावा. (दोन किंवा तीन पुरेत)

पुष्कळ वेळा काही पुढारी या लोकशाहीच्या कारकिर्दीत लोकांना, नेत्यांना व सत्तारूढ पक्षांना उपद्रव देतात. या पुढाऱ्यांना जीवे मारावेच लागते. (उदाहरणार्थ दीनदयाळ उपाध्याय). त्यासाठी हल्ली जो प्रकार चालू आहे त्यामध्ये जनतेची पिळवणूक होते. उदाहरणार्थ एका तालुक्यातला एखादा पुंड आजच्या महान नेत्याविरुद्ध काही वेडावाकडा प्रचार करू लागला की त्याला खतम करण्यासाठी खूप पैसा खर्चावा लागतो. सरकारी आकडेमोड खात्याला असे आढळून आले आहे की अशा तऱ्हेने चारदोन कोटी रुपये दरवर्षी खर्ची पडत असतील. या तऱ्हेच्या व्यवहाराला सुपारी घेणे म्हणतात. मुंबईत अशा सुपाऱ्या घेऊन खून करणारे पुष्कळ गुंड आहेत. सुपारीचा हा व्यवसाय सरकारने केला तर गरजू लोकांना लुटण्याचे गुंडांचे काम आपोआप घटेल आणि लोकशाही अबाधित

चालेल.

या सुपारी केंद्राची व्यवस्था आशा नाडकर्णी खटल्यातील मेहता बलसारा द्वयीकडे देण्याच घाटत आहे (सत्यमेव जयते).

महात्मा गांधींच्या आशीर्वादाने हे सर्व व्यवसाय चालविण्याचे असल्यामुळे ते किफायतीत चालतील. अशा प्रकारचे जनतोद्धाराचे उपयुक्त धंदे सरकार स्वत: हाती घेऊन महात्माजींची शिकवण अंमलात आणीत आहे हे पाहून आम्हास अभिनंदन करण्यावाचून गत्यंतर तरी कोठे आहे. मौ. आझाद मिश्रण केंद्रे (येथे उत्तम भेसळ करून मिळेल.) विनोबा हस्तोद्योग (खोटे पासपोर्ट, नोटा छापण्याचे शिक्षण केंद्र) आदी सर्व उद्योग चालू करून वकील, डॉक्टर, न्यायाधीश या सर्वांची सरकार खाशी जिरवणार आहे. इतके दिवस या लोकांनी जनतेची गळचेपी केली, लूट केली. मरा लेकांनो उपाशी आता.

सहकाराचा विजय असो -
राष्ट्रीयीकरणाचा विजय असो.
सत्य, अहिंसा विजयी असो.
गांधी - नेहरू झिंदाबाद.
काँग्रेसराज्य झिंदाबाद.

(२ फेब्रुवारी १९६९)

-०-०-०-

२९.

रामराज्याची पहाट आता फार दूर नाही

आपल्याला वाटते, भारतात आज अंदाधुंदी - अनाचार- भ्रष्टाचार - काळाबाजार चालू आहे. असेच काही नाही. पूर्वी एके एके काळी असा प्रसंग इथे आला होता. त्या वेळेलाही हेच प्रश्न निर्माण झाले होते. तेव्हाचे सरकार जनतेचे होते. जनतेची जी नीती तीच याही सरकारची होती. लोक अशिक्षित, तर मग साक्षर लोकांचे सरकार तरी काय करायचं होतं तेव्हा? लोकशाही या शब्दाला तेही सरकार जागणारे होते.

सुशिक्षित–नागर–बुद्धिवादी लोक नतद्रष्ट असतात. त्यांना लोकांचे राज्य पाहवत नाही. ते नाना खुसपटे काढत असतात. नाना शंका त्यांना सुचतात. एखाद्या मंत्र्यानं थोडी इस्टेट केली की ते त्याची उगाचच निंदा करतात. वास्तविक ती मालमत्ता, तो मेल्यावर स्वर्गात का नेणार असतो? ती इथेच राहणार असते. म्हणजे तो फारतर ती मालमत्ता काही काळ वापरणार असतो. एवढा गहजब करण्याजोगे त्यात काय असते? आधीच हे विश्व नश्वर आहे. मंत्रीपद तर फारच नश्वर. तेव्हा क्षणकाल लाभलेल्या या काळाचा अगदीच उपयोग न करणे किती बरे खुळेपणाचे!

पण वर्तमानपत्रे उगाचच ओरडत सुटतात. दारूचेच पहा ना. ती फार घातक गोष्ट आहे. पूज्य बापूजींना ती आवडत नसे. मग अशी दारू समाजात कशी राहू द्यावी? दारूपायी खर्च होणाऱ्या रकमेत गरिबांचे दैन्य सरेल, घरात दिवाळी होईल–बायकापोरे सुखी होतील. पण हा नियम मंत्र्यांना का लावावा? एक तर त्यांचा संसार सुखाचा चालू असतो. दारूमुळे आणखी सुबत्ता ती कशाला? त्यांची

मुलेसुद्धा हसतमुखाने बापाच्या जबाबदारीत भाग घेतात आणि शिवाय दारूविषयक प्रश्नाचा अभ्यास न करता दारूवर प्रवचन करणे अशक्य आहे. पुस्तके वाचल्याशिवाय परीक्षण करणे हरामाचे आहे. संगीत ऐकल्याशिवाय रसग्रहण कसे शक्य आहे? केवळ याच बुद्धीने पुष्कळ मंत्र्यांना तोंड वाईट करून मद्याशी परिचय करावा लागतो. खरे तर ते त्यांचे कृत्य म्हणजे एक त्यागाचे उदाहरण. पण लोक म्हणतात हे ढोंगीपण झाले. अरे कृतघ्नांनो! कुठे फेडाल ही पापे? तसली घाण प्यायची का लोकसेवकाने अन् तुम्ही मात्र उसाचा रस, गुळाचा चहा, पाणीदार दूध वगैरे पेये घ्यावीत. धिक्कार असो तुमचा!

मंत्री काय, समाजधुरीण काय, साऱ्यांना आज काय काय भोगावे लागते आहे! त्यांना काय तिसऱ्या वर्गाचा प्रवास आवडत नाही? पूज्य बापूजीसुद्धा तिसऱ्या वर्गाने प्रवास करीत. पण तिसऱ्या वर्गात या मंत्र्यांना लोकच त्यांना बसू देत नाहीत. गर्दी करतात, मग गाड्यांना उशीर होतो. जनतेच्या या प्रेमाला तोड नाही. पण रेल्वे ही जनतेची संपत्ती असल्यामुळे आणि 'वाघिणी चालत ठेवा' या आदेशामुळे दारे झाकून घेऊन पहिल्या वर्गाच्या बंदिवासातून मंत्र्यांना प्रवास करावा लागतो.

मंडळी भलतीकडेच चालला विषय. अगदी मंत्र्यांच्या भाषणासारखा, दिशाहीन. पण मंत्र्यांची त्यात चूक नसते. त्या भाषणाचा जीवनाशी काही संबंध नसतो. समाजाशी नसतो. काही शब्द....समाजवाद.... खेड्यातील जनता... दुबळे बांधव... संपत्तीचे समान वाटप... सहजीवन... श्रमाचे महत्त्व. या शब्दांचे मूळचे अर्थ आता उरलेले नाहीत. त्यामुळे मधून मधून 'पूज्य बापूजी काय म्हणाले'... शिवाजी महाराजांचे रक्त.....आपली संस्कृती... रामकृष्णांची शिकवण या कुबड्या घ्याव्या लागतात. बरे यासंबंधीची पुस्तके वाचायची इच्छा का नाही मंत्रीमहाशयांची? पण त्यांनी वाचावे केव्हा? दाराशी भुकेली जनता दर्शनासाठी आलेली असताना कथा कादंबऱ्या किंवा नाटके वाचून रोम जळताना फिडल वाजवणाऱ्या नीरोचे वंशज थोडेच व्हायचेय आपल्याला...

पुन्हा विषय भरकटला...

तर काळाबाजार, लाचलुचपत, भ्रष्टाचार वगैरे सर्वकाही त्याकाळीही समाजात होते. तेव्हा जनता त्याबद्दल तक्रार करू लागली. बदफैली बायका वाढू लागल्या. दूध दीड रुपया शेर झाले, साखर पाच रुपये झाली. लोकांनी केलेल्या या तक्रारी खऱ्या होत्या. मग त्या सर्व गोष्टींचा नायनाट कसा करावा?

आपल्या मंत्र्यांसारखेच तेव्हाचे मंत्रीही शहाणे होते. पाप म्हणजे एक

कल्पना. आपण म्हणतो म्हणून ते पाप, मग आपण पापाला पाप म्हटलेच नाही तर? स्त्रियांना स्वातंत्र्याची देणगी दिली तर? स्त्री दर महिन्याने शुद्ध होते. ती कोणाची गुलाम नाही. ती क्षणाची पत्नी अन् शतजन्मींची प्रेयसी ठरवले तर! ठरवायचे आपणच ना? मग उगाचच जे झेपणार नाही ते पुण्य मानायचे, यात काय हशील?

त्याच चालीवर काळ्या बाजाराचे. रास्त दरापेक्षा अधिक दराने वस्तू बाजारात घ्याव्या लागतात, ही गोष्ट पाहून सरकारला फार वाईट वाटते. म्हणजे काय? शिवाय काळाबाजार का कोणी मनापासून करतो? त्याही व्यापाऱ्यांना पोटे असतात. तेव्हा रास्त भाव आणि काळाबाजार यांच्यात तफावत जर न ठेवली तर मग असंतोष दूर होईल. सरकार तुमच्या सेवेला बसले आहे. तुमचे हित त्यांनी पाहिले पाहिजे. आपण काळ्या बाजारात वस्तू घेतो याबद्दल तुम्हाला वाईट वाटते की नाही? म्हणून सरकारने युक्ती केली. नेहमीचा बाजारच बंद केला. म्हणजे दीड रुपयात साखरेसारखी गोड वस्तू देणे कसे परवडणार? पूज्य विनोबाजींना साखर आवडत नाही. साखरेचा अतिरिक्त वापर प्रकृतीस अपायकारक आहे. आपले सरकार दयाळू आहे. गरिबांचे हितरक्षण करण्यास ते तत्पर आहे. आता सरसकट साडेचार पाच रुपयाला साखर मिळते. काळ्या व्यापाऱ्यांना उजळ माथ्याने जगता येऊ लागले. दलितांचा उद्धार तो हा असा करायचा असतो.

याच चालीवर सरकार यापुढे सर्व पापांची उचलबांगडी करणार. हल्ली सरकारपासून चोरून 'आकडे-मटका' वगैरे खेळावे लागतात. यात पैसा बुडण्याचा धोका असतो. शिवाय आपण गुन्हेगार आहोत ही जाणीव उगाचच पुष्कळांच्या मनात राहते. सरकार लोकांचे आहे. त्यांचे हित सरकारने पाहिले पाहिजे. सरकार आता 'मटका व कॉटन फिगर' खेळण्याची सोय पोस्टापोस्टातून करणार आहे.

वेश्याव्यवसाय निंद्य! का रे बाबांनो? वास्तविक स्त्री आणि पुरुष यांचे मीलन हे ईश्वरी चमत्कार आहेत. स्त्री का कधी पापी असते? ती तर आदिमाया, तिच्याजवळ पाप असेलच कसे? पुरुषाने आपले श्रम विकले तर पाप नाही; मग स्त्रीने विकले तर पाप का? श्रमाचा प्रकार वेगळा खरा, पण यात नारी जातीवर अन्याय होतो. सरकार समतेचे भोक्ते आहे. वेश्या या शब्दाने अशा स्त्रियांना संबोधणे सरकारला आवडणार नाही. त्या सेविकाच आहेत. शिवाय त्यांना घाणेरड्या वस्तीत राहावे लागते व लोकांना त्यांच्याकडे जाणे उगाचच अनीतीचे वाटते. कोणत्याही स्त्रीला कोणत्याही पुरुषाशी मनमोकळेपणाने चर्चा करता

यावी अशी सरकारची इच्छा आहे. सरकारने गावोगाव या कामासाठी 'इन्स्पेक्शन' बंगले बांधण्याचे ठरवले आहे. हल्ली फक्त सरकारी अधिकारी व मंत्री या वास्तूचा उपयोग करतात. हा पक्षपात सरकारला मंजूर नाही.

कोर्टातील शिरस्तेदार काम करण्यासाठी आठ-बारा आणे मागतात. वास्तविक एखाद्या क्षुल्लक रकमेसाठी तोंड वेंगाडणे सरकारी नोकरांना कमीपणाचे आहे. एक रुपयापेक्षा कमी रक्कम यापुढे घेऊच नये असे सरकारने त्या नोकरांना कळवले आहे. पट्टेवाल्याची झोप मोडून साहेबांना भेटण्याबाबत आता बंदीहुकूम काढण्यात आला आहे व त्याला एक रुपया दिल्याशिवाय आत सोडण्यास तो मुळीच बांधलेला नाही.

एखादे धरण फुटले तर उगाचच एखाद्या अधिकाऱ्याला जबाबदार धरणे यापुढे अग्राह्य ठरवण्यात आले आहे; कारण सर्वशक्तिमान प्रभूपुढे आपले काय चालणार! पूज्य बापूजींनी शिकवलेल्या पावलावर पाऊल टाकून आपण अहिंसक कृत्य करता कामा नये. सरकारी अधिकारी कंत्राटदाराकडून पैसे खातात अशी बोंबाबोंब फार होते. पण ती लाच नव्हे असे सरकारला वाटते. आता टेंडर फॉर्ममध्येच त्या दहा टक्के रकमेची व्यवस्था केली आहे (१/२ टक्का वर्क्स क्लार्क, एक टक्का ओव्हरसिअर, दीड टक्का डेप्यु. इंजिनिअर, दोन टक्के एक्झि. इंजिनिअर, ५ टक्के बांधकाम मंत्री). लाचलुचपतीचा यायोगे कायम बीमोड केला गेला आहे असे आम्हास वाटते.

रामराज्यातील पहाट आता दूर नाही. सरकार आता झपाट्याने भ्रष्टाचार निर्मूलनाच्या उद्योगाला लागलेले आहे. दूध व साखर या व्यवसायातील अनीतीचा असा बंदोबस्त झाला आहे. क्रमाक्रमाने सारा समाज शुद्ध होईल. सत्याचा जय असो. पूज्य बापूजींना लक्ष लक्ष प्रणाम.

(१० डिसेंबर १९६७)

-०-०-०-

३०.
हिरवे संकट

भारतापुढच्या ज्या अनेक समस्या आहेत त्यात सर्वांत त्रासदायक समस्या कोणती म्हणून पुसाल तर ती आहे धर्मभेद. जातिभेद, प्रांतभेद, दारिद्र्य, अज्ञान, आळस यांपैकी कोणतीही नव्हे. आपली राज्यघटना कितीही कोकलून सांगो, की हे राज्य निधर्मी आहे. पण व्यवहारात हे राज्य हिंदूंचेच आहे. पण बहुसंख्य लोकसंख्या असणारी जमात ही मतपेटींद्वारा राज्य करते हे जर खरे आहे तर बहुसंख्याकांचे राज्य हेच सत्य उरते. अल्पसंख्याकांचे शिरकाण करावे असे कोणी सुचवीत नाही. त्यांना रास्त संरक्षण अवश्य द्यावयास हवे. पण त्याचा अर्थ अल्पसंख्याकांनी आपल्या 'अल्पते' चा बडिवार माजवून किती सवलती उपटाव्यात याला काही अंत आहे की नाही?

धर्म ही ज्याच्या त्याच्या घरची गोष्ट राहिली असती तर फार बरे झाले असते. पण दुर्दैवाने तसे प्रत्यक्षात आढळत नाही. या देशात धर्माचा विचार केल्याशिवाय पान हलत नाही. आपले राष्ट्रपतींचेच उदाहरण घ्या ना. त्यांची जात जर हिंदू असती तर ते राष्ट्रपती झाले असते, असे मला मुळीच वाटत नाही. आपल्या निधर्मीपणाचा देखावा म्हणून आपण जी अनेक थोतांडे उभी करतो त्यातलेच हेही एक.

'राष्ट्रीय मुसलमान' हा शब्द तर काँग्रेस नेते हरहमेश वापरीत असतात. मुसलमानातून राष्ट्रीय मुसलमान वजा केले म्हणजे उरलेले अर्थातच अराष्ट्रीय मुसलमान ठरतात हेही या मूर्ख लोकांना कळत नाही आणि नकळत अराष्ट्रीय किंवा राष्ट्रघातक मुसलमान, राष्ट्रीय मुसलमानांपेक्षा अधिक आहेत हेही सत्य उरतेच. गांधीवादी कसे

कधीकधी सत्य बोलतात हे त्याचे उदाहरण होय. राष्ट्रीय मुसलमानांना मौलवी हे इस्लामचे शत्रूच मानतात. मग काही पाचपंचवीस उदाहरणे देऊन मुसलमान हे कसे देशभक्त आहेत आणि हिंदुमुसलमान ऐक्यातच आपले कसे हित आहे हे आपण शिकवू पाहतो. गमतीची गोष्ट ही की आपले पुढारी आणि विचारवंत ही गोष्ट बेट्या हिंदूंसच का शिकवितात कोण जाणे! आजपावेतो इस्लामचे केवढे आक्रमण या भारताने सहन केले आहे याचा केवळ वस्तुनिष्ठ अंदाज घेतला तर ही शांतता– हृदयपरिवर्तन–समजूत–औदार्य व एकतेची करुण हाक केवळ मुसलमानांनाच द्यावयास हवी. षंढांनी क्षमावृत्ती बाणवून काय उपयोग? आक्रमणाला हिंदुसमाज एवढा सरावला आहे की आक्रमणाचे भय म्हणून त्याला वाटत नाही. एवढे मोठे प्रचंड पाकिस्तान हिंदुस्थानच्या सीमांभोवती निर्माण झाले ते आक्रमक इस्लाम आणि भेकड हिंदू यांच्यामुळेच होय. पण याची आपल्याला कसली म्हणून लाज वाटत नाही.

बेशरमपणा आणि भेकडपणा यालाही काही हद्द असते. इतका सोन्यासारखा प्रदेश, ती भाग्यविधाती सिंधू, ते पाणिनीचे पेशावर, अनंत यज्ञयागांनी पवित्र झालेला पंजाब..जाऊ दे. नुसत्या आठवणीसुद्धा जाळून टाकतात. हे एवढे गमावूनही तो आक्रमक इस्लाम अजून थांबलेला नाही. त्या राक्षसाची भूक अनावर आहे– उर्वरित हिंदुसमाजावर पुन्हा नव्या त्वेषाने त्याने जिहाद पुकारलेलाच आहे.

पाकिस्ताननिर्मितीच्या काळातल्या हिंदू समाजावरच्या जखमा नुकत्या कोठे भरत आल्या आहेत. अशावेळी वृत्तपत्रांचे काळजीपूर्वक वाचन केले; तर ध्यानात येईल की काही काळ खाली मान घालून स्तब्ध राहिलेली 'इस्लामी' परंपरा पुन्हा डोके वर काढू लागली आहे. पुन्हा लीगच्या हालचाली वाढताहेत. आपल्या आठ कोट धर्मांध मुसलमानी मतांवर इस्लामी नेते राजकीय सौदेबाजी करू लागले आहेत. सवलती, मोठेपणा, पदाधिकार यांची खिरापत देऊन सत्तेसाठी हपापलेले सर्व पक्ष खुर्चीच्या मोहाने मुल्लामौलवींचा आशीर्वाद आणि त्या समाजाची मते खरीदताहेत.

हिंदुमुसलमान संबंधात हिंदूंनी आपणहून मुसलमानांची छेड काढली असे उदाहरण एकूण दुर्मीळच. या देशाचे मालक असूनही आम्ही येथे चोरासारखे वावरत असतो. वास्तविक बहुसंख्य समाजाचे अल्पसंख्याक समाजाला भय वाटावे. पण बहुसंख्याकांना स्वरक्षणार्थ संघटना काढाव्या लागतात हे खरोखरीच लाच्छंनास्पद आहे, आणि त्याला कारण आपले चुकीचे औदार्य आणि सहिष्णुता.

आणि हे सारे कशासाठी? परमपवित्र महंमदाच्या अनुयायांना सांभाळण्यासाठी. भारतीय सरकार पाकिस्तान सरकारपेक्षाही मुसलमान समाजाचे धार्जिणे आहे, आणि मुसलमान करू शकणार नाहीत येवढे ते मुसलमानांचे संरक्षण करीत आहेत. लोकांनी आपल्याला उदार म्हणावे, सहिष्णु म्हणावे-बुद्धानुयायी म्हणावे यासाठी ही खटपट करून, अखेर घडते आहे का हिंदुमुस्लीम एकता? हृदयपरिवर्तन समजदारांचे होते, अहिंसा तत्त्ववेत्त्याला समजते, सभ्यता हा सुबुद्ध माणसांचा गुणधर्म असेल; पण धर्मवेड-रक्तपात-आडदांडपणा यापेक्षा ज्यांचा इतिहास फारसे काही निराळे सांगत नाही त्या 'नापाक' जंगलींना या 'पाक' गोष्टींचा उपयोग काय? बलात्कारासाठी वखवखलेल्या माणसाला देवाची भीती दाखवण्याने बलात्कार टळत नाही, फक्त सुलभ होतो. बलात्कार टाळण्याचा मार्ग त्याविरुद्ध सर्व शक्तिनिशी झुंज देणे हाच असतो. पाच-सातशे वर्षांत जबरदस्तीने वाढलेली ही प्रचंड यवन जनता— तलवारीने निर्माण झालेले पाकिस्तान –गुंडगिरीने केलेल्या कत्तली आणि दंगली हे सारे आम्ही विसरायचे! मुसलमानांशी आम्ही समझोत्याने राहायचे! त्यांचा द्वेष आम्ही करायचा नाही! त्यांचे अहित आम्ही चिंतायचे नाही. का रे बाबांनो? हे सारे आम्ही कशासाठी करायचे? आजचे अल्पसंख्य उद्या समान होईतो निदान मतपेटीने आम्ही त्यांच्यापासून आमचे सिंहासन दूर राखू शकू. पण याच पद्धतीने जर हिंदूंचे यावनीकरण किंवा येशूकरण झाले तर फारच थोड्या अवधीत हिंदू अल्पसंख्याक होतील. मग हिंदूंचे रक्षण करावयास कोण आहे? आज मुसलमानांचे रक्षण करावयास युरोपपासून चीनपर्यंत पसरलेले इस्लामी साम्राज्य आहे. युरोपने इस्लामला तलवारीनेच हाकलून दिले, हे आम्ही तेवढे का विसरावे? दोन सहस्र वर्षांनी ज्यूंचे राज्य पुन्हा नांदू शकते व तेही सर्व बाजूंनी वेढलेल्या मुसलमानी साम्राज्याच्या मध्यभागी. इस्लाम पराभूत झालेला नाही असे थोडेच आहे? मग सिंध-पंजाब-बंगालच्या भूमीची आकांक्षा आम्ही सोडून का द्यावी? सामर्थ्यासारखे सत्य नाही, तलवारीसारखी अहिंसा नाही. किंबहुना हाती तलवार असेल तर आणि तरच हिंसा टळेल, रक्तपात टळतील.

पुन्हा एकवार मुसलमानी संस्कृती उर्वरित भारतात डोके वर काढीत आहे. सरकारच्या उदार आश्रयाने ती वाढते आहे. साधनशुचिता-अहिंसा-सत्य यांच्या भंगड अनुयायांना हे संकट जाणवणार नाही. कारण आंधळेपणाबरोबर बहिरेपणासाठी ही मंडळी प्रसिद्ध आहेत. त्यांना ठीक करणे शक्यतेच्या कोटीतले नाही. मनुष्यस्वभावाच्या मर्यादांवरच धर्माधर्म ठरतो आणि म्हणून आपण सावधगिरीने

हे संकट ओळखले पाहिजे. सत्ता संपादन करण्यासाठी किंवा टिकविण्यासाठी मुसलमानी लगट सुरू झालेली आहे. हिंदूंचा देश म्हणून 'हिंदुस्थान' ओळखला गेला तर त्यात प्रतिगामी किंवा अन्यायजनक काही नाही. मुसलमानांचे हित ते बघतातच. आपणही आपल्या हितासाठी सिद्ध व्हायला हवे. मुसलमान 'इस्लाम' हा अखेरचा शब्द मानतात. आपणही त्या शब्दाची अखेर योग्य त्या मार्गाने हुडकली पाहिजे.

काश्मीरवरचा अफाट खर्च, पाकिस्तानच्या सीमांवरचा लष्करी खर्च, हिंदुमुसलमान दंग्यानिमित्त होणारे नुकसान, पाकिस्तानच्या निमित्ताने करावा लागणारा पुनर्वसनाचा बोजा या साऱ्याने भारताची पीछेहाट झाली. झाले एवढे यवनस्तवन आता पुरे झाले. 'हिंदुमुस्लीम' ऐक्याच्या वांझ योजना या घटकेला फलदायी होणार नाहीत. हिंदूंनी आपल्या मनावरचे आध्यात्मिक ओझे फेकून देऊन आता निदान मुसलमानांइतके आडदांड होणे आवश्यक आहे. ऐतिहासिक अनुभव, विज्ञानाधिष्ठित दृष्टी, जाति-वर्णविरहित समान समाजरचना, यांच्यावर समर्थ हिंदुमत उभे राहिले आणि त्यांनी मुसलमानांप्रमाणे आपल्या समृद्धीसाठी तलवार हाती घेतली तर... आणि तरच नवी पाकिस्ताने नेस्तनाबूत होतील. नचपेक्षा दिवस वाईट आहेत. मांजराने उंदरांना खायचे त्याऐवजी उंदीर मांजराला कुरतडीत आहेत.

(९ मार्च १९७०)

-०-०-०-

३१.

युनूस सलीमसाहेबास सलाम

मेहरबान युनूस सलीमसाहेब आमच्या पुण्यात येऊन पुणेकरांना पावन करून गेले. पुण्याची पुण्याई थोर म्हणूनच इंदिराजी सरकारातील हे एक 'पाक' मंत्री पुण्यास भेट देण्यासाठी आले. इंदिरा सरकारच्या आजच्या आसनाचा जो आधार मुसलमान समाज, तो मोठ्या उत्कंठतेने युनूस सलीमसाहेबांची पुण्यात वाट पाहात होता. त्या समाजापुढे केवढे तरी गहन आणि बिकट प्रश्न उभे आहेत. स्वारबाबा पीर व सुभानशा दर्गा यांच्यासारख्या मौल्यवान व परमपवित्र प्रार्थनास्थानाविषयी त्या समाजाला केवढा बरे अभिमान आहे. इस्त्रायलमध्ये अल–अक्सा आणि इकडे अल –स्वारबाबा. या पुणेरी तर्कदुष्ट मूर्तिपूजकांना या पवित्र स्थानांची अडचण वाटू लागली आणि केवळ वाहनांच्या सोयीसाठी त्यांनी हे दर्गे मुळातूनच उपटून काढण्याचा बेत करावा हे निधर्मी राज्यात कसे काय बसते? शिवाय मुसलमानी समाजासाठी कायदेसुद्धा खास निराळे करण्याचे भारतीय सरकारचे धोरण आहे, हे या नतद्रष्ट चांडाळांना का समजू नये! कोण हा गहजब? कोण हा अन्याय? गांधीशताब्दीच्या या वर्षात मुसलमानी धर्मभावना दुखवण्याची काय ही अमर्यादा. वास्तविक रस्ताच दुसरीकडे हलवायचा सोडून दर्ग्यासारखी पवित्र वास्तू हलवणे हे कितपत योग्य, याचा विचार व्हावयास हवा होता. एकवेळ हे पुणे शहर हलवले तरी चालले असते, पण अल्लाची ही पवित्र स्थळे सुरक्षित रहायलाच हवीत.

आणि हा आमचा न्याय्य हक्क आणि धर्महक्क मोठ्याने सांगणाऱ्या मौलाना येशूखानाव्यतिरिक्त अन्य नेता मुसलमान समाजाजवळ नव्हता. एकटा माणूस तरी काय काय करणार! कुठे

कुठे पुरणार? आधी जातीय राजकारण चालू ठेवून हिंदु समाज दुर्बल करावयाचा आणि शिवाय मुसलमान समाजाला संघटित करायचे, अशी दुहेरी कामे येशूखानांनी एकट्याने कशी करावीत? फक्रूद्दीन अली साहेबांना 'राबात' सारख्या आंतरराष्ट्रीय प्रश्नामुळे इथल्या गोष्टीत लक्ष घालावयाला फुरसत कशी मिळणार? शिवाय इंदिराबाईंची कृपा कायम ठेवण्यासाठी त्यांना पुष्कळच मेहनत पडते. तेव्हा मौ. येशूखानांच्या साहाय्यार्थ युनूसमिया धावले हे बेस झाले.

युनूसमिया पुण्यात आले अन् सर्वांनी कावकाव केली. युनूसमिया काय मुसलमान नाहीत? ते काय रझाकारी चळवळीत नव्हते? ते काय दंगलीमागची राजकारणे खेळत नाहीत? मुसलमानी समाजाने जे जे काही मिळवले ते दंगली करूनच. मग त्या समाजाच्या पुढाऱ्यांनी हे खेळ नकोत का बरे खेळायला? भेकड, पौरुषशून्य व मूर्तिपूजक हिंदूंना या देशात मुळी जगायचा अधिकारच नाही, आणि हे हरामखोर म्हणे आमचे दर्गे पाडणार. युनूसमिया आले, त्यांनी इथल्या इथल्या यवन समाजाशी गुफ्तगू केले आणि त्यांना असे आश्वासन दिले की, ''जगातली कोणतीही शक्ती आमची पवित्र स्थाने हलवू शकणार नाही.''

भारतातील सार्वभौमत्व, लोकसभा, सर्वोच्च न्यायालय यासारख्या मामुली सत्ता तर युनूसमिया मानतच नाही. पण जगातली अन्य सत्ताही ते मानत नाही. ते जाणतात फक्त इस्लाम. एवढ्याशा चिरटोळ्या इस्रायलने साऱ्या प्रचंड अरब जगाची व जंगली यवन जगाची फजिती चालवली आहे आणि तरीही जगातल्या सत्तांना युनूसमियांनी आवतणे धाडावीत हे पाहून मोठी मजा वाटली. जगातल्या सत्तेचे जाऊ द्या, पण आमच्या वसंतराव नाईकांची अन् कमिशनर मोघ्यांची स्वारबाबांनी बघता बघता पार दुर्दशा करून टाकली की हो!

शाबास वसंतरावजी! शाबास मोघे! शाब्बास शिवाजीराव ढेरे! तुम्ही सर्व मंडळी आडदांड, जंगली समाजाला योग्य त्या ठिकाणी ठेवणार असलात तर हिंदूंचा कळवळा येण्याची आम्हाला काही गरज नाही. आमचे मागणे लई नाही. थोडा स्वाभिमान, थोडी सुधारणावादी दृष्टी, समान न्याय आणि सभ्यता एवढी जरी आम्हाला तुमच्यापाशी जाणवली तर आम्हांला भांडायचे कारणच नाही.

स्वारबाबा हलला, त्याच्या अंगावरून ट्रक-मोटारींची धुडे हिंडू फिरू लागली. नागरिक जीवन अडले होते ते व्यवस्थित सुरू झाले. शासनाजवळ काही न्यायबुद्धी आहे हे जाणवले. पुण्यातील काँग्रेसपक्षात स्वाभिमान आहे हेही कळले. भुकेकंगाल अन् पराभूत बामणांपेक्षा मग्रूर आणि मुजोर मुसलमानांना ठीक करण्यासाठी आता स्थानिक काँग्रेस पुढारी सज्ज झाले हे पाहून तर फार बरे

वाटले.

आम्हाला तर फार आनंद झाला आहे. एवढासा स्वारबाबा तो काय! त्याचा आनंद तो काय! आनंद झाला तो जागृत अशा सुबुद्ध शक्तीचा, स्वाभिमानी स्थानिक नेत्यांचा.

युनूसमिया, पुन्हा पुण्यात याल तेव्हा तुमचे स्वारगेटावरच स्वागत करू. तोपर्यंत मियाजी, तुम्हाला आमचे दंडवत! नव्हे सलाम!!....

(१८ जानेवारी १९७०)

- ० - ० - ० -

३२.

भिवंडी जळाली... पुढे काय?

माझी मान खाली आहे. तोंडातून शब्द फुटत नाही. जाताना मी बडबडत होतो, खिदळत होतो, सगळ्यांची चेष्टा करीत होतो, पण येताना मात्र माझे हसू मावळले होते. मस्करी सरली होती. भिवंडीला जे काही मी पाहिले त्याने माझे मन बावचळून गेले होते. भिवंडीला जे जे मी ऐकले त्याने माझे कान गारठले होते. पंचेंद्रियांच्या शक्ती नष्ट करण्यासारखे भिवंडीत काहीतरी घडले होते.

मी महाराष्ट्रात राहतो, त्यातही पुण्यात राहतो. ज्या पुण्यात हिंदुत्वाच्या नावाने सदैव टाहो फोडला जातो, ज्या पुण्यातून भीमथडी तट्टाच्या टापा इस्लामी राजवटीला तुडवीत होत्या, ज्या पुण्यात बाल शिवाजीने स्वराज्याची स्वप्ने पाहिली, देव भंगविणाऱ्याचे हात जेथे कलम केले गेले आणि गाई मारणाऱ्यांना शिवप्रभूंनी जेथे हत्तीच्या पायी दिले त्याच पुण्यात मी वाढलो. जुलमी, असहिष्णु, जंगली संस्कृतीचा पुंडावा थांबवण्याची प्रतिज्ञा करणारा श्रीछत्रपती शिवाजी जिथे जन्मला, तिथेच मी सुदैवाने राहतो आहे. हिंदुपणाचा अभिमान मिरवतो आहे. माझी सारी शिवाजीनिष्ठा, हिंदुत्वनिष्ठा भिवंडीच्या अग्निप्रलयात आज जळून राख होण्याच्या बेतात आहे.

पुण्यापासून शंभर मैलांच्या अंतरावर हिंदुसमाजाचा अवमान करण्याचे धाडस केले गेले आहे. न्यायालयीन चौकशी काय व्हायची ती होवो, पण मी पाहिले ते भिवंडीचे हिंदू निरपराध आहेत. ते बहुसंख्य पोटार्थी साळी आहेत. ज्यांनी काठीसारखे शस्त्रसुद्धा कधी हाती घेतलेले नाही अशा निरपराध हिंदूंवर मुसलमानांनी जाणूनबुजून प्राणघातक हल्ला चढवला, हे ठरवण्यासाठी एखाद्या शाळकरी पोराची

बुद्धीसुद्धा पुरेशी आहे. हायकोर्ट न्यायाधीश कदाचित तेच सत्य कायदेशीर भाषेत सांगू शकेल. सर्व वृत्तपत्रांनी हे सत्य उघड उघडपणे मान्य केले आहे की, हल्ला पूर्वनियोजित होता व त्याची तयारी मुसलमानांनी फार पूर्वीपासून केली होती. भिवंडीचा दंगा मुसलमानांनीच केला हेही लोकसभेत सांगितले गेले. दंगा ठरवून करण्यात आला ह्याचीही वार्ता लोकसभेत दिली गेली. दंग्यात बाहेरच्याही मुसलमानांचा भाग होता. जाळपोळीची साधने जय्यत तयार होती. बघता बघता आठशे एक घरे जाळण्यात आली आणि नुकसान बहुश: हिंदूंचेच झाले आहे. प्रतिकारार्थ हिंदू उठले... तेव्हा मुसलमानांचेही नुकसान झाले असेल. पण हिंदूंची मालमत्ता काळजीपूर्वक नष्ट करण्यात आली आहे. तिथला कर्फ्यूचा कालखंड संपला की कोणालाही जे घडले आहे ते डोळ्यांनी पाहता येईल.

सरकार झालेला सर्वनाश कमी दाखवण्याची कोशीस करील. झालेली पडझड आवरायला लागेल. पण तत्पूर्वी जमेल त्याने भिवंडीला भेट द्यावी, डोळ्यांखालून तिथली राख जाऊ द्यावी आणि मग अंत:करण हलले तर–तरच मग काय तो धडा घ्यावा. शिवप्रभूंनी जे मुगली आक्रमण थांबवण्याचा यत्न केला ते अजूनही थांबलेले नाही. अजूनही या भूमीच्या मालकांची दैना उडतेच आहे. उडणार आहे. कारण शासनकर्ते पक्षपाती आहेत. खोटारडे आहेत. यशवंतराव चव्हाणासारखा बेजबाबदार, नाटकी, लबाड आणि संधिसाधू माणूस आज सत्तेवर आहे. तेव्हा हिंदूंच्या नशिबी हाच अपमान असणार. डोळे असणारा कोणीही माणूस भिवंडीचा दंगा केवळ मुसलमानांच्या दांडगाईतून जन्म पावला हे सांगू शकेल. चव्हाण डोळे बांधून भिवंडीत गेले होते. गेले तेही काँग्रेसी आमदारांना घेऊन–ज्यांना भिवंडीतील मुसलमानी मते हवी आहेत. मुसलमानांची जी थोडी फार हानी प्रतिकाराचे वेळी झाली ती चव्हाणांनी पाहिली. ते पाघळले. बरोबर आहे. चव्हाणही नेते कुणाचे? ते लोकसभेत सांगतात की भिवंडीत मुसलमानांची हानी झाली. थोडी शरम, थोडी लाज असणारा कोणीही एवढे धाडसाचे व खोटारडे विधान करणार नाही. पण चव्हाणांना आपले आसन राखावयाचे आहे. म्हणजे इंदिराजींनाही संतुष्ट करावयाचे आहे–म्हणजचे फक्रूद्दिन अली साहेबांची दाढी कुरवाळायची आहे. म्हणजेच हिंदूंवर अन्याय करणारे गरळ ओकायचे आहे. यशवंतरावजी, शाबास! कृष्णेच्या परिसरात जन्म घेतलात, शिवप्रभूंच्या पावनभूमीवर पोसलात, क्षत्रिय मराठ्याची जात सांगता आणि खुशाल भिवंडीच्या गरीब नागरिकांशी बेइमान होता. तुम्ही कसले प्रतिशिवाजी, तुम्ही तर मूर्तिभंजक अफजुलखानाशी नाते सांगता.

हिंदूंच्या भेकडपणाची कीव करावी की दहापट लोकसंख्येच्या उरावर

नाचून आपल्याला हवे ते मिळवणाऱ्या मुसलमानांचे कौतुक करावे, हेच कळत नाही. मुसलमानांनी दंगे करावेत आणि लोकसभेत इंदिराकाकू व त्यांचे सँडल पुसे यांनी त्याची जबाबदारी आर. एस. एस., जनसंघ आदी पक्षांवर टाकावी हा आता शिरस्ता आहे. ही गोष्ट खरी की, दंगली सुरू झाल्या की जी पांढरी टोपी बगळाछाप भेकड भुते घरेदारे लावून आपल्या तुंदिलतनु बायकांना मिठीत घेऊन बसतात, ती दंगे थांबल्यावर शांतता कमिटी स्थापन करायच्यावेळी उगवतात, आणि मग त्या दंगलकालात दंगेखोरांना ज्यांनी रोखले, जखमींना ज्यांनी पाणी पाजले, अन्न पुरवले, सेवा केली, त्या गरीब संघवाल्यांवर आणि जनसंघवाल्यावर दुगाण्या झाडतात. मुसलमानांना सारे रान मोकळे सोडले असते तर या पांढऱ्या टोपीकरांच्या तुंदिलतनु बायका मुसलमानांच्या घरी वीण वाढवीत नवे जहांगीर, नवे भुत्तो निर्माण करत बसल्या असत्या एवढासुद्धा विवेक या मूर्खांना नसतो. मुसलमानांचा आवेश, क्रूरता यांचा बळी होणारे जनसंघीय हे जातीय; आणि केवळ जातीयतेचा आधार घेऊन गादीवर येणारे हे ढवळे म्हणे पुरोगामी.

मुसलमानांना ही मस्ती कोठून येते हा संशोधनाचा विषय आहे. हिंदूसमाज चहूबाजूंनी सागरासारखा पसरलेला आहे. काहीही म्हटले–कितीही लेचेपेचे झाले, कितीही भोंगळ असले–तरी भारतीय शासन हिंदूंचेच आहे. म्हणजेच पुरेसे शरणार्थी आहे. गेल्या हजार वर्षांत जोडे खाण्याची सवय लागल्यामुळे पराक्रमाला व स्वाभिमानीवृत्तीला वंचित झालेले आहे. मुसलमानांनी, इंग्रजांनी, ख्रिश्चनांनी आणि परवा परवा चिन्यांनी सदैव जोडे हाणावेत, घरेदारे लुटावीत–धर्म वाढवावा; बायका–पोरांची इज्जत घ्यावी आणि आम्ही मानवतेच्या गप्पा मारून त्यांना क्षमा करावी, सांभाळून घ्यावे. त्यांच्यासाठी आमच्या पवित्र गोष्टींचा त्याग करावा. क्वचितच एखादा शिवाजी, एखादा प्रताप... बाकी सारे सोकाजी आणि साळकाया. गेली हजार वर्षे चाललेल्या या मानहानीचा कडेलोट फाळणीच्या वेळी झाला. हजार वर्षांची पापे काही भूमी विकून, काही बायका आंदण देऊन–काही कच्च्या बच्च्यांच्या किंकाळ्या ऐकत आपण फेडू पाहिली. अशी पापे किंवा रोग संपवू म्हणून संपत नाहीत. मूळचा कणरूप असणारा रोग पुढे सारा देह नासवितो. धर्मत्याग म्हणजे राष्ट्रत्याग हे सिंधी लोकांना कळले. पूर्वपाकिस्तानला कळले–आसामात कळले. आता मेघालयात कळू लागले आहे. काश्मीरला उद्या कळेल–पण तरीही निधर्मीपणाचा डंका वाजवून परधर्मीयांना अभय आहेच आहे.

मुसलमानांचा प्रश्न पाकिस्तानपूर्वी जेवढा गंभीर होता त्याहून तो आज बिकट झाला आहे. कारण एक समर्थ राष्ट्र इथल्या मुसलमानांना धर्माचे आवाहन

देते आहे. पैसा देते आहे. शस्त्रे देते आहे. शिवाय इथल्या मुसलमानांना कळून चुकले आहे की हिंदू ही जात भेकड आहे. तिचे पुढारी नादान, नालायक आहेत. त्यांना स्वार्थ कळत नाही. ते दंग्याला भितात. ते गुंडगिरीला भितात. त्यांनी तरी सभ्यपणाने कसे वागावे? भारतीय नेतृत्व गुंडगिरीला नमलेले अवघ्या वीस वर्षांपूर्वी त्यांनी पाहिलेले आहे. मग अजूनही तो डाव खेळला तर फायदाच होईल. बरे, हिंदूंनी प्रतिकार केला तर जगभर बोंब मारता येईल. अर्थात हिंदूंनी प्रतिकार केला तर मुळी यशवंतराव–वसंतराव त्यांचा निकाल लावतील हा भाग सोडा. सत्ता महत्त्वाची, खुर्ची भाग्यवान. खुर्चीखाली रक्ताची राड असली तरी खुर्चीची मखमल उबदार. पाच कोट मते म्हणजे काय महाराजा, त्यासाठी थोडी शरम सोडली पाहिजे. त्यासाठी स्वबांधवांविरुद्ध असले काहीतरी खोटे बोलले पाहिजे. त्याला काय करणार. हिंदू काय! त्यांना कुठे जाता येणार? अवनीतलावरचे हे एकमेव हिंदूराष्ट्र. पुन्हा अशोक-बुद्धाचा वारसा. पुन्हा बापूजींची शिकवण. पंडितजींचे पंचशील. शास्त्रीजींचा ताश्कंद करार. जयचंदापासून नेहरूंपर्यंत सर्वांची परंपरा एकच. आमच्या गरीब सहिष्णू धर्माबाबत सर्वांचा राग. पण मूर्तिपूजकांना जगण्याचा हक्क नाकारणाऱ्या यवनांचा या सर्वांना पुळका...

मग होणार गोंधळ, होणार अहमदाबाद, होणार जळगाव, होणार भिवंडी! पण यशवंतरावांचा मतदार संघ शाबूत आहे. ते कशाला चिंता करतील. जातीय राजकारणावरून टीकाकारांना बदनाम करावे, जातीय ठरवावे- प्रतिगामी ठरवावे आणि देश विकीत आपण राज्य करावे हेच खरे. क्षत्रिय धर्म जाणणाऱ्या या महाराष्ट्रातल्या सर्व बहुजनसमाजाला भेकड बनवून षंढपणाचे धडे देण्याचे त्यांचे काम चालूच आहे. आमच्याच धर्मातल्या वेगवेगळ्या जातींना परस्परांविरुद्ध खेळविण्याचे राजकारण चालू आहे. मोठे संकट समोर आहे. ते सर्वच धर्मांवर आहे. राष्ट्रावर आहे. त्यावेळेस त्यांच्याशी मुकाबला करायला हवा. क्षुद्र जातीपाती-प्रांतीयता यांचा अडसर जर अखंड हिंदूसमाजात येत असेल तर खुशाल एखादी जात संपूर्ण नामशेष झाली तरी चालेल. पण आपल्या राष्ट्राची आपले नेते काय विल्हेवाट लावताहेत त्याकडे लक्ष दिले पाहिजे. पाकिस्ताननिर्मितीचे मुख्य शिल्पकार–पटेल–नेहरू–गांधींनी मौनव्रत पत्करून त्या पापाला संमती दिली. आज त्याच पुढाऱ्यांची औलाद नवे पाकिस्तान निर्माण होईल अशी भूमिका पत्करीत आहे. सर्व समाजाने पक्षनिष्ठा, जातीनिष्ठा असल्या क्षुद्र निष्ठांपेक्षा राष्ट्रनिष्ठा मोठी मानून आता त्या दुष्टांशी मुकाबला केला पाहिजे.

लक्षात ठेवा, जे दुसऱ्यांना जातीय, प्रतिगामी म्हणतात, त्यांचे आसनच

त्या आरोळ्यांवर अवलंबून असते. सत्य काही निराळेच असते आणि सत्य हा लबाड लोकांना सतत त्रास देणारा विषय आहे. पाकिस्ताननिर्मितीचे पाप संघ – जनसंघावर घालणारे वेड्याच्या इस्पितळात होते–अजूनही आहेतच.

पुढची वर्षे आता सदैव बेचैनीची जाणार आहेत. एक भिवंडी जळली पण त्याने आमची मने अस्वस्थ झाली आहेत. मुसलमानांच्याविषयी ज्या शंका आमच्या मनात वावरतात त्या खऱ्या ठरू पाहत आहेत. मात्र एवढे त्यांनी लक्षात ठेवावे की आता अशा दंगलीत नवी भूमी त्यांना मिळणार नाही. हिंदुस्थानची सत्ता व भूमी काबीज करणारेच आता एखादेवेळेस दग्ध होतील व 'इंद्राय स्वाहा तक्षकाय स्वाहा' या न्यायाने त्यांच्या पुरस्कर्त्यांनाही त्याच वाटेने जावे लागेल. विवेकी, संयमी हिंदु समाजाने स्वत: होऊन कोणालाही कधीही छेडलेले नाही. अगदी सरकारी कागदपत्रांवरून हे शाबीत करता येईल. पण सहनशीलतेला मर्यादा असतात हेच खरे, आणि आता ती सहनशीलता शिगेला पोचली आहे हेही विसरता नये.

भिवंडी तर जळून मेली. पुढचे सारे काही थांबायचे असेल तर शासनकर्त्यांनी स्वार्थ सोडून आता या प्रश्नावर खरे आणि टिकाऊ बोलणे केले पाहिजे. कळा गेलेले शब्द, अर्थ नसलेली वक्तव्ये आणि व्यवहारात न उतरता येणारा आदर्शवाद यांचा त्याग करून गेल्या पन्नास वर्षांतील मुसलमानांचे वर्तन, त्यांच्या निष्ठा, त्यांच्या निष्ठा, त्यांच्या चळवळी, त्यांचे इस्लामी जगाशी संबंध, त्या समाजाच्या ऐतिहासिक अहंता व आकांक्षा यांचा नीट शोध घेतला पाहिजे. त्याचप्रमाणे त्यांचा धर्मग्रंथ कुराण, मूर्तिपूजकांना किंवा बिगर इस्लामीयांना द्यावयाच्या वागवणुकी संबंधीचे त्यातील आदेश यांचाही विचार केला पाहिजे, आणि जर कुराणातून किंवा त्यावरच्या स्मृतिग्रंथातून धडधडीत अन्यायाच्या आज्ञा निघत असतील आणि त्या निघतातही, तर मग घट्ट असा ऐतिहासिक निर्णय घेतला पाहिजे. मुसलमानी समाज हा धर्मनिष्ठ आहे. त्याची कुराणावरील निष्ठा वादातीत आहे आणि धर्मग्रंथातच असहिष्णु आज्ञा असतील तर मग त्यांनी त्याचे पालन केले यात त्या समाजाची कोणतीच चूक नाही. चूक आपली आहे. सर्व धर्म उदार आणि चांगले असतात, असा भोंगळ मानवतावाद आपण गृहीत धरतो आहोत.

पण तेवढ्यासाठी आमच्या नेत्यांजवळ आत्मविश्वास आणि पुरुषार्थ हवा.

आणि तेवढीच काय ती आजच्या नेत्यांजवळ उणीव आहे.

(२४ मे १९७०)

३३.

तो शिवाजी तुमचा नव्हे!

दिनांक अकरा जून १९७० रोजी सातारा येथील एका पांढऱ्या सभेत यशवंतराव चव्हाण म्हणाले, "शिवाजी अफजुलखानाशी लढले तसेच चंद्रराव मोऱ्यांशी लढले... शिवाजी महाराजांचा पुष्कळ लोक गैरवापर करीत आहेत, हा शिवाजीचा अपमान आहे. महाराजांचा भगवा झेंडा आम्हाला पूजनीय आहे. काही जातीय पक्षांना तो ध्वज आपल्या स्वार्थासाठी वापरायचा आहे. तो ध्वज आम्हाला मान्य नाही. भगव्या झेंड्याचा अपमान भिवंडीत झाला तो आर. एस. एस. चा होता."

शाबास यशवंतरावजी, आम्ही तुमच्याकडून अशाच भाषणाची अपेक्षा करीत होतो. दिल्लीत आपण जी घाण करता ती सातारा-कऱ्हाडच्या तुमच्या खास बिचाऱ्या मतदारांना कळत नाही. त्यांना दिल्ली लांब पडते. तिथले राजकारण निराळे. तिथे इंदिराजींशी कसे जमवून घ्यायचे हा मुख्य प्रश्न. इथे आपला मतदार राष्ट्रवादी कसा होणार नाही याविषयी घ्यावयाची जागरूकता, सर्कशीतले कसरतपटुसुद्धा हार जातील अशी ही कसरत आपण करून राहिला आहात. पण दिल्लीत आपण जी घाण केलीत व महाराष्ट्राची जी अब्रू घालवली आहे तिची वार्ता आपल्या महाराष्ट्राच्या खेड्यापाड्यात पसरू लागली आहे. हळूहळू खेड्यातील समाज वाचू लिहू लागला, त्याला आपले दिल्लीतले थेर समजू लागले. जनसंघवाले आता हळूहळू समाजातल्या सर्व थरांत शिरू पाहत आहेत. ते तुमचे भांडे फोडणार. त्यामुळे तुम्हीही अस्वस्थ झाला आहात. सामान्य नागरिकांना भ्रमचित्त करू शकणारे फसवे, गोड बोलण्याचे कसब तुम्ही आत्मसात केलेत हे

खरे, पण बोलणे आणि करणे यात फारच अंतर आहे. 'भिवंडीवर' जे आपण भाषण केलेत त्याने काँग्रेसचे आमदारही दुखावले आहेत. शरद पवार आणि विठ्ठलराव गाडगीळ यांनी आमदारांचा असंतोष तुमच्या कानावर घातला तेव्हा तुम्ही नुसते हसलात आणि त्यांना दिलेल्या अबोल आश्वासनांनुसार परवाच्या कऱ्हाडच्या साप्ताहिक भेटीत आपण एक नवेच अजागळ सत्य सांगितलेत.

तुमच्या वरील बोलण्यावरून मला एक गोष्ट आठवली. कऱ्हाडचे एक पाटील होते. तुमच्यासारखेच बेभरवशाचे. त्यांचे लग्न झाले एका दिल्लीच्या मुलीशी. ही मुलगी शिंदळ निघाली. कारणे काहीही असोत. तेव्हा लोक विचारू लागले की, "काय हो कऱ्हाडकर पाटील, तुमची बायको ही अशी कशी?" त्यावर कऱ्हाडकर पाटील म्हणाले, "छे! छे! ती मुळी माझी बायकोच नाही. ती दिल्लीच्या पाटलाची मुलगी आहे. शिंदळ आहे ती दिल्लीची मुलगी -"

भिवंडीच्या शिवजयंतीच्या मिरवणुकीतला भगवा ध्वज शिवाजीचा नव्हता तर काय अफजुलखानाचा होता? आणि शिवाजीचा भगवा ध्वज काय वारसाहक्काने तुम्हाला मिळाला की काय? शिवाजीचा भगवा ध्वज हे कशाचे प्रतीक आहे? आधी शिवाजीने भगवा ध्वज का पत्करला! शिवाजीचे तत्त्वज्ञान कोणते? आपल्याला इतिहास माहीत नाही का आपण हेतुपुरस्सर अडाणीपणा करता हेच कळत नाही. महाराष्ट्रात जन्मलेल्या कोणाही माणसाला शिवचरित्राचे रहस्य माहीत आहे. शिवचरित्राचे रहस्य माहीत नव्हते ते पं. नेहरूंना–गांधींना–मोरारजीभाई देसाई यांना. म्हणून तर त्या शहाण्यांनी शिवाजीला वेगवेगळी दूषणे दिली. ज्यावेळी 'शिवाजी' ची उपेक्षा होत होती, त्यावेळी चव्हाणमिया आपण - आपले राजकीय बापजादे आणि भाईबंद त्या तिघांची हुजरेगिरी करीत होते. शिवाजी हा चुकलेला देशभक्त आहे असा उल्लेख केला गेला. तो विश्वासघातकी आहे, असे म्हटले गेले. त्याचा तुम्ही कधी प्रतिकार केला काय? कऱ्हाड–साताऱ्यात शिवाजी महाराजांची स्तुतिस्तोत्रे गावीत आणि दिल्लीत गेल्यावर अतिमानवतावादी पांघरूण घेऊन सोळभोक पुढाऱ्यांशी शय्यासोबत करावी हेच खरे.

शिवाजीचे राजकारण हे उघडउघड हिंदुत्वाचे राजकारण आहे. मोगल अंमलाखाली हिंदुत्वाचे शिरकाण होत होते. मूर्ती भंगत होत्या - देवळे उद्ध्वस्त होत होती. बायाबापड्यांच्या नव्हे तर चांगल्या सरदारांच्या मुलीबाळी मुसलमान आपल्या अंगाखाली ओढत होते. एरवी उपासमार कोणाचीच नव्हती. पोटापाण्यासाठी कोणी अडून बसले नव्हते. आपल्या बापाप्रमाणेच शिवाजीनेही स्वराज्याऐवजी मोगली अम्मलदारी पत्करली असती तर वैयक्तिकरीत्या तो सुखी झाला असता.

'धर्मावरच्या संकटाखेरीज अन्य कोणतेही संकट शिवाजीसमोर नव्हते. त्याला स्वराज्य हवे तरी कशाकरता होते?'

या प्रश्नाचे उत्तर आपल्याला परवडणारे नाही. कोणाही मराठी माणसाला हे उत्तर ज्ञात आहे. पण दुर्दैवाने महाराष्ट्रद्रोही आणि हिंदुत्वद्रोही अशा आपल्याला ते ज्ञात नाही. स्वराज्याची तहान सुराज्याने भागत नाही हेच खरे. मातलेल्या म्लेंच्छांना थोपवण्यासाठी, गाई मारणाऱ्यांचे हात कलम करण्यासाठी, या भूमीच्या मालकाची कुचेष्टा थांबवण्यासाठी, बलदंड धर्मीयांना नेस्तनाबूत करण्यासाठीच शिवाजीने एकाकी लढा दिला. शिवाजीला केवळ पराक्रम दाखविण्यासाठी राज्य नको होते. त्याच्या मनात हिंदू अपयशाची चीड जागी झाली. तो चक्क हिंदूहित जपणारा राज्यसंस्थापक होय आणि हे उद्दिष्ट दाखविण्यासाठी त्याने भगव्या ध्वजाची स्थापना केली.

भगवा ध्वज हे हिंदू धर्माचे प्रतीक आहे. अगदी महाभारतकालापासून भगवा ध्वज अस्तित्वात आहे. भगव्या रंगात विरक्ती आहे तसेच अरीचे रक्तही आहे. शत्रूच्या रक्ताने माखलेला ध्वज सप्त सरितांतून धुतला की जो रंग त्यावर टिकतो तोच भगवा रंग होय. हिंदू धर्म आक्रमक नसला तरी त्यावर आघात अनेक झाले. शत्रूचे रक्त त्याला अनेकदा सांडावे लागले आणि म्हणून 'जित' अशा शत्रूच्या रक्ताने रंजित झालेल्या या ध्वजाला टोकेही असतात. एक धार असते. ही धार वाऱ्याने फडफडत असते. शत्रूच्या शोधात असते. शत्रूच्या रक्तानेच ती तृप्त होते.

म्हणूनच शिवरायांनी भगव्या ध्वजाला राष्ट्रध्वज केले. ती एक धर्मध्वजाही होती. ज्याला शिवाजीवर प्रेम करायचेय त्याला त्याच्या या ध्वजाचे रहस्य समजावूनच घेतले पाहिजे. युद्धाचा तिरस्कार करून युद्धे मिटत नाहीत. ती मिटतात केवळ तलवारीनेच आणि म्हणूनच भवानी मातेने तिच्या कर्तबगारपुत्राला तलवार दिली. मात्र तीनशे वर्षांनंतर जन्म घेतलेल्या प्रतिशिवाजीला ढाल दिली; कारण त्याला युद्ध करायचेच नव्हते. त्याला रणभूमीवरून सदैव पळावयाचे होते. त्याला गनिमापासून रक्षण हवे होते. त्याला तलवारीपेक्षा ढाल सोयीस्कर होती.

शिवजयंतीचा उत्सव जरी टिळकांनी चालू केला असला तरी शिवभक्तीची या भूमीला सवय आहे. विष्णूशास्त्री चिपळूणकर, लोकमान्य टिळक, शिवरामपंत परांजपे, अच्युतराव कोल्हटकर व अखेरी स्वातंत्र्यवीर सावरकर या सर्वांनी राष्ट्रवादाच्या पुनरुत्थानासाठी शिवाजीचीच कास धरली. शिवाजी हा एक अदभुत मंत्र आहे. पण त्या मंत्रात त्याच्या भगव्या ध्वजाला, भवानी तलवारीला, गनिमी

तो शिवाजी तुमचा नव्हे! / १९५

काव्याला आणि हिंदवी स्वराज्याला कसे विसरून चालेल.

आजच्या हरामखोर प्रतिशिवाजींना शिवाजीचा धर्म नको आहे. त्यांना त्या अद्‌भुत मंत्राची शक्ती तेवढी हवी–लोकांच्या टाळ्या हव्यात–अंगावर रोमांच उठवणारी 'हरहर महादेव' ही आरोळी हवी, शिवाजीचा वारसा हवा. पण शिवाजीच्या या कमअस्सल औरसांना शिवाजी लाभणार कसा. स्वधर्म-स्वभूमी आणि स्वराज्य यांचे सेवेकरी हेच खरे शिवाजीचे अनुयायी, आणि म्हणूनच या प्रति शिवाजीचा ध्वज भगवा नाही–असणारही नाही. ते दुसऱ्या शरणार्थी ध्वजाचे पूजक–ते दुसऱ्या शरणार्थी तत्त्वज्ञानाचे पुजारी. त्यांचे शिवाजीशी जमणार कसे.

शिवाजीचा भगवा ध्वज आज शासकांच्या हातात नाही हे देशाचे दुर्दैव आहे. पुराणपरंपरा असणारा हा भाग्यशाली हिंदुस्थानचा (भारताचा नव्हे) ध्वज दिल्लीच्या नि:संतान-लाचार-षंढ शासनाने संन्याशाची छाटी करून टाकला आहे, आणि म्हणूनच भगवा ध्वज क्षणभर तेजोहीन झालेला दिसतो. सावरकरांचा पराभव जसा प्रतिगामी सावरकरवाद्यांनी केला तसा भूमीशी बेइमान झालेले हे हरामखोर प्रतिशिवाजी खऱ्या शिवाजीला मोडून खाणार. आपल्याला हवे तसे वाकवायला शिवाजीमहाराज म्हणजे काही महात्मा गांधी नाहीत का नेहरू नाहीत, आणि ते सुद्धा वाकवायला जिनाच हवेत. ते काम चव्हाणांचे नोहे. शिवाजी ही महाराष्ट्राची एकमेव शक्ती आहे आणि तीच शक्ती साऱ्या भारतभर न्यावयाच्या ऐवजी ती आम्ही खच्ची करीत आहोत. अहमदाबादला जे घडले याचे कारण सुरत आहे, हे विसरू नका आणि भगव्या ध्वजाचा अर्थ महाराष्ट्राबाहेर पोहोचू लागल्याची निशाणी आहे.

भिवंडीचा ध्वज हाच पराक्रमी महाराष्ट्राचा ध्वज होय. मोडीत चाललेले षंढ नेतृत्व कितीही ओरडले तरी तोच ध्वज जिंकणार आहे. अवघ्या वीस-पंचवीस वर्षांत पन्नास वर्षांची घाण धुऊन काढण्याचे कार्य आज जनसंघाने चालवले आहे. यशवंतरावाचे पितर स्वर्गातून आले तरी आता जनसंघ मरत नाही. संघावर बंदी पडत नाही. यशवंतराव म्हणजे काही वल्लभभाई पटेल नव्हेत आणि वल्लभभाईंनी ही संघाचा नाश होऊ दिला नाही; कारण संघवाल्यांची देशभक्ती त्यांना ज्ञात होती. चिनी युद्धानंतर हतबुद्ध झालेल्या नेहरूंनी संघाचे घेऊ केलेले साहाय्य चव्हाण विसरलेले दिसतात.

चव्हाणांचे बूड आता हललेले आहे. पंतप्रधानकी सोडा, पण प्रधानकीही टिकवणे त्यांना जड जाते आहे. खूपच आक्रस्ताळे बोलले म्हणजे आपले अस्तित्व जाणवते, म्हणून न शोभेल असे अतिरेकी बोलणे त्यांनी सुरू केले

आहे. भिवंडीच्या दंगलीबाबत त्यांना हिंदुस्थान तर राहोच, पण महाराष्ट्रही क्षमा करणार नाही–करता कामा नये. जनमताच्या बळावर नेहरूंच्या हातून संयुक्त महाराष्ट्र हिसकावून घेणारा हा महाराष्ट्र. महाराष्ट्रद्वेषाला विसर पाडून, शिवाजीबद्दलची अज्ञानमूलक विधाने मागे घेऊन, प्रतापगडावर त्यांना खेचून आणणारा महाराष्ट्र, चव्हाणांनाही आज ना उद्या धडा शिकविल्याशिवाय राहणार नाही.

'भगव्या ध्वजाचा' अपमान करणारा या घडीला चव्हाणापेक्षा दुसरा कोणीही काफर हिंदुस्थानात नाही.

(२८ जून १९७०)

-०-०-०-

३४.

खुदा हाफिझ् पाणिनी, खुदा हाफिझ्

संस्कृत ही देवभाषा असे म्हणतात. ती नेमकी कधी निर्माण झाली तेही ज्ञात नाही. एवढी कठीण भाषा निर्माण करणारे जे कोण 'हरीचे लाल' असतील त्यांना आमचे अक्षरश: दंडवत आणि जी भाषा शिकता शिकता अनेक पोरे टेकीला आली, त्या भाषेचे व्याकरण निर्माण करणारा तो महामुनी पाणिनी, वैय्याकरणी पाणिनी–आम्हास नेहमीच भयदायक वाटे. गणित निर्माण करणारा भास्कराचार्य आणि संस्कृत भाषा व तिचा व्याकरणकार पाणिनी हे बालपणी माझे मोठ्यातले मोठे शत्रू होते.

पण मोठेपणी मात्र या दोन्ही श्रेष्ठ पुरुषांना नीट समजून न घेतल्याबद्दल मला नेहमीच वाईट वाटले आहे. ज्ञानांच्या त्या आदि देवता आपल्याला सहज प्रसन्न करून घेता आल्या असत्या, असे राहून राहून वाटत राहते आणि खंत वाटते, नि त्यातही जगाला अजूनही बुचकळ्यात टाकणारी या भूमीची जी संस्कृती, तिच्यातली ही ज्ञानाची सदावर्ते मला सदैव बंद राहिली, ही मला लज्जेची बाब वाटते.

त्या कालात अनेक क्षेत्रांत भारताने वैज्ञानिक आघाडी मिळवली होती आणि आशियात आर्य धर्माची ध्वजा फडकावली होती. साहित्य, भाषा, गणित, ज्योतिषविद्या, वैद्यक, नृत्य, धनुर्विद्या अशा अनेक क्षेत्रांत भारतीय भूमीत फार प्रचंड अशी संशोधने झाली आणि जगाच्या इतिहासात त्या बहुतेकांची सन्मानाने नोंद झाली आहे. भारतीय संस्कृती ग्रीक संस्कृतीपेक्षा आधुनिक असे म्हणणाऱ्या संशोधकांचेही इथल्या प्रगतीबद्दल, संशोधनाबद्दल मुळीच दुमत नाही.

जेव्हा ख्रिश्चन वा इस्लाम धर्म निर्माण झालेले नव्हते, जेव्हा अर्धनग्न स्थितीत युरोप आणि मध्य आशिया येथे पशुतुल्य मानवसमूह आयुष्य गुदरत होते, तेव्हा सिंधु-गंगा-रावी आदी नद्यांच्या खोऱ्यात भरभराटीस आलेली राजकुळे साम्राज्ये निर्माण करीत होती, वास्तुशिल्पे उभी करीत होती, उत्तमोत्तम साहित्य निर्माण करीत होती आणि निर्भय, न्यायबद्ध, पुरोगामी समाजात वावरत होती. समाजाचे नियमन करणारी मनुस्मृती, सृष्टीचे आदितत्त्व उलगडणारी उपनिषदे, स्त्रियांच्या विभ्रमाचे, कटाक्षाचे, शरीर सौष्ठवाचे अर्थ विशद करणारी कामशास्त्रे व कोकशास्त्रे आणि मनुष्यांच्या मर्यादित शक्तींना अमर्याद करणारी योगशास्त्रे येथे निर्माण होत होती. मुसलमानांनी येथे संस्कृती आणली असा पुष्कळ भोंगळ माणसांचा गैरसमज आहे. पण मुसलमानांनी येथे जंगलीपणा, क्रौर्य, असहिष्णुता, अमानवी वासनापूर्ती या गोष्टी आणल्या. भारतातली उत्तमोत्तम ग्रंथालये, पाठशाळा, वेदशाळा, संगीतशाळा, देवालये, शिल्पगृहे यांचा चक्काचूर करून आपली संस्कृती नेमकी काय आहे याची आठवण त्यांनी अनंतकाळ ठेवली आहे. मुसलमानांच्या प्रचंड अत्याचारातूनही अनेक देवदैवते, ग्रंथसंग्रह, शिल्पे भग्नावस्थेत का होईना शिल्लक आहेत हे आमचे भाग्य. मुसलमानांचे घण फोडू शकले नाही अशी जी भारतीय संस्कृती शिल्लक राहिली ती सूज्ञ अशा पंडितांमुळे.

आज मुद्रणकला ज्ञात झाली, त्यामुळे अनंत ठिकाणी ज्ञानसंग्रह करून ठेवणे शक्य झाले. पण केवळ हस्तलिखितांची जपणूक करणे मुसलमानी आक्रमणाचे वेळी शक्य होण्यासारखे नव्हते. अत्यंत क्रूर, असहिष्णू, जंगली, बुभुक्षित अशा त्या अरबी टोळीवाल्यांनी कितीतरी मौल्यवान पुस्तके जाळून टाकली. पण कंठस्थ करून ठेवलेली भारतीय विद्वत्ता त्यांना नष्ट करता आली नाही. पाणिनीने सूक्तबद्ध केलेली अष्टाध्यायी त्याच्या शिष्यांनी परंपरेने पाठ करून आपल्यापर्यंत पोहोचवली आहे, आणि जगापुढे भारताची मान उंच ठेवली आहे. एवढे जुने आणि एवढे परिपूर्ण व्याकरणशास्त्र जगात कोठेही नाही, हे आपणास भूषणास्पद आहे.

पण काय उपयोग! आता पाणिनी आपला कुठे आहे. पाणिनी हा एकेकाळी भारतीय होता. बिचाऱ्याची मुळीच इच्छा नसताना त्याचे भारतीयत्व हिरावून घेण्यात आलेले आहे. आपल्या नादान, मूर्ख, उतावळ्या जननायकांनी पाणिनीला विकले, मनूला विकले, वेदविद्येला विकले. आपल्या वेदभूमीला विकले. आपल्या आईला विकले. सोन्याची सिंहासने विकत घेणाऱ्या या भेकड आणि लाचार नेतृत्वाने सुवर्णभूमीची विक्री केली. आपली कुलभूषण सिंधू नदी

खुदा हाफिझ् पाणिनी, खुदा हाफिझ् / १९९

विकली, तरुण रसरशीत अशा लक्षावधी तरुण स्त्रिया मुसलमानांच्या जनान्यात लोटल्या.

होय, पाणिनी आता पाकिस्तानी झाला आहे. आजवरची त्याची मूर्ती एखाद्या ऋषीप्रमाणे होती. पण उद्या तो एखाद्या मुल्ला - मौलवीप्रमाणे दिसू लागेल. कारण लाहोरनिवासी पाणिनी हा पाकिस्तानचा पहिला व्याकरणकार ठरला. पुरुषपूरचा रहिवासी मनू कदाचित उद्याचा पाकिस्तानचा पहिला स्मृतिकार ठरेल. आपल्या संस्कृतीची मूळ भूमी बळकावून बसलेल्या यवनसंस्कृतीने केवळ भूमीच गिळंकृत केलेली नाही तर आपली सर्व मानचिन्हे बळकावली आहेत. आर्यांचे खरेखुरे आर्यावर्त आता आर्यांचे राहिले नाही, ते यवनांचे झाले आहे.

पाकिस्तानातील एका व्याकरणकाराने 'पहिला व्याकरणकार' म्हणून पाणिनीला आपले पुस्तक अर्पण केले आहे. करो बिचारा. आमचे भोंगळ राज्यकर्ते जिथे स्वत:च्या बायका-पोरांची अब्रू विचारात घेत नाहीत, तेथे पाणिनीचे काय? आमच्या राज्यकर्त्यांना या संबंधात काही पुसले तर पिवळ्या, काळ्या, कुबट कागदावर उत्तर येईल. 'हू इज धिस पाणिनी? त्याचे उत्पन्न काय? त्याला जर मानधन-पदवी-पेन्शन हवे असेल तर त्याने अर्ज करावा, सरकार त्याचा सहानुभूतीपूर्वक विचार करील.'

बिचारा पाणिनी. आम्ही तरी काय करणार? पुन्हा पेशावर, लाहोर, तक्षशीला वगैरे जिंकून घेण्याची भाषा काढणे या देशात गुन्हा मानले जाते. आमचे जे भाईबंद चुकीने, जबरदस्तीने-लालचीने हिंदू संस्कार विसरले, चुकीच्या दैवतांची उपासना करू लागले, त्यांना परत पूर्वस्थळी आणणे या देशात जातीय ठरते. प्रतिगामी ठरते. आमच्या संस्कृतीचा संहार करणाऱ्या व अजूनही करू पाहणाऱ्या पुंड माणसांचा बंदोबस्त करणे हे तर या देशात महाभयंकर मानले जाते.

एकंदर हिंदूंचेच दिवस बरे नाहीत. मग पाणिनी, तुझ्यासाठी आम्ही काय करणार! मौलाना पाणिनी, आता जगातले विद्वान तुझ्यासाठी काय करतात ते पहा. आम्ही तर निकामी आहोत. आम्ही संस्कृत भाषा ही प्रतिगामी आणि मेलेली भाषा मानतो. शिकायला अवघड असलेली ही भाषा आम्ही बामणांची मानतो. जणूकाही हा हिंदूधर्म एकट्या बामणांची मिरासदारी आहे. कुणीतरी केलेल्या अपराधाची शिक्षा संस्कृत भाषेला, चतुर्वेदांना, मनू, पाणिनी, कणाद, कपिल, वात्स्यायन, पातंजली यांना भोगावी लागते आहे. जगाने डोक्यावर घेतलेले हे संपन्न विज्ञान आम्ही चुकीच्या द्वेषापोटी मातीमोल करतो आहोत. या बामणांच्या

व्याकरणकर्त्या, तुला या देशात विचारतो कोण?
म्हणून म्हणतो, गुडबाय पाणिनी -
खुदा हाफिझ्......

(६ सप्टेंबर १९७०)

-०-०-०-

३५.

आम्हाला हिंदू म्हणून जगू दिले तरच...

हिंदू-मुसलमान प्रश्नाचा विचार करताना मुसलमान धर्माची उत्पत्ती कशी झाली हे पाहणे क्रमप्राप्त आहे. महंमद पैगंबर इस्लाम धर्माचे संस्थापक, परमेश्वराचे प्रेषित, त्यांची वचने त्यांच्या मृत्यूनंतर दोन तीनशे वर्षांनी एकत्र करून जो ग्रंथ निर्माण झाला तोच कुराण हा ग्रंथ होय. इस्लामच्या सांगण्यानुसार महंमद हा अखेरचा प्रेषित होय. म्हणजे इस्लामच्या तत्त्वानुसार कुराणानंतर नवे काही ईश्वरी ज्ञान निर्माण होणे अशक्य आहे. कारण नवा प्रेषित होणारच नाही. इस्लाममध्ये धार्मिक बंडखोरांना 'सजाए मौत' दिली जाते.

कुराणामध्ये दिलेल्या माहितीनुसार ईश्वराची खरी आज्ञा ज्यू व ख्रिश्चन या धर्मातल्या प्रेषितांना समजली नाही आणि म्हणून इस्लामचे तत्त्वज्ञान हेच खरे अखेरचे ईश्वरी सत्य आहे. या दोन धर्मातल्या लोकांना इस्लामी जगात राहण्याचा हक्क इस्लामने दिला आहे, काही अटी घालून.

पण या दोन धर्मांव्यतिरिक्त जे कोणी असतील त्या सर्व मूर्तिपूजकांना इस्लामी जगात केवळ जगण्याचासुद्धा अधिकार नाही. त्यांनी एकतर इस्लाम धर्म स्वीकारावा किंवा मरावे. त्या सर्व काफरांना सच्च्या मुसलमानाने नष्ट केले पाहिजे किंवा इस्लामची दीक्षा दिली पाहिजे. हे सर्व बिगर किताबवाले (म्हणजे परमेश्वरी आज्ञांकित कुराणामध्ये न उल्लेख केलेले) लोक जितक्या प्रमाणात नष्ट करण्यात येतील, तितक्या प्रमाणात महंमदी तत्त्वज्ञानाचा जय होईल, सद्धधर्मप्रतिपालकाचा धर्म वाढेल व बेहस्तामध्ये चांगली जागा मिळेल– ही स्वच्छ आणि नीट आज्ञा कुराणात दिली आहे.

आणि म्हणून एका हातात कुराण आणि दुसऱ्या हातात तलवार अशा प्रकारे 'इस्लाम' धर्म प्रसाराला बाहेर पडत असतो.

कुराणाचा व महंमदी आज्ञेचा नीट अभ्यास केल्यावर इस्लामी तत्त्वज्ञानानुसार या भूमीत राहण्याचा हिंदूंना हक्क नाही हे लक्षात येईल.

हिंदू-मुसलमान ऐक्याच्या पायात हे दुर्दैवी सत्य आहे आणि या धर्मग्रंथाचा अभ्यास न करता गांधी-नेहरूंनी ऐक्याचे यत्न केले. सर्व धर्म चांगलेच असतात, उदार असतात हे इस्लामच्याबाबतीत खरे नाही. खरा हिंदू कोणत्याही धर्ममताचा शत्रू नसतो आणि त्याने कोणत्याही धर्ममताचा अपमान केलेला नाही. मानव हा अपूर्ण असून धर्म, धर्मसंस्थापक वा धर्मग्रंथ याच्या पूर्णत्वास मदत करतात, असे हिंदू धर्म मानतो. जेव्हा धर्मावर ग्लानी येते किंवा धर्मकल्पनात दुरुस्ती करण्याचा प्रसंग येतो, तेव्हा परमेश्वर पुनःपुन्हा या भूमीवर जन्म घेतो, असे हिंदू धर्म मानतो. म्हणूनच तो धर्म सहिष्णू आहे. बंडखोरीला तेथे वाव आहे. मतभेद असले तरी कुणाचाही आत्मा या धर्मात कुढत मरत नाही. हिंदू धर्माचे आजचे सबगोलंकारी स्वरूप हे अशा उदार व सहिष्णू कल्पनातून प्राप्त झालेले आहे. आजची विस्कळीत समाजरचना अनेक संस्कृती आम्ही आमच्या पोटात सामावून घेतल्या म्हणूनच घडली आहे. पण नेमके तेच विस्कळीत धर्मस्वातंत्र्य आज आमचा घात करीत आहे.

आमच्या धर्मावर या इस्लामने आक्रमण केले. आमच्या धर्मबांधवांपैकी कोट्यवधी धर्मबांधव बाटवले. आमच्या देशाची सर्वात भाग्यशाली भूमी गिळून टाकली. तरीसुद्धा हिरवा चाँद सर्वत्र दिमाखाने फडकतो. तरीसुद्धा मुसलमान बंधूच्या भल्यासाठी 'मेलपुरम्' जिल्ह्याची निर्मिती होते. मुसलमान भाईंचे मन दुखावेल म्हणून आम्हाला प्रार्थना करण्याची, आरती करण्याची वा मिरवणुका काढण्याची बंदी होते. मुसलमान धर्मवेड्या एकवट मतासाठी अजूनही लाचार, सत्तालोलुप नेते त्या आक्रमक धर्मापुढे गोंडा घोळतात. मुसलमान मते ही आज सत्तास्पर्धेत फार महत्त्वाची झाली आहेत. पण ही मदत घेणाऱ्या नेत्यांना त्या मताचे भय वाटत नाही. कारण त्यांनी कुराण वाचलेले नाही किंवा महंमदी धर्माचा अभ्यास केलेला नाही.

खरे तर, आपण हे संकट ओळखलेलेच नाही. कुराणात इस्लामी धर्ममत आहे तेच जर कायम राहणार असेल व ज्या धर्मात हिंदूंना जगण्याचासुद्धा अधिकार नाही त्या धर्माबाबत आम्ही तरी सहिष्णु कसे रहावयाचे! तो धर्म शेजारी उभा कसा राहू द्यायचा? जोपावेतो बदलत्या जीवनक्रमानुसार नव्या प्रश्नावर नवा तोडगा काढणारा नव प्रेषित इस्लाम निर्माण करीत नाही, जोपर्यंत

दीड हजार वर्षांपूर्वीच्या मध्ययुगीन जगातल्या दुष्ट आणि घातकी आज्ञा देणारा धर्म बदलू इच्छित नाही, तोपर्यंत तो धर्म आमच्या उरावर आम्ही नाचू द्यावा की काय? इस्लामी जगाची हिंदू जगाकडून अपेक्षा तरी काय आहे? हिंदू नष्ट व्हावेच असेच महंमदाचे म्हणणे आहे की काय? तर मग आम्हालाही मार्ग शोधला पाहिजे. एका एवढ्याशा धर्मपुस्तकाने सारे नवे-जुने प्रश्न सोडविणारी धर्मपद्धती संकुचित आणि कुचकामी नाही का? हिंदुस्थानाव्यतिरिक्त अन्य ठिकाणी इस्लामी धर्माज्ञा मोडून गोशा बंद करण्यात आला आणि बहुपत्नीत्व बंद करण्यात आले. पण हिंदुस्थानातले मुसलमान अल्लाचे खास लाडके पुत्र तर नव्हेत की त्यांना इस्लामची आज्ञा अखेरची, अपरिवर्तनीय वाटते. आमचे मागणे आम्हाला हिंदू म्हणून जगू द्या एवढेच आहे. पण हे उर्मट आणि अरेराव धर्मांध लोक आम्हाला साधा जगण्याचा हक्कसुद्धा नाकारतात!

आणि मग ते मुसलमान म्हणून हिंदुस्थानात त्यांचा जगण्याचा हक्क हिंदूंनी नाकारला तर?

इस्लामी जगाने या प्रश्नाचा गंभीर विचार केला पाहिजे. हिंदु समाज यापुढे अन्याय सहन करील असे वाटत नाही, आणि इथे जर मुसलमानांना जगावयाचे असेल तर त्यांनी कुराणाचा नवा अर्थ सांगितला पाहिजे. मनुस्मृती जाळणाऱ्या बहुजन समाजाने एकदा कुराणाचासुद्धा अभ्यास करावा. मग त्यांच्या लक्षात येईल की, उच्चवर्णीय हिंदूंनी कनिष्ठ हिंदूंना जगण्याचा अधिकार तरी दिला होता. पण मुसलमान, हिंदूंचा हिंदू म्हणून जगण्याचा अधिकारच मान्य करीत नाहीत. हिंदूधर्मीयातील उच्चवर्णियांविरुद्ध जे आंदोलन चालू आहे, त्यांचे मी स्वागतच करतो. पण उच्चवर्णीय हिंदूंचा पराभव करण्यासाठी मुळात हिंदू जगले तरी पाहिजेत की नकोत? हे परधर्माचे आक्रमण आपण आधी थोपवू या आणि एकदा आपण सारेजण या भीतीतून मुक्त झालो, की मग केलेल्या सर्व अपराधाची भरपाई आम्ही साऱ्या बहुजन समाजाला करून देऊ. हिंदुधर्मातली वर्णव्यवस्था मोडण्यासाठी जर कोणी हातोडा उचलला तर पहिला प्रहार ब्राह्मणांनी झेलला पाहिजे व तो आघात त्यांनी हसतमुखाने पचवलासुद्धा पाहिजे. पण त्या आधी हातात हात घेऊन समोरच्या भयाण संकटाला सामोरे जाऊ या.

(२४ ऑगस्ट १९६९)

-०-०-०-

३६.

लांडग्यांना पिटाळण्याची वेळ आली...

औरंगाबाद आणि नागपूर येथे जातीय दंगलींना आरंभ झाला हे वृत्त वाचताच क्षणभर मी चकित झालो.

एवढ्या अल्पसंख्येने असणारी ही जमात दंगल करण्यासाठी प्रवृत्त होते हे पाहून विचित्र वाटणे स्वाभाविक आहे.

पण यात खरे विचित्र काहीच नाही.

ज्या जमातीला एका धर्मांध राष्ट्राची फूस आहे आणि त्या धर्मांध राष्ट्रामागे साम्राज्यपिपासू सत्तांची शक्ती आहे, ज्या जमातीच्या मतांसाठी काँग्रेससारखा पक्ष हातात झोळी घेऊन उभा आहे, ज्या जमातीने अवघ्या वीस वर्षांपूर्वी धर्माधिष्ठित अशी राष्ट्रसत्ता केवळ धमकीने, गुंडगिरीने, दंग्याने बहुसंख्य लोकांकडून भूभाग हिसकावून उभी केली, त्या जमातीची मस्ती उतरावी तरी कशी? आम्ही जेते आहोत ही घमेंडखोर भाषा त्यांनी न काढावी तर कोणी काढावी? आम्ही इथल्या हिंदूंना संस्कृती दिली असे निर्लज्जपणे म्हणणारे धर्मांध त्या जमातीत का न निर्माण व्हावेत?

गांधीयुगानंतर खरे म्हणजे मुसलमान सदैव जिंकत आले आहेत. आवळा देऊन ते कोहळा मिळवीत आले आहेत. प्रश्न एखाद-दुसऱ्या भल्या मुसलमानाचा नाही. प्रश्न जमात म्हणून मुसलमानांचा आहे आणि ती जमात भारतद्रोही आहे. अजून दिल्ली काबीज करण्याची भाषा ती बोलते आहेच. पाकिस्तानच्या गर्जना ती तर सदैव करते आहे. इथल्या काफरांना 'मक्का मदिना दाखवून शुद्ध करण्याची' भाषा त्या जमातीचे उल्लू पुढारी निर्लज्जपणे, प्रगटपणे बोलताहेत. आणि हे असे बोलले म्हणून त्याचे वाकडे कोण करणार

आहे? कारण मुसलमानांसाठी कायदे निराळे, न्यायही निराळा. हिंदूंनी मात्र लग्न एकच केले पाहिजे. कारण त्या हिंदू स्त्रियांवर अन्याय होतो. मुसलमानांवर अशा निर्बंधाची गरज नसावी. त्यांच्या बायकांवर अन्याय म्हणून होत नाही. तिकडे आयूबमियांनीसुद्धा द्विभार्याबंदीचा कायदा मुसलमानांवर जारी केला आणि आमचे षंढ सरकार मात्र मुसलमानांच्या पुढे लाळ घोटत आहे, त्यांची मने सांभाळते आहे, त्यांच्या धर्मात हात घालायला डरते आहे. मुसलमानांची मर्जी सांभाळण्यासाठी आपले सरकार एवढे आतुर असते की त्या वेळेस सरकारी लालफीतसुद्धा आड येत नाही.

मुसलमान ही एक धर्मांध जात आहे. राष्ट्रापेक्षा त्यांचे धर्मावर प्रेम जास्त आहे. जेव्हा दाखले देतात तेव्हा ते मलाया-इंडोनेशिया आदी राष्ट्रांतील मुसलमानांचे दिले जातात आणि हिंदी मुसलमानांची राष्ट्रनिष्ठा कदाचित सच्ची असू शकेल असे सांगितले जाते. पण ते साफ खोटे आहे. इथले मुसलमान खऱ्या अर्थाने देशप्रेमी असणारच नाहीत आणि पाकिस्ताननिर्मितीनंतर तर असणार नाहीतच नाहीत. उघड उघड हिंदूंशी युद्ध करून त्यांनी पाकिस्तान मिळवले आहे आणि ते पाकिस्तान नष्ट व्हावे असे त्यांना कसे वाटेल? त्यांचे पुष्कळ नातेवाईक पाकिस्तानात आहेत. ते व त्यांच्या सर्व सग्यासोयऱ्यांनी इथल्या मुसलमानांना सदैव धर्माची आण घातल्यावर हिंदुस्थानावर त्यांची मोहबत राहणार कशी? आजवरच्या इथल्या राष्ट्रीय चळवळीत मुसलमानांनी म्हणण्याजोगा त्याग तरी काय केला आहे? त्यांच्यात किती क्रांतिकारक झाले? किती लोकांनी छळ सोसला? औषधाला दोनचार सापडतीलही. सर्वसामान्यत: मुसलमान नेहमीच देशद्रोही होते. इंग्रज राजवटीने आपल्या रक्षणासाठी खूप खूप आमिषे दाखवून पारशी, अँग्लो इंडियन, किरिस्ताव तसेच धर्मांध मुसलमान हाताशी धरले. महत्त्वाच्या जागी त्यांच्या नेमणुका केल्या. समाजात त्यांना मानाचे स्थान दिले. त्यांच्या स्थानाला अवास्तव महत्त्व प्राप्त करून दिले, आणि ही सर्व मंडळी स्वातंत्र्याच्या चळवळीच्यावेळी आमच्या देशभक्तांवर गोळ्या घालण्यात, त्यांना 'निगर' म्हणण्यात अभिमान बाळगत होती.

त्यांचे नशीब थोर म्हणून आपला देश विक्रीला काढणारा काँग्रेस पक्ष त्या वेळी गांधी-नेहरूंच्या हाती होता. जगाचे कल्याण करण्याचा विडा उचलणाऱ्या बापूजींनी मुसलमानांना योग्य न्याय्य कशाला द्यावा? मग सारे इस्लाम जग त्यांना महात्मा कसे म्हणाले असते? मुसलमानांशी त्यांनी यत्ने प्रयत्ने जमवून घेतले आणि इस्लामी राष्ट्रांशी सलोख्याचे संबंध जोडले. महात्मापदाच्या एकेक

पायऱ्या या अशा अराष्ट्रीय पापातून निर्माण झाल्या. जेव्हा उद्या राष्ट्रवाद नष्ट होऊन जग एका छत्राखाली येईल तेव्हा हवे तर गांधी–नेहरूंचाच आम्ही जयजयकार करू. पण आज राष्ट्रवादाशिवाय कोणत्याच राष्ट्राचे पाऊल पडत नाही. अशा वेळेला तो महागडा विश्ववाद आम्हाला मुळीच नको. आमचा देश, आमचा धर्म, आमची बरीवाईट संस्कृती आम्हाला हवी आहे. ज्यांनी आमच्या धर्मावर प्रहार केले ते भले कोणी असोत. आमचे शत्रूच होत–शत्रूच राहतील.

आम्ही संयमी आहोत. उदार आहोत. पण आमच्या औदार्यालाही मर्यादा आहेत. आमच्या धर्मावर गेली सहस्त्रवर्षे यवन संस्कृतीने फार मोठा हल्ला चढविला आणि आमच्या धर्माचा एक प्रचंड तुकडा अलग केला. आमचा धर्म तोडला–राष्ट्र तोडले आणि उरला सुरला आमचा हा भूभागही गिळंकृत करायाचा त्यांचा यत्न चालू आहे.

कोण घरी अल्ला पूजतो, का शंकर पूजतो त्याशी आम्हाला कर्तव्य नाही. पण सार्वजनिक दृष्ट्या या देशाने निधर्मी किंवा धर्मातीत राहू नये. त्याने हिंदूच राहावे. या राष्ट्राने सर्वसमावेशक वैदिक धर्म स्वीकारावा. आपल्या धर्माची आपल्याला लाज का वाटावी? अमेरिकन देशात धर्माला राजाश्रय आहे. इंग्लंडात आहे, पाकिस्तानात आहे. मग हिंदुस्थानच काय मोठा असा जगावेगळा देश लागून गेला की त्याला आपल्या धर्माची शरम वाटावी?

औरंगाबाद–नागपूरची ही दंगल शमेल असे मला वाटत नाही. शमली तरी ती धुमसत राहील. गेली वीस वर्षे दोन धर्मातील तेढ कोणत्याही प्रकारे कमी झाली नाही. आपला अमूल्य भूप्रदेश लुबाडूनही त्या असंस्कृत जमातीचे समाधान झालेले नाही. ते समाधान होणारही नाही. त्या जमातीची समजूत घालण्याइतपत आम्हाला सवडही नाही. झाले गेले ते विसरून आम्ही राहू म्हणाल तर इस्लामची संस्कृती 'काफरांना' सुखाने राहू देणार नाही. आपल्या भलाईपेक्षा किंवा बढाईपेक्षा ठोशास ठोशानेच हे काम सुकर होईल असे दिसते. मूर्खांना शब्दापेक्षा ठोशाचा अर्थ लवकर समजतो. आमच्या भलाईचा अर्थ दुबळेपणा होतो आहे, हे आता उघड झाले आहे. निधर्मीपणाचा बुरखा आता आपल्या सरकारने सोडून द्यावा आणि मुसलमानांना अखेरचा इशारा द्यावा.

एकप्रकारे या दंगली या देशाला कदाचित वरदान ठरतील. त्यामुळे राज्यकर्त्यांचे डोळे उघडतील–धोरणात बदल होतील. आमच्या हिंदुधर्मावरचे मळभ सरेल. अजगरासारखा झोपलेला हा समाज एक हजार वर्षांच्या काळातून जागा होऊन पराक्रमी होईल. ज्या कोणा मूर्ख माणसाच्या डोक्यातून या दंगली

निघाल्या असतील त्याने या देशातील बहुसंख्य जातीवर एकप्रकारे उपकारच केले की काय ते काळ ठरवील. अजून संधी गेलेली नाही. कृत अपराधाला क्षमा करण्याइतके अजून आम्ही क्षमाशील आहोत. पण वेळ जाण्यापूर्वी जागे होण्याची वेळ इस्लामची आहे. ज्यांना पाकिस्तानमध्ये जायचे असेल त्यांच्यासाठी दरवाजे मोकळे ठेवलेले आहेत. ज्यांचे इमान चाँदमध्ये आहेत त्यांनी हा भानूशाली देश सोडून खुशाल चालते व्हावे; पण इथेच राहून इथल्या नागरिकांच्या जीविताला दुःख पोचविण्याचा त्यांचा मानस असेल, तर मग त्यांनी ध्यानात ठेवावे की आर्यधर्माच्या पुनरुत्थानाची पहाट उजाडू लागली आहे आणि खैबरखिंडीतून ज्या जंगली लांडग्यांच्या टोळ्या या आर्यावर्तात घुसल्या त्या लांडग्यांना परत तेथे पिटाळण्यासाठी हिंदूंचे खड्‌ग सज्ज होईल, आणि मग गांधी - नेहरू सांप्रदायसुद्धा त्यांच्या मदतीला जाऊ शकणार नाही.

(३० जून १९६८)

-०-०-०-

३७.

बरे झाले... बाईंचे नाक कापले!

मोठ्या नाकाची माणसे मला आवडतात. एक तर ती घ्राणेंद्रियाचा उपयोग करू शकतात आणि त्याहीपेक्षा आपल्याला न कळणाऱ्या गोष्टीत त्यांना नाक खुपसता येते. बायका उतावळ्या असतात असे आपण म्हणत होतो. पण त्या किती उतावळ्या असतात हे आपल्याला तितके ठाऊक नव्हते. घरच्या कारभारातला उतावळेपणा किंवा अंगचोरपणा घातक असतो. पण त्यांनी घात होतो तो एकाच्या कुटुंबस्वास्थ्याचा. बाई जेव्हा महत्पदाला पोचते आणि ती आपले अंगभूत दुर्गुण प्रकट करू लागते तेव्हा एखादे राष्ट्र धोक्यात येऊ शकते.

आपल्या देशाच्या राज्यपदी आज एक स्त्री आहे. स्त्री आहे म्हणून मात्र ती प्रमुखपदास अपात्र आहे असे नाही. आहे ती स्त्री मात्र वेडसर आहे. एका दुर्धर महत्त्वाकांक्षेने ती वेडी झालेली आहे. स्वत:चा गौरव, मोठेपणा, सत्तास्थान यांसाठी देशहित, समाजस्वास्थ्य, कायदा, सभ्यता या साऱ्यांचा तिने निर्लज्जपणे त्याग केलेला आहे. तिच्या ठायी जो उतावळेपणाचा अतिरेक आहे त्यापायी इंग्रजी राजवटीमुळे आपल्या देशाला लाभलेली शिस्तबद्ध व्यवस्था-यंत्रणा धोक्यात आली आहे. या देशात बुवाबाजीला फार महत्त्व आहे आणि जो चमत्कार करतो असे म्हणतो त्याला या देशात कोणतेही स्थान मिळू शकते. राजकारणातही पुष्कळ बुवा आजपावेतो होऊन गेले. एक वर्षांत स्वराज्यापासून ते गरिबी हटावोपर्यंतचे सारे चमत्कार कृतीत कधीच आले नाहीत, येणारही नव्हते. पण आपल्याला परमेश्वर (व माणूस) दोन्हीही वश आहेत असे नारे द्यावयाचे आणि काहीतरी अद्‌भुत

किंवा विस्मयकारक गोष्टींचा बकवास करावयाचा अशी या देशात फार जुनी परंपरा आहे. संत-महंत किंवा बुवा-महात्मा या देशात काय कमी झाले! मग दारिद्र्य का गेले नाही? हिंसा का नाही गेली? अस्पृश्यता का गेली नाही? विषमता का नष्ट झाली नाही? युद्धे का नाही टळली? मनुष्याचे अपुरेपण विचारात न घेता अशक्य गोष्टी करण्याचे यत्न जेव्हा जेव्हा होतात तेव्हा तेव्हा त्यांचे भवितव्य हे असे होते. चांगले स्वप्न पाहणे हा गुन्हा नाही. चांगल्या गोष्टींची आकांक्षा करणे हीच माणसाची प्रगतीची दृष्टी आहे. पण त्या सर्व स्वप्नांच्या मागे काही शक्यतेचा विचार हवाच हवा. मनुष्यांच्या मर्यादांचे ज्ञान हवे. माणसाचा देव करू पाहण्याचा यत्न करणाऱ्याने माणसाचे माणूसपण नेहमी लक्षात ठेवले पाहिजे. महात्मा गांधींची सारी तत्त्वज्ञाने किती गोड आहेत. हिंसा कुणाला आवडते! पण हिंसेवाचून नेहमीच भागत नाही. हृदयपरिवर्तने करून झगडे मिटवावेत असेही सर्वांना वाटते, पण इतक्या सहजासहजी माणसे हट्ट सोडत नाहीत. सांगायचा मुद्दा असा की ज्यावर प्रयोग करावयाचे ते उपकरण काय जातीचे आहे ते पाहण्याचे विसरून कसे चालेल? परिणामी क्षणभर यशस्वी झालेले तत्त्वज्ञान ती व्यक्ती दिसेनाशी झाली की लोक बासनात गुंडाळून टाकतात व पुन्हा मनःपूत वर्तनास आरंभ करतात. आपल्या संतांचे जे झाले तेच गांधींचे झाले आणि म्हणूनच या सामाजिक जीवनात व्यवहार्य मानवी मनाचा अभ्यास अपरिहार्य आहे.

पण पुष्कळदा त्याचाही दुरुपयोग करता येतो. मनुष्याला सात्विकतेचा बुरखा आवडतो. विरक्तपणा आवडतो. बुवाबाजी आवडते. त्याचप्रमाणे क्रांतीसुद्धा आवडते. बदल, मग तो चांगला वा वाईट आवडतो. जुन्याला मोडून काढणारे काहीतरी घडत असावे असे अडाणी जनतेला वाटत असते. माथे फिरवून टाकणारी किंवा द्वेष पिकवणारी तत्त्वज्ञाने निर्माण करता येतात व ज्यांना प्रभावी वक्तृत्वात ती गुंफता येतात ते काही काळ पृथ्वी गाजवतात. हिटलर, मुसोलिनी तर सोडाच, पण आयूबखानाने तरी काय केले! हेच अफाट वक्तृत्व, भरपूर द्वेष, काही काळ यश.

इंदिराजींनी स्त्रीस्वभावानुसार अशा बाबतीत नवे तंत्र वापरले. मोरारजींना प्रतिगामी ठरवण्यासाठी त्यांनी राष्ट्रीयीकरणाचा तोडगा काढला. अर्थखात्याशी संबंध हवा म्हणून बँकांच्या राष्ट्रीयीकरणाची निवड झाली. त्यातही परकीय सरकारशी कटकटी नकोत म्हणून त्यांना वगळण्यात आले आणि चिरटोळ्या बँकांच्या व्यवस्थापनाचे बिनकिफायतशीर ओझे नको म्हणून त्यांना टाळण्यात

आले. लोणी तेवढे हवे होते. लोण्याबरोबर ताक येणारच आणि बडगाही बसणारच.

राष्ट्रीयीकरण केलेल्या सर्व उद्योगधंद्यांचा पसारा सरकारला आवरता येत नाही. लाच खाण्याची शिकवण मंत्र्यांनीच शासनसंस्थेला बहाल केली आहे. यामुळे कित्येकदा चांगल्या हेतूसाठी केलेल्या गोष्टीसुद्धा देशाला महाग पडल्या. कोणतीही गोष्ट सरकारी झाली की जबाबदारीशिवाय भागीदारी मिळाली असा भारतीय जनतेचा गोड गैरसमज आहे. सरकारी कारखान्यात व ऑफिसात कामाची सक्ती नाही. काहीही केले तरी कामगारांना कामावरून काढून टाकता येत नाही. तत्परता, वेग आणि कुसर यांची गरज नाही. कामाचे तास भरणे महत्त्वाचे. अशा आळशी सुखवस्तू देशात राष्ट्रीयीकरण म्हणजे सर्वनाश. निदान स्वार्थासाठी का होईना खासगी भांडवलदार अधिक उत्पादन करतो - करवून घेतो. स्पर्धेत टिकण्यासाठी माल चांगला काढतो, विकण्यासाठी कुशल माणसे नेमतो.

पण आपल्याला कुणीतरी जमवलेली संपत्ती फुकट मिळतेय, नुकसान तर नाही ना, या भूमिकेव्यतिरिक्त कोणतीच भाषा जनतेला आज समजत नाही. म्हणून राष्ट्रीयीकरण. म्हणून तनखाबंदी.

लोकांना वाटते, अशा तऱ्हेने श्रीमंतांची संपत्ती सरकारने ताब्यात घेतली रे घेतली की आपल्याला रहायला घर, दोन्ही वेळेला भरपूर जेवण आणि अंगभर कपडा मिळेल. पुढारी लोक खोटे सांगतात. आहे ती सर्व संपत्ती एकत्र केली, सर्व धंद्यांचे राष्ट्रीयीकरण केले, तरीही भारतीय दारिद्र्याचा प्रश्न संपणारा नाही. येथे हवे तेवढे उत्पादन होत नाही. संपत्तीच निर्माण होत नाही. कारण कोणालाही कष्ट नको आहेत. आठ तास इमानेइतबारे काम करणारे कामगार इथे नाहीत. प्रामाणिक कारकून नाहीत. साहसी आणि धिटाईखोर योजक नाहीत. या देशाचे म्हणावे तेवढे यांत्रिकीकरण औद्योगिकीकरण अद्याप झालेले नाही. त्यामुळे दारिद्र्यातून मुळीच सुटका नाही. एवढी प्रचंड लोकसंख्या, एवढी प्रचंड भूमी आणि निसर्गाचे वरदान असताना येथे संपत्तीचा पूर निर्माण करता येईल. पण– हा पणच फार महत्त्वाचा आहे. 'आराम हराम है' या नेहरूंच्या आरोळीचे काय झाले. काळ्या बाजारवाल्यांना फासावर देऊ या आरोळीचे काय झाले. आरोळ्यातून आम्ही क्रांती करतो आहोत. या भूमीला हक्क हवेत पण कर्तव्ये नकोत. त्यांचे आरोळीने भागते; कारण दारिद्र्य, अज्ञान, अंधश्रद्धा हे राष्ट्रीयीकरणाच्या मलमपट्टीने बरे होणारे रोगच नव्हेत.

राष्ट्रीयीकरणाच्या कल्पनेला कोणाचाच विरोध नाही. प्रगत देशात महत्त्वाची अर्थ–निर्माण केंद्रे व व्यवसाय सामाजिक मालकीचे असावेत हे मान्य तत्त्व आहे. पण त्यासाठी किमान चारित्र्य, देशप्रीती नकोत? संपत्तीविषयी आणि ती मिळवण्यासाठी श्रमावर प्रीती हवी का नको? प्रचलित धनिकांवर आक्रमण करताना आपण निर्माण केलेली घटना, न्यायसत्ता आणि दंडविधान याचाही अंदाज करावयास हवा की नाही? का उचलली जीभ लावली टाळ्याला? अशी अवाजवी बेकायदेशीर ढवळाढवळ हा गुन्हा आहे. इंदिराजींनी लोकांना भुलविण्यासाठी बँक राष्ट्रीयीकरणातून काय काय निर्माण करता येईल याविषयी संपूर्णत: खोट्या कल्पना जनतेसमोर मांडल्या आहेत. सर्व बँकांजवळचा पैसा एका भाक्रा-नानगलसारख्या योजनेलाही पुरणार नाही. पण हा विचार करतो कोण! त्यात आता राष्ट्रीयीकरणाचा कायदा निकालात निघाल्यामुळे भरपाई देऊन बँका ताब्यात घेतल्या तर वेडेपणाचे होईल. संस्थानिकांना भरपाई देऊन तनखे बंद करणे हे जसे आर्थिकदृष्ट्या नुकसानीचे आहे तसेच शेअर्सची आजची किंमत देऊन बँकांचे शेअर्स विकत घेणे हेही बिनफायद्याचे नाही का? वास्तविक, सरकारने सर्व बँकांचे राष्ट्रीयीकरण करून राष्ट्रीयीकृत बँक भागधारकांना तडजोड करून भरपाई देणे हा व्यवहार्य मार्ग, पण राष्ट्रीयीकरणातली जादू कायम ठेवण्यासाठी आर्थिकदृष्ट्या चुकीचा मार्ग पत्करून सरकार बाजारभावाने शेअर्स खरेदी करणार व त्या शेअर्सच्या बळावर बँका ताब्यात ठेवणार... या अजब तर्कशास्त्राला म्हणावे तरी काय?

इंदिराजींचे फाजील वाढलेले गर्विष्ठ लांब नाक आता कापले जाऊन अंगाबरोबर झाले हे ठीक झाले. लोकांना भुलवणारी खोटी जादूई कंगन फुटून गेली. लढा शब्दांनी जिंकता येत नाही तो कृतीने जिंकावा लागतो. रिक्षावाले, टॅक्सीवाले, हमाल यांच्यासाठी राज्य जरूर चालवावे. पण त्यांच्या लहरीनुसार ते चालता नये. गरिबी हटवण्यासाठी दुसऱ्याची संपत्ती केवळ लुबाडून भागत नाही. स्वत: भरपूर संपत्ती निर्माण करण्यासाठी अंग झाडून मेहनत केली पाहिजे. करायला लावली पाहिजे–वेळप्रसंगी दंडा मारून. इंदिराजीजवळची जादू संपली, हा पुरोगामित्वाचा बाण बूमरँग ठरला.

भारतीय न्यायालये अजून मान उंच ठेवून काम करीत आहेत याबद्दल धन्यवाद. ज्यांनी ज्यांनी या लढ्याला हातभार लावला त्यांना धन्यवाद. हिस्टेरिया हा पुष्कळदा सणसणीत चपराकांनीसुद्धा ताळ्यावर येतो. तसा तो या वेळेला येईल अशी आशा आहे. आता तरी सभ्यता आणि विवेक यांचा अवलंब होईल अशी आशा धरावी का? का न्यायालयांना न्यायदानाचा अधिकार नाही असे

ठरवणारा फतवा सुलताना इंदिरा काढील? इंदिराजींचे भाटचरण 'न्यायालयाच्या निर्णयापेक्षा लोकनिर्णय श्रेष्ठ' असे भकत गावगन्ना भटकत आहेत.

कोणत्या जनतेने बँकांचे राष्ट्रीयीकरण करा म्हणून धोशा लावत होता- आणि तोही पोरकट उतावीळपणाने?.... खैर. जाने दो. अखेर लोकांना काय कळते आहे. आरोळ्या विकणे हेच फायद्याचे.

(२२ फेब्रुवारी १९७०)

-०-०-०-

३८.

सुभेदारीला सुरुंग लावा...

वृक्ष आंब्याचा म्हणून लावावा आणि त्याला काटे फुटावेत, दुर्गंधीयुक्त फुले यावीत असे भाषावार प्रांतरचनेचे झाले आहे. अधिक घट्टपणाने माणसे जवळ यावीत, ज्ञानाची कवाडे लवकरात लवकर आणि सोप्या मार्गाने उघडावीत, एका संस्कृतीची माणसे एकवट असावीत, असा हेतू प्रांतपुनर्रचनेच्या मुळाशी होता. शिवाय इंग्रजांच्या सोयीनुसार झालेली प्रांतरचना मोडणे ही मागणी, एक मागणी म्हणूनही इंग्रजांना उपद्रवकारक ठरावी हाही हेतू होता. पण स्वातंत्र्योत्तर काळात मूळ मागणीची सर्व उद्दिष्टेच बदलली आहेत. स्थानिक अहंता, स्पर्धा, स्वार्थ ही कल्पनाच अखंड भारत या कल्पनेशी विसंगत ठरणार असे दिसू लागले. जाणत्या विचारवंतांनी भाषावार प्रांतरचनेला कसून विरोध केला. पण स्थानिक, खुज्या नेतृत्वाच्या माणसांनी भाषावार प्रांतरचनेतच आपले हित आहे हे मनोमन ओळखले आणि त्या मागणीचा पाठपुरावा केला. वास्तविक लष्करी सोयीनुसार, शासकीय सोयीनुसार, स्वयंपूर्णतेनुसार, नदीखोऱ्यांच्या विभागणीनुसार असे अनेक पर्यायी देशविभागणीचे मार्ग टाळून भाषावार विभागणी आपण केली आहे. महाराष्ट्र राज्यातील दोन टोकांचे अंतर सुमारे सातशे मैल असावे. तीच गोष्ट संयुक्त प्रांताची, मध्यप्रदेशाची, मद्रासची असावी. आकार, स्वयंपूर्णता, विकास योजना या नात्यानेही ही भाषावार प्रांतयोजना अत्यंत घातक ठरली आहे.

दिवसेंदिवस राज्य सरकारचा कारभारही इतका महागडा आणि गुंतागुंतीचा होऊ लागला आहे की, राज्याचे २५ टक्के उत्पन्न केवळ शासकीय कारभारावर खर्ची होऊ लागले आहे. शिवाय महत्त्वाच्या

सर्व योजनांवर मध्यवर्ती सरकारचा पैसा खर्ची पडतो. त्या पैशाचा विनियोग नीट होतो किंवा नाही हे पाहण्यासाठी मध्यवर्ती यंत्रणा ठेवावीच लागते. अंमलबजावणीची पुनरुक्ती एवढी होते आहे की शासकीय व्यवहार फारच बिनकिफायतशीर ठरेल की काय ही भीती उत्पन्न होते आहे.

भाषिक प्रांतांनी आपण काय मिळवले? मिळविला असेल तर द्वेष. मिळवले असेल तर स्थानिक वेडावर मोठे होणारे नेते. मिळवले असेल तर भारतीय एकतेचे भंगलेले स्वप्न. आपण गेल्या पन्नास वर्षांत भारताच्या अखंडत्वाचा ध्यास धरला आणि ते ध्येय मिळवण्याच्या मागे लागलो. पण अखेरी आपणच त्या एकतेच्या चिंध्या केल्या. मद्रासी माणसाला भारतापेक्षा आपण निराळे आहोत असे आज वाटते. तो संस्कृतचा द्वेष करतो. हिंदीचा द्वेष करतो. इतकेच नव्हे, ज्या इंग्रजांच्या जुलमी सत्तेविरुद्ध झगडून आपण स्वातंत्र्य मिळवले त्या इंग्रजांबद्दल त्याला ममत्व वाटते. इंग्रजी भाषा त्याला स्वभाषा वाटते. त्याने तामीळचा आग्रह धरला तरी तो अवाजवी असूनही एकवेळ क्षम्य आहे. पण इंग्रजी टिकविण्याचा त्याचा हट्ट केवळ स्वत:ची सोय आणि गुलामीची सवय एवढाच आहे. मराठी माणसाला अन्य प्रांतीयांनी महाराष्ट्रात येऊन अभ्युदय करू नये असे वाटते. छोट्या माशाला जशी मोठ्या माशाची भीती वाटते तशी अधिक प्रगत, अधिक सधन, अधिक उद्योगी भारतीयाचा– आळशी, पराभूत मराठी माणसे द्वेष करतात. काश्मीरमध्ये भारतीयांना स्थायिक होता येत नाही, मिळकती करता येत नाहीत. या आणि अशाच प्रकारे या अखंड आणि विशाल भारतातील मुक्त संचाराचे, व्यवसायाचे स्वातंत्र्य हळूहळू घटत चालले आहे.

भाषावार प्रांतरचना केली नसती तर गेल्या दहापंधरा वर्षांत अधिक समर्थपणे हिंदी भाषा भारतात रुळली असती. पण आपण भाषा हेच व्यवच्छेदक लक्षण मानून माणसे एकत्र आणल्यावर त्याच भाषेचा वापर, आग्रह आणि परभाषाविषयी उदासीनता अपरिहार्यपणे आलीच. महाराष्ट्रातली हिंदी प्रसाराची चळवळ किती झपाट्याने ओसरली हे पाहिले म्हणजे आता हिंदी ही राष्ट्रभाषा होण्यात अधिकाधिक अडचण येत राहणार हे लक्षात येते. इंग्रजी काढून टाकली पाहिजे असे म्हणणारे हटाववाले आणि इंग्रजीच हवी म्हणणारे लुंगीवाले यांच्या झगड्यात या दोनही भाषा अस्तित्वात राहणार आणि हिंदी मातृभाषा सोडून अहिंदी प्रांत आपोआप इंग्रजीमय होणार हे विदारक सत्य आता समोर आहे.

निदान भारतीय पातळीवर आणखी एखादी भाषा स्वार होत नाही एवढेच समाधान. पण याबाबत तरी काही घट्ट शहाणपण हवे. मधूनमधून पोस्टाच्या

व्यवहारात, रेल्वेच्या व्यवहारात प्रांतीय भाषा कशा येतात याचा मला प्रश्न पडतो. वास्तविक पाहता स्वातंत्र्य रुजेल तसतशी एकसंध भारताची आपण जपणूक करायला हवी. त्याऐवजी आपण तो अधिक दुबळा, अधिक विसविशीत करीत सुटलो आहोत. भारतीय शासन आणि प्रांत यांचे नाते नेहमीच ज्येष्ठ-कनिष्ठ असे हवे. आधी भारतीय प्रश्नाची सोडवणूक, मग प्रांतीय. स्थानिक वेडे वाढवून मिळवलेले नेतृत्व टिकवण्यासाठी भाषिक, प्रांतिक, विभागीय वाद वाढवतात आणि हाच पुष्कळांचा उद्योग झाला आहे.

सीमा प्रश्न हा तर अत्यंत मूर्खपणाचा प्रश्न आहे. भाषावार प्रांतरचना हा अखेरचा शब्द नसल्यामुळे एवढ्यातेवढ्या कारणावरून अखेरचे लढे देणे हे कोणते शहाणपण आहे? बेळगाव कर्नाटकात गेले, अगदी सुखाने गेले, तर मला वाटते आकाश कोसळत नव्हते. तिथल्या मराठी भाषिकांसाठी काही सवलती मिळवून हा प्रश्न सोडवला असता तर या दोन प्रांतातील जुना मित्रभाव तुटला नसता. गेल्या पाचशे वर्षांत महाराष्ट्र व कर्नाटक यांची अभिन्नता झाली होती. पेशव्यांनी जेवढे कर्नाटक लुटले तेवढे टिपूनेही लुटले नव्हते, आणि केवळ त्या सर्व लुटालुटीची परतभेट म्हणून बेळगाव कर्नाटकाला खुशाल देऊन टाकावे असे मला वाटते. चाणक्य घराणे कर्नाटकाचेच म्हणतात. महाराष्ट्राचा विठोबा कर्नाटकाचा. विजयानगरचा वंश महाराष्ट्रीय असण्याची शक्यता. महाराष्ट्रातला देशस्थ ब्राह्मण समाज हा मूळचा कर्नाटकातलाच आहे. अशा या दोन एकरूप भाषिकांचे, भाषावार प्रांतरचनेने किती वाटोळे केले याचा विचार करावयास हवा.

ही भावना प्रत्येकाची आहे. पंजाबी (गुरुमुखी) व हिंदी, हिंदी व बंगाली, तेलगू व हिंदी अशा दोन भाषांच्या सीमेजवळच्या भागात कधीही नव्हती ती अहंगडाची भावना उत्पन्न झाली आहे, ती वाढते आहे.

आणि म्हणून या प्रश्नाकडे पाहण्याचा दृष्टिकोन बदलला पाहिजे. भाषावार प्रांतरचना आता परत मोडून मध्यवर्ती प्रबळ सत्तेचे स्वप्न पाहणे मुश्कील झाले आहे. जणू मोगल काळातील सुभेदारी आता अस्तित्वात आली आहे. या योगाने सर्वसंपन्न नवभारताचे स्वप्न अर्थात दूर जात आहे. निदान अस्ताव्यस्त प्रांत खंडित करून दुबळे करणे आवश्यक आहे. मात्र प्रांताची संख्या वाढवतानाच त्याच्या कारभारखर्चाला कात्री लावली पाहिजे. मंत्र्यांची संख्या निश्चित केली पाहिजे. राज्यपाल, राज्यसभा अशा शोभादायक गोष्टी काढून टाकल्या पाहिजेत. पोटनिवडणुकी रद्द करून अशा वेळेस विरोधी पक्षातील पराभूत नेत्यांना नॉमिनेट केले पाहिजे. फार तर त्यांना मताधिकार नसावा.

वास्तविक राज्य सरकारे नष्ट करून जिल्हा राज्ये निर्माण केली तर केवढी तरी काटकसर होईल, आणि त्या जिल्हा राज्यातील प्रतिनिधीतून एक याप्रमाणे पार्लमेंट तयार होईल. दरवर्षाने ते बदलू शकेल; कारण अप्रत्यक्ष निवडणुकीमुळे खर्च होणार नाही. संपूर्ण वेळ वर्षभर देणारा प्रतिनिधी लोकसभेत जाईल आणि लोकसभा रोज भरेल. आपला प्रतिनिधी काही टक्के बहुमताने परतही बोलावता येईल. त्यामुळे काहीतरी बोलण्याची, लिहिण्याची, अभ्यास करण्याची आवश्यकता लोकप्रतिनिधींना भासेल. जिल्हा पातळीवर कोणतीही भाषा असली, तरी मध्यवर्ती शासन एकाच व फारतर दोन भाषेत चालेल. म्हणजेच लोकप्रतिनिधी म्हणून पार्लमेंटमध्ये जाणाऱ्याला हिंदी किंवा इंग्रजी उत्तम लिहिता-बोलता यावे लागेल. सर्व कायदे हिंदी-इंग्रजीत राहतील.

खरे तर जिल्हा राज्यामुळे निर्णयाची टाळाटाळ टळेल. सर्वच निर्णय जिल्हा पातळीवर घेतले जातील व अपील फक्त ट्रायब्यूनलपुढे असेल. मोठ्या धरणयोजना, पूल, इमारती, कारखाने यांचे नियोजन मध्यवर्ती यंत्रणा करील त्यामुळे निर्णयाची टाळाटाळ करणे थोडे कठीण होईल.

घूस बिळे करील म्हणून काही कोणी घर बांधत नाही असे नाही. मध्यवर्ती शासन दीर्घसूत्री आहे. लाचलुचपतीने पिडलेले आहे म्हणून काही ते अधिक समर्थ करण्याचे यत्न टाळता येणार नाहीत. उलट हा बिघडलेला कारभार सुधारण्याचा यत्न करता येईल. खरे तर आजही तो सुधारावयास हवाच आहे.

प्रांतीयता, नेतृत्वाची रस्सीखेच, शासनाची द्विरुक्ती, पैशाचा अपव्यय या साऱ्या वेडांची जिल्हा राज्यांमुळे हकालपट्टी होईल. लोकशाहीने नेतृत्वाचे अवमूल्यन होते. या देशात ते झालेही आहे. दिवसेंदिवस ते वाढेल म्हणून ज्या शिडीवरून मध्यवर्ती नेतृत्व उभे राहील ती शिडी लवचीक आणि अरुंद केली पाहिजे.

एकसंध भारताच्या या रचनेत स्वायत्त प्रांत बसतच नाहीत. जेथे निवडणुका जातीय तत्त्वावर, धार्मिक भेदावर होतात तेथे मुळीच बसत नाहीत. कम्युनिझम, इस्लामी आक्रमण, मिशनऱ्यांच्या वाढत्या हालचाली आणि मध्यवर्ती सत्तेबरोबर भांडणे, दंगे करून किंवा निदर्शने करून अधिक लाभ उकळण्याची प्रांताची प्रवृत्ती पाहता दुबळी राज्ये आणि समर्थ मध्यवर्ती सत्ता एवढेच सत्य खाली उरते. आणि म्हणून जिल्हा राज्याच्या रचनेचा विचार आपण गंभीरपणे करावयास हवा.

(१३ एप्रिल १९६९)

३९.

पानिपतनंतरचा मराठ्यांचा पराभव...

इंदिरा गांधी अखेर मंत्रिमंडळांच्या फेररचनेला लागल्या. सतत काहीतरी नवीन करणे त्यांना भागच आहे. मूलभूत तत्त्वज्ञान, राजकीय चारित्र्य, परंपरांचा आधार व राष्ट्रहितार्थ समर्पणाची भावना ही जेव्हा उणावतात तेव्हा उरतो केवळ स्वार्थ, केवळ सत्तेची पिसाट हाव, स्वत:ची प्रतिमा उंचावण्याचा केविलवाणा यत्न. आज इंदिराजी सर्व काही करून स्वत:चे अस्तित्व राखावयास सिद्ध झाल्या आहेत. जिला कामराजांनी चिंधीची बाहुली म्हटले ती बाहुली कुठल्या तरी पैशाचिक, अनामिक शक्तीने एकदम बेफाम झालेली आहे. विरोधकांचा फज्जा उडवीत असतानाही त्यांना सन्मानाने वागविण्याची पंडितजींची पद्धत, लोकशाहीत अत्यावश्यक असणाऱ्या व्यक्तिस्वातंत्र्य व वृत्तपत्रस्वातंत्र्य या दोनही स्वातंत्र्यावरील त्यांची अजोड श्रद्धा आणि कल्पनावारूवर बसून, काहीतरी खुळी का होईना, पण स्वप्ने पाहण्याची त्यांची कविवृत्ती यांचा त्यांच्या कन्येत संपूर्णतया अभाव असावा. हा अनुवंशशास्त्राचा संपूर्ण पराभवच आहे.

गेल्या वर्षी 'राष्ट्रीयीकरण' या एका अद्‌भुत मंत्राने पुष्कळ माणसे पागल करण्यात सुलताना इंदिराजी यशस्वी झाल्या. भल्याभल्यांची डोकी त्यामुळे फिरली. मुंबईत एकदम दोन हजार बुद्धिवादी, नव्हे बुद्धिमंत, एकदम इंदिराजींच्या कळपात सामील झाले. भडक उद्दीपन करणारी भाषणे, नवीन शोध लागल्याचा आविर्भाव आणि कालपर्यंत भीमकाय वाटणाऱ्या मोरारजी–कामराजांची वस्त्रहरणे; यायोगे इंदिराजी ही या राष्ट्राला मिळालेली देणगीच होय असे म्हणण्यापर्यंत पुष्कळ तल्लख समजले जाणारे शहाणे गेले होते. पण राष्ट्रीयीकरणात

नव्हते शहाणपण, नव्हता विचार, नव्हता दलितांचा उद्धार, होते फक्त अविचारी हेकट साहस. आपले शत्रू प्रतिगामी ठरविण्यासाठी टाकलेला जुगार, आपल्या दुष्ट आणि तत्त्वशून्य अशा सत्तापिपासू वृत्तीवर ते एक औदार्याचे पांघरूण होते. 'समाजवादाकडे' वाटचाल करावयासाठी निघालेली इंदिराजींची गाडी पहिल्याच जंक्शनवर, म्हणजे बँक राष्ट्रीयीकरणावर, अडकली आहे.

बँकेच्या राष्ट्रीयीकरणामुळे काहीही फरक पडलेला नाही. याचे मुख्य कारण राष्ट्रीयकृत बँकासुद्धा तारणाशिवाय कर्ज देऊ शकल्या नाहीत. मग ते काम पूर्वीच्या बँका अधिक तत्परतेने आणि पुरेशा करू शकत होत्याच. परवा झालेल्या चाचणीत असे आढळून आले आहे की मोठ्या शेतकऱ्यांना कर्ज मिळू शकले आणि अडीच एकरापेक्षा कमी धारणा असणारा खातेदार या बँकांपासून वंचितच राहिला. शिवाय कामातील तत्परता गेली ती गेलीच.

परवाच्या इंदिराकाँग्रेसच्या अधिवेशनात इंदिराजींनी जे भाषण ठोकले तेच भाषण मोरारजींनी एक वर्षापूर्वी केले. आर्थिक बदल हे पूर्वयोजनेशिवाय सफल होऊ शकणार नाहीत व चांगले चालू असणारे व्यवसाय व उद्योग हे सरकारी-करणाने आर्थिक अस्वास्थ्य निर्माण करतील हे त्यांचे म्हणणे खरे ठरले. इंदिराजींचा सबूरीचा सल्ला हा व्यवहार्य खराच, पण हा व्यवहार मोरारजीभाईंनी केला तर प्रतिगामी आणि इंदिराजींनी केला म्हणजे पुरोगामी– हे कोडं खरोखरीच अजब नाही काय? ज्या यंग टर्कच्या शाब्दिक धिटाईचे गेल्या वर्षी कौतुक झाले ते टर्क यावेळेला मात्र उपेक्षिले गेले. जनरल इन्शुअरन्सचे राष्ट्रीयीकरण किंवा संस्थानिकांची तनखेबंदी तर मोडीत गेली. झाले एवढे राष्ट्रीयीकरण पुरे झाले असे ठरवून शांत चित्ताने इंडि–काँग्रेसने 'गरिबी हटाव' योजनेला बासनात गुंडाळून ठेवले. गेल्या वर्षीची इंदिराजींची भाषणे आणि या वर्षीचे त्यांचे भाषण लोकांनी थोडे ताडून पाहवे. एका पराभूत आणि अयशस्वी कार्यक्रमाने हतबल झालेली ही मोरारमर्दिनी तथाकथित पोकळ पुरोगामी धोरणाला सोडचिठ्ठी देऊन आली. मग नवे आवाहन, जातीयवाद– अर्थात दुसरे पक्ष जातीयवादी, स्वत:चा पक्ष सेक्युलर. जगजीवनरामची हातमिळवणी काय, फकरुद्दिन मिया किंवा युनूसभाई यांच्याशी स्नेहसंबंध काय... जातीकडे पाहवे लागतेच. वेगवेगळ्या प्रांतांतून आलेले आमदार आपले मतदारसंघ जातीय तत्वावर शोधतात. आपले झकेरियासाहेब औरंगाबादेहून निवडून येतात. येऊ देत म्हणा. महाराष्ट्र काँग्रेसबद्दल तर बोलावयासच नको.

राष्ट्रीयीकरणातली जादू संपली तेव्हा जातीयवादी म्हणून शिवीगाळीला आरंभ झाला आहे. कम्युनिस्टांना आपले शत्रू कोण हे नेमके माहीत आहे आणि

म्हणून जनसंघ, आर. एस. एस. या संघटित, घट्ट तत्त्वज्ञानाधिष्ठित संघटनांच्या मागे लागणे त्यांना भाग आहे. आज तरी इंदिराजींचे मित्र कोण? तथाकथित समाजवादाचा झेंडा फडकविणारी फाजील टर्किश कार्टी, कामगारांची हुकूमशाही म्हणून अखेर रक्तरंजित राजवट आणू पाहणारे कम्युनिस्ट, सर्वथा प्रांतीय - जातीय अशी डी. एम. के. आणि पाच कोटी जात्यंध मुल्लामौलवींच्या तावडीत सापडलेले आणि इस्लामी जगाशी निष्ठा बाळगणारे म्लेंच्छ. मग बाईंनी त्यांना दुखवून कसे चालणार? या सर्वांची ती रिंगमास्टर, की हे सर्व तिचे दरवेशी हा प्रश्न विचारण्यात अर्थ नाही. मुसलमानांच्या स्वार्थासाठी जनसंघावर दुगाण्या झाडाव्या. डी. एम. के. च्या अवास्तव मागण्या मान्य करून मद्रास राज्याला सवलती पुरवाव्यात. कम्युनिस्टांसाठी नक्षलवादी बदमाशांना संरक्षण द्यावे आणि टर्किश कारट्यांना कधी गुरकावून, कधी समजूत घालून गप्प करावे..

पण राजकारणात चिरंजीव काही नाही. ज्यांच्या हाती स्थिर स्वरूपाची सत्ता, ती सर्व मंडळी इंदिराजींना हतप्रभ करावयाची आहेत. यशवंतराव चौहाणांच्या राज्यात इंदिराजींची पोरेसोरे बंड करण्याचा प्रयत्न करतात अन् आपटी खातात हे पाहून इंदिराजी अर्थातच रुष्ट आहेत. शिवाय अजून बंगलोर अधिवेशनाची आठवण त्या खुनशीपणाने विसरल्या नाहीत. यशवंतरावजींची शक्ती क्षीण होत जावी यासाठी गेल्या अनेक दिवसात केलेल्या प्रयत्नाला चव्हाणांना गृहमंत्रीपदावरून हाकलून फळ आणले.

वास्तविक लोकसभेत इंदिराजींची बाजू बळकट करून, त्यांच्याशी आपल्या मेंढरी अनुयायांकडून सदैव इमान देववून, मुसलमानांच्या पुढे लांगूलचालन करण्याचे त्यांचे व्रत स्वत: आचरून त्यांनी आपले स्थान टिकवण्याचा यत्न करण्याची पराकाष्ठा केली.

पण, हाय यशवंतराव! वनवासात जाण्याची तयारी असल्याशिवाय रामराज्य मिळत नाही हेच खरे. भारतातील सर्वोच्च पद तर एकदा तुमच्याकडे चालून आले होते. पण तुमच्यात धाडस नव्हते–दूरदृष्टी नव्हती. हिशोब नव्हता. अशी संधी वारंवार येत नाही. नियतीने पुढे केलेला दैवाचा प्याला तुमच्या अंगचोरपणाने तुम्ही स्वीकारला नाही. सम्राट होण्यापेक्षा वजिरातीवर तुम्ही खूश राहिलात. लहरी राणी वजिरात देते, तशी काढूनही घेऊ शकते.

महाराष्ट्राची उरलीसुरली शानही आज तुम्ही घालवलीत. एकदा मिळत होती ती संधी तुम्ही घालवलीत, ठीक आहे. कोणी त्याबद्दल तुम्हाला दोष देत नाही. तुमचा वकूबच नसेल पंतप्रधान व्हायचा त्याला तुम्ही तरी काय करणार

अन् आम्ही तरी काय करणार? पण आज उंच मानेने स्वाभिमान दाखवून वनवासासाठी तुम्ही परत महाराष्ट्रात येता तर गोदाकिनारीच्या रामचंद्रासारखे तुमचे स्वागत झाले असते. पण त्या समर्पणाच्या भावनेचे महत्त्व तुम्ही ओळखले नाही. सत्तेच्या तुकड्यासाठी नामुष्की पत्करून तुम्ही दिल्लीला राहिलात.

दिल्लीला जाताना केलेली तुमच्या पुस्तकातली भाषणे जरा पुन्हा एकदा वाचून पहा... दिल्लीला आता तुमची गरज नाही... तुम्हाला दिल्लीची गरज आहे आणि म्हणून महाराष्ट्राच्या या अपमानप्रसंगी तुमच्यासाठी - होय तुमच्यासाठीही.... कीव वाटते... तुमची, आमची, इथल्या बुद्धिशून्य खासदारांची, सर्वांचीच.

महाराष्ट्राच्या हा पानपतानंतरचा, आणखी एक, तेवढाच पराभव.

(५ जुलै १९७०)

- ० - ० - ० -

४०.

मोहिते, कोठे मिळतो हो तो समाजवाद?

गेल्या पंचवीस वर्षांत आपल्या देशात जी प्रगती झाली त्यात आपल्या भाषांचीही प्रगती झाली. त्यामुळे आपल्या देशी भाषांतील शब्दांना नवे अर्थ आणि नवे ध्वनी प्राप्त झाले आहेत. धान्याची टंचाई झाली. पण शब्दांचे, घोषणांचे पीक अमाप आले. रिकाम्या पोटी आपल्या नेत्यांच्याविषयी उफाळून आलेला अभिमान केवढा तरी प्रचंड आवाज उठवू लागला आहे. या देशात लोकशाही, निधर्मी राज्य, समाजवाद, एकात्मता आणि दलितोद्धार वगैरे शब्दप्रयोग एवढ्या प्रमाणात उत्पन्न झाले की जगातील सर्व देशांना हे पदार्थ घाऊक विकण्याचे कंत्राट आपण आज घेऊ शकतो. त्यातही समाजवाद हा शब्द तर इतका वापरून झाला आहे की ते नाणे गुळगुळीत होऊन आता बद्द वाजू लागले आहे. पण करणार काय? माणसाचे एकवेळ अन्नावाचून चालते पण पाण्यावाचून त्याचे जीवन अशक्य होते तद्वत राजकारणात कृतीवाचून चालते, पण घोषणावाचून चालत नाही आणि त्याही घोषणा पारदर्शक रंगीत साडीप्रमाणे असल्या म्हणजे लोक आत काय असेल ते निरखून पाहतात आणि देहभान हरपून बसतात. समाजवाद हीही अशीच एक रंगदार पारदर्शक साडी आहे आणि एका कुरूप, स्थूल, मरगळलेल्या बाईने ती पेहेरली आहे. त्यामुळे तिचे वय, रूप, सौंदर्य याबद्दल विपरीत कल्पना मनात बाळगून लोकांची नजर आतल्या उत्तमांगाकडे वळली आहे. आत सर्वच पक्षांचे, व्यक्तींचे, समूहांचे नागडे, कुरूप, थुलथुलीत देह आहेत. त्यांना त्वचारोग झाले आहेत. गळवे झालेली आहेत. क्वचित कोड फुटले आहे, तर क्वचित लाल लाल रंगाने जखमा उघड्या

पडलेल्या आहेत. आपले हे घाणेरडे रूप एका समाजवादी वस्त्राने झाकून, मान वेळावीत सर्वच पक्ष-येणारे जाणारे गिऱ्हाईक डोळे मारून गटवू पाहत आहेत आणि गरजू गिऱ्हाईक वरच्या नखऱ्याने फसून या गावभवान्यांच्या तावडीत सापडून जन्माची दशा करून घेत आहे.

'समाजवाद' या शब्दावर समाजवादी - प्रजासमाजवादी पक्षाचा फारच मोठा हक्क आहे. कारण या पक्षांचे मूळ पुरुष कोणे एकेकाळी समाजवादाचा झेंडा घेऊन काँग्रेसबाहेर पडले होते. कम्युनिस्टांचे आजोळच, समाजवाद पिकला त्या गावात आहे. तेव्हा त्यांचाही समाजवादावर तेवढाच हक्क. काँग्रेसची या दोन पक्षांनी तारांबळ उडवून दिली आणि आवडीच्या काँग्रेसपासून त्याही घरंदाज स्त्रीने नवा उठवळपणा सुरू केला. तेव्हापासून जो जो पक्ष निर्माण झाला त्याने 'समाजवादा'ची काचोळी घट्ट धरून ठेवली आहे.

पण या पक्षाची त्या तथाकथित 'समाजा'शी अजून गाठभेटच झालेली नाही. ज्याच्यासाठी संपत्तीचे समान वाटप करावयचे त्याचा हातचा भिकेचा कटोरा अजून तसाच आहे.

मैलोगणती जमिनी बळकावणाऱ्या जमीनदारांच्या जमिनीवर अन्नावारी राबणारा भूमिहीन अजूनही दरिद्रीनारायणच आहे. मुजोर कामगारांनी आपले प्रश्न सोडवून घेतले. कारण त्यांना एकत्र आणल्याशिवाय मनुष्यशक्तीचे मानवोपयोगी वस्तूत रूपांतर करता येत नाही, आणि एकत्र येताच त्या झुंडशक्तीचे रहस्य त्यांना कळले. आपले म्हणणे बरोबर, मागण्या अपरिहार्य म्हणजे अचूक असा दावा घेऊन जेव्हा एखादी झुंड निघते तेव्हा कायदा, सभ्यता, नागरिकनीती सारी बाद होतात. कामगारांचे अन्याय दूर झाले एवढेच नव्हे, तर कामगार समाजावर अन्याय करू लागले. पण भारतीय जनता पांढरपेशाची जशी नाही तशीच कामगारांचीही बनलेली नाही. अजूनही भारत हे कृषिप्रधानच राष्ट्र आहे. दरिद्री राष्ट्र आहे आणि त्या शेतकऱ्यापर्यंत आमचा समाजवाद पोचलाच नाही, पोचणारही नाही.

ज्या ज्या व्यवसायात किफायत येते तेथे धनिक पाय पसरतात. धनिकांबरोबर शासकही हलक्या हाताने, वाममार्गाने त्या संपत्तीत भाग घेतात. ते कायद्याच्या कक्षेतच चोऱ्या करतात. जनतेची लूट केवळ दालमिया–बिर्ला करीत नाहीत, तर नाईक, चव्हाण, देसाई, मोहितेही करतात. दालमियाला वेळप्रसंगी कोठडी तरी दाखवता येते. पण चव्हाण, नाईक आदी मंडळींना त्याची मुळीच डर नसते. कारण, कोठडीचे तेच रखवालदार असतात. वखवखलेले, कायदा–शासन

मोहिते, कोठे मिळतो हो तो समाजवाद? / २२३

ताब्यात असणारे हे लांडगे जनतेच्या भल्यासाठी, समाजवादाच्या प्रचारासाठी सत्तेवर आल्याचा बकवा करतात; अधूनमधून गांधी - नेहरूंचे नाव घेतात आणि घरोबा करतात किर्लोस्कर - बजाज - मोरारकाशी. पांढरे कपडे, काळी सडकी मने, हसतमुख चेहरे, रोगिष्ट शरीरे यांनी म्हणे हे जनतेसाठी समाजवाद प्रत्यक्षात आणणार आहेत.

गांधीजींचे तत्त्वज्ञान आणि आचरण एकरूप होते म्हणूनच गांधीवाद ही वस्तू वाटली नाही. ती नष्ट झाली, पण अशुद्ध झाली नाही. आजचा समाजवाद बाटलेला आहे, सडलेला आहे. बोलणाऱ्यालाही कळते आहे की आपण बोलतो आहोत हे खोटे आहे. असे आपण प्रत्यक्षात काही आणणार नाही. भुकी, जाग्या झालेल्या समाजाला भुलविण्यासाठी खोटी स्वप्ने सांगणारे हे शासक समाजवादाच्या नावाखाली किती काळ फसवणूक करू शकतील? एकवेळ अशी येईल, गेल्या पंचवीस वर्षांतील चैनीचा, उधळपट्टीचा, स्वाभिमानशून्य लाचारीचा आणि पोट फुटेपर्यंत खाल्लेल्या संपत्तीचा हिशोब त्यांना रस्त्यात द्यावा लागेल. तेव्हा त्या पांढऱ्याशुभ्र टोप्या रक्ताने माखलेल्या असतील.

यशवंतराव मोहिते, नामदार नाईक यांनी परवा जमीन बळकाव मोहिमेविरुद्ध काढलेली पत्रके पाहिली अन् मन:पूर्वक हसू आले. दालमिया, बिर्ला आपल्या ऐश्वर्याला आणि संचित संपत्तीला जे समर्थन देतात तेच समर्थन यशवंतराव मोहिते यांनी दिले आहे. नाईक - मोहिते यांनी जशी कायद्यात राहून भूमी मिळवली तशीच कायद्यात राहूनच त्या सर्वांनी संपत्ती मिळवली. पण कायद्यापेक्षा 'नैतिकता' नेत्यांनी मनोमय मानली पाहिजे. ''लोकांनी भुकेल्यापोटी वेळप्रसंगी बाजार लुटले तरी चालतील.'' असे ज्या यशवंतराव मोहित्यांनी एकेकाळी सांगितले त्याच मोहित्यांना आपल्या जमिनीच्या रक्षणार्थ कायद्याची वाट शोधावी याचे आश्चर्य वाटते.

श्रीमंती आणि गरिबी हा मनुष्यनिर्मित भेद आहे आणि तो माणसानेच निपटला पाहिजे. त्याची गती कासवाची असेल तर वंचित बंड करतील आणि हरिणाची असेल तर प्रवासापूर्वीच अडखळून श्रीमंत खाली कोसळतील; म्हणून स्वखुशीनेच मानवतेच्या आवाहनाला सामोरे जाणे हे न्याय्य आहे. यशवंतराव मोहित्यांच्या शेताच्या रक्षणार्थ गावकरी उभे राहिले. त्यात त्यांची चतुराई आणि संघटनाचातुर्य जबर होते. पण अंतिम न्याय नव्हता. अजूनही नागरिकांत विभूतिपूजा, इमानदारी आहे म्हणूनच ते घडू शकले.

यशवंतराव मोहिते, नाईक, चव्हाण हे गांधींना राष्ट्रपिता मानतात. आपल्या

जवळची अधिक संपत्ती व भूमी गरजू नागरिकांसाठी मागणाऱ्या विनोबाजींचे देव्हारे याच मंडळींनी माजवले. रोज सकाळ - संध्याकाळ शाही पुख्खा झोडावा, एखाद्या प्रासादतुल्य गढीत झोपावे, पाच-पन्नास नोकरांचा ताफा ठेवावा, आतल्या बाजूने पैशाचे ढिगारे जमवावेत. सर्व अनीतीची कृत्ये परक्यांच्या पैशावर करावीत आणि भरल्यापोटी थोडावेळ गरिबांचे डोळे पुसावेत व तुमच्यासाठीच आम्ही झटत आहोत असे स्वत: मुसमुसत सांगावे आणि पुन्हा एखाद्या गौरांगीच्या घरी रात्री मुक्कामाला जावे, हे जिणे आता फार काळ टिकण्याजोगे नाही. मंत्र्यांचे वर्तन आणि उक्ती यातली ही तफावत आता लोकांना असह्य होते आहे. प्रत्यक्ष खवळलेली जनता वेढून मुक्ती देईपर्यंत उन्मत्त राज्यकर्त्यांनी वाट पाहू नये. आपण पोलीस पहाऱ्यात सुरक्षित आहोत हा भ्रमही सोडून द्यावा. पोलीस हीही माणसेच आहेत आणि तुमच्यासारख्या शेणगोळ्यासाठी आपला जीव गमवावा असे कोणतेच उदात्त जीवित तुम्ही जगत नाही वा पराक्रमही केलेला नाही.

तरीपण मोहिते महाशय, समाजवाद नेमका कुठे मिळतो तेवढे आम्हाला कृपया कळवा, आम्हीही थोडा 'मोहिते मेड' समाजवाद वापरून पाहू.

(३० ऑगस्ट १९७०)

-०-०-०-

४१.

नमस्ते, वसंतरावदादा पाटील - तुम्हीसुद्धा?

शाब्बास वसंतराव शाब्बास, सांगलीच्या तुमच्या चौफेर 'सहजीवनानंतर' आता तुम्ही सचिवालयाच्या दिशेने पाऊल टाकू लागला आहात. मधली विश्रांती म्हणून महाराष्ट्र काँग्रेसचे अध्यक्षपद भूषवावे लागते. किंबहुना पुढच्या हिताच्या दृष्टीने ही जागा तशी फार उपयोगी आहे हे तुम्हाला श्री. साहेबांनी पटवले म्हणून गावची पाटीलकी सोडून बारा गावची सुभेदारी तुम्ही पत्करली आहे. या जागेवरचे मुख्य कार्य काय बरे असेल? बारा गावचे गुंड ताब्यात ठेवायचे. त्यांच्यात भांडणे लावायची, मातलेल्यांना आवरायचे- बावरलेल्यांना सावरायचे आणि या झुंजीत श्री. साहेबांची मध्यस्थी कारणी आणून राज्य सुस्थितीत ठेवायचे. महाराष्ट्र स्वस्थ तर गृहमंत्रीपद घट्ट हे ओळखण्याचे चातुर्य साहेबांपाशी आहे आणि त्यांचा सदरा धरून राहिले की कळीकाळाची भीती नाही हेही तुम्ही ओळखले आहे.

पण महाशय, सांगलीला आज जे झगमगाटाचे वैभव आहे ते तुमच्यामुळे हे कबूल करावयास हवे. उसाशिवाय ऊस कारखाना हे तत्त्व तुम्हीच यशस्वी केलेत की नाहीत? त्यामुळे असे म्हणतात की कोकणातही ऊस कारखाना निघणार आहे आणि उसाच्या ट्रक्स गावोगावहून ऊस गोळा करून नेऊन तो कारखाना यशस्वी होऊ शकेल. शाब्बास वसंतराव, कापसाशिवाय कापडगिरण्या मुंबईत काढता आल्या तर पाच दहा मैलांत ऊस नसला तरी तुम्ही का डरावे? सूत-यंत्रामुळे आरंभ झालेल्या सांगली नगरीला साखरेची गोडी लागली आणि तुम्ही हा दगड्यारोड्याचा दक्षिण देश गोडगोड करून सोडलात, ही थोरवी तर खरीच, पण या साखर साम्राज्यावर

आता किती तरी गोष्टी करता येतात. काँग्रेस अधिवेशन भरवता येते किंवा त्यानिमित्त झालेल्या लक्षावधी रुपयांचा खर्च दानधर्म खाती मांडता येतो. एवढेच कशाला, दगडाला देव करता येतो किंवा देवाला नागवे करता येते. साखर साम्राज्यावर तर आज काँग्रेसचे राज्य चालू आहे. सहकाराच्या नावाखाली खेड्यातल्या अर्थवाहिन्या तुमच्यासारखे गावोगावचे दादा ताब्यात ठेवतात अन् शहरी विरोधकांना धिक्कारून काँग्रेसराज्य सुरक्षित ठेवतात, हे अजून त्या जनसंघीयांना कळलेले नाही. (अन् कम्युनिस्टांना कळून फायदा नाही. कारण या भूमीत श्रद्धा जशी फळ देते तसे फळ आरोळी देत नाही. अजून तरी पोटाच्या वर हृदय आहे आणि म्हणून भुकेपेक्षा भक्ती इथे फळते) जनसंघीय हे उत्तर प्रदेश, मध्यप्रदेश, बिहारसारखे इथे मातू नयेत. म्हणून एक तर त्यांना जातीय म्हणावे लागते किंवा प्रतिगामी म्हणावे लागते. ब्राह्मण - ब्राह्मणेतर वाद जागा ठेवावा लागतो. पुष्कळ काही करावे लागते. जनसंघाने बहुजनसमाजापर्यंत पोचण्याचा यत्न केला, कोणा गायकवाड-रुपवते यांच्याशी घरोबा केला की मामला कठीण आहे हे इथल्या दादा मंडळींनी ओळखले आहे. त्या लढाईला आजच तोंड फोडले पाहिजे म्हणून पुन्हा एकदा मरून गेलेल्या ब्राह्मण–ब्राह्मणेतर वादाचा ढोल वाजू लागला आहे.

होय. महाराष्ट्रापुरते जनसंघीय नेतृत्व बहुतांशी बामणी आहे. तसे ते नेहमीच होते. सर्वच पक्षांचे आरंभी हेच घडलेले आहे. चळवळी प्रथमत: बौद्धिक स्तरावर उभ्या राहतात आणि कृतीसाठी त्या खाली बहुजनसमाजात उतरतात. बहुजनसमाजाचे नेतृत्व अपरिहार्य आहे याची जाणीव जनसंघाला नसेल असे मला वाटत नाही. पण महाराष्ट्रापुरते जनसंघाचे स्वरूप त्या पातळीपर्यंत पोचले नसावे. त्यापूर्वीच जनसंघाचा, हिंदुत्वनिष्ठ चळवळीचा बंदोबस्त करावा या दृष्टीने हल्ली यत्न चालू आहेत. उद्या पंजाब, बिहार, यू. पी. सारखी बिलामत नको.

पण ती लढाईसुद्धा आणीबाणीची करून उपयोगी नाही. कम्युनिस्टांना काटशह द्यावयास हे जनसंघीय फार चांगले असा आजवरचा अनुभव आहे. तेव्हा त्यांना धरावे पण जीवे मारू नये अशी या 'दादांनी' धोंगडे, देशमुख, मोहिते अशा गारद्यांना आज्ञा केली आहे आणि म्हणून गोळवलकर गुरुजींच्या निषेधाला हवी तेवढी धार आलेली नाही.

पण निषेध तर केला पाहिजे व अध्यक्षीय खुर्ची अडवल्यावर तर रोजचे कर्मकांड आणि अग्निहोत्र फुलवलेच पाहिजे.

पण वसंतरावजी, तुम्ही गांधी - विनोबा वगैरे मंडळींचे काही साहित्य वाचले आहे की नाही? बाकी त्यांची गरज काय तुम्हाला? साहेब ते सगळे सांभाळतातच म्हणा, पण असली निषेधपत्रके काढण्यापूर्वी तसले काही वाचायची थोडी सवय ठेवावी. सगळेच काही साहेबांचेवर अवलंबून ठेवू नये. ही ईश्वरप्रणीत वर्णव्यवस्था - जातिव्यवस्था - गुणकर्म वगैरे सगळी लफडी गांधी- विनोबा मानीत असत. त्या सर्वांची आवश्यकता त्यांनाही मान्य आहे असे म्हणतात. गोळवलकरांचा निषेध केला तर मग त्या सर्वांचा निषेध केल्यासारखा होतो, तो तुम्हाला खपेल का? बघा बुवा. अजून तुम्ही मंत्रीसुद्धा झाला नाही. तोवर तुमच्या पक्षाच्या पित्याची अशी बदनामी तुम्ही करून कसे चालेल.

खरोखरीच जातिव्यवस्था–वगैरे तुम्ही मानत नसलात तर फार चांगले. कारण आम्ही मुळीच मानत नाही आणि हिंदुसंघटनेच्या हिताच्या दृष्टीने तर मुळीच मानत नाही. पण ती न मानणारे खरे कोण कोण आहेत ठाऊक आहे का? लोकहितवादी, आगरकर, फुले, सावरकर, आंबेडकर. पण यात दुर्दैवाने आजच्या काँग्रेसवाल्यांपैकी कोणी नाहीत, नसू देत. कोठे अडलेय तुमचे त्यात? नावापुरता निषेध करून तुम्ही थांबणार म्हणता म्हणून ठीक. पण गोळवलकरांचा निषेध करता करता सावरकरांच्या पुरोगामी विचारांचे गुणगान व्हायचे, ते तर तुम्हाला मुळीच नको. त्यापेक्षा एकाच आवाजात दोघांनाही प्रतिगामी, समाजद्रोही म्हणून टाकलेले बरे.

पण खरे तर तेही थोडे भानगडीचेच आहे. वसंतरावजी, आज मऱ्हाटी राजकारण कसे चालते! जाती मानायच्या नाहीत असे ठरले म्हणजे महाराष्ट्राचे मंत्रिमंडळ बरखास्तच करायला हवे. अहो, केवळ जातीच्या अभिमानामुळे तर यांपैकी कितीतरी मंडळी खुर्चीवर आहेत. असू देत बिचारी, आम्हाला राग नाही. पण जातीपाती घालवून तुमचे कसे चालेल? तुमच्या साखर कारखान्याच्या संचालक मंडळाची निवड तुम्ही सर्वथा लायकीवर करता का हो? एखादा पार्शी, एखादा मुसलमान माणूस नेमका उचलून मंत्री करता तो त्याच्या गुणाकडे पाहून का त्याच्या धर्माकडे पाहून? एखाद्या नव्या भूविकास बँकेचे किंवा जिल्हा बोर्डाचे अध्यक्षपद समजा एखाद्या निरुपद्रवी बामणाकडे गेले तर तशी काय हरकत असावी? फर्ग्युसन किंवा परशुरामभाऊ कॉलेजचे प्राचार्यपद एखाद्या 'अ' ब्राह्मणाकडे असावे असे आम्हाला वाटते आहे व तसेच आम्हाला शाहू कॉलेजबद्दल वाटले तर चालेल का हो!

ब्राह्मण जात जर संघटित असती व त्यांची मते एखाद्या बामणाच्या

हातात असती तर बामण मंत्रीसुद्धा झाला असता, नाही का? पण ही भटे भांडखोर, एकमेकांचा द्वेष करणारी. त्यांची मते फुटणार. मुसलमान, आदिवासी, ख्रिश्चन, पारशी यांच्याप्रमाणे त्यांना मंत्रिपदाची खिरापत वाटून फायदा काय?

महाराष्ट्रातले राजकारण, जाती, वर्ण, धर्म यांचा विचार केल्याशिवाय क्षणभर पुढे जात नाही. बरे, बहुजन समाज म्हणजे फक्त मराठा समाज का हो वसंतरावजी? माळी, परीट, न्हावी, लोहार, महार, मांग, शिंपी, कोळी ही सारी बहुजनसमाजातच मोडतात ना! या सर्वांना न्याय्य हक्क मिळताहेत का?

हे ठीक आहे. ब्राह्मणांना झोडायला आज काही निमित्त लागत नाही. मेलेल्यावर कावळे टोची मारतात. जो समाज आज सर्व तऱ्हेने नाडला गेलेला आहे व ज्याचे अस्तित्व शंकास्पद आहे त्या चिमुकल्या भयचकित समाजावर कोणीही लुंग्यासुंग्याने उठावे किंवा तोंड टाकावे अशी स्थिती आहे.

ठीक आहे. पाणी नासले आहे, पण शुद्धतेचा बकवा करण्यापूर्वी आपणही त्या पाण्यात विष्ठा कालवली हे तुमच्या ध्यानी आलेले नाही काय?

जाऊ दे; जातीयता-धर्मांधता मोडली पाहिजे एवढे खरे, पण कोणी! तुम्ही?

चोराने न्यायासनावर बसावे असे तर होत नाही?

(१६ फेब्रुवारी १९६९)

- ० - ० - ० -

४२.

जयचंदी अवलाद अजून जिवंत आहे!

भारताचा इतिहास चाळला की एक नव्हे अनेक ‘जयचंद राठोड’ आपल्याला भेटतात. तसा हा भारत संपन्न देश आहे. इथे जयचंद राठोडांची मुळीच कमतरता नाही. या भूमीत वाढलेले, इथल्या पाण्यावर पोसलेले, इथल्या धर्मानुसार एरवी वर्तन करणारे आणि इथल्या प्रजेचे अधिपती असे हे जयचंद राठोड आपल्या व्यक्तिगत हितासाठी, आपल्या सिंहासनासाठी, आपल्या ऐहिक उत्कर्षासाठी बाबर, तुघलख, अब्दाली, गझनी अशा परदेशीय, परप्रांतीय, परधर्मीय पुंडांना आमंत्रणे धाडून बोलावून घेतात. त्यांच्या बळावर व तलवारीवर, स्वकीय शत्रूंचे निर्दालन करतात व आपले सिंहासन बळकट करतात. स्वकीय शत्रूंचा नायनाट करण्यासाठी सर्वथा परकीय भाडोत्री मारेकरी बोलावताना या जयचंद राठोडांना कसलीही शरम वाटत नाही. त्यांचा देशाभिमान, धर्माभिमान, स्वाभिमान काहीच त्यांच्या आड येत नाही. जो आपला भाऊ, रक्तामांसाने आपला, इमानानेसुद्धा या देशाचा, नात्याने या भूमीचा, त्याचा नायनाट करण्याची राक्षसी महत्त्वाकांक्षा एवढी जाज्वल्य असते की मग ‘उद्या’ काय होईल हा विवेकही त्या जयचंदांना सुचत नाही. लाचार स्तुतिपाठक, खोटे मित्र, आणि भाबडे सल्लागार यांचा प्रभाव वाढत जातो आणि मग एका हत्यारी मारेकऱ्याला आवतण जाते.

भारताचे दुर्दैवही असे विचित्र आहे की, हे भाडोत्री मारेकरी केवळ अशा खुनासाठी पैसा घेऊन खूश नसतात. त्यांना मुळी ही भूमीच आवडते. प्रथम ते पाहुणे म्हणून येतात. आपले नियोजित काम करतात आणि परत जाण्याची भाषाच काढत नाहीत. सुंदर

भूमी, अमाप संपत्ती, भरपूर खाद्यपेये, सुंदर नारी आणि भेकड दुबळे राज्यकर्ते यांचा संयोग पाहून त्यांना येथेच मुक्काम करावासा वाटतो. त्यांचेही चूक नाही. उजाड, वाळवंटी प्रदेशातून आलेल्या पाहुण्यांना गंगाजमुनांची खोरी म्हणजे पृथ्वीवरचा स्वर्गच वाटणार. त्यांच्या भूमीत तलवारीच्या धारेवर ज्यांना सदैव वावरावे लागते, त्यांना येथे अध्यात्मात गुंगलेल्या आणि अहिंसेचा घोष करणाऱ्या माणसांना पाहून मौज वाटते. क्षणभर भांबावले तरी मग त्यांच्या ध्यानात येते- हे दास व्हायला चांगले लोक आहेत. या धर्माभिमानी म्हणवणाऱ्यांना बाटवणे फार सोपे आहे. स्त्रियांना देवतास्वरूप मानणाऱ्या लोकांच्या स्त्रिया लुबाडणे फारच किफायतीचे आहे. फार अडाणी वा हट्टी स्त्रिया प्राण देतात, जोहार करतात खऱ्या; पण उर्वरित स्त्रिया नवा धर्म पत्करतात व त्याची वृद्धी करतात. त्या आपल्या अपत्यांना मूळचा हिंदूधर्म शिकवीत नाहीत. तर आपला नवा सद्धर्म शिकवितात. त्यांचेही बरोबर आहे. ज्या धर्माला या अबलांना संरक्षण देता आले नाही, त्या धर्माविषयी त्यांनी ममत्व का ठेवावे?

ह्या जयचंदांनी आजवर हा देश भिकेला लावला. जंगली आणि अन्यायी इस्लामला आणि येशू–पूजकांना या देशात या जयचंदांनी बोलावून घेतले. स्वधर्मीयांचा उच्छेद केला आणि अखेरी ते स्वत:चे राज्य व स्वत:चा धर्मही घालवून बसले. या भूमीचे ते मालक असून तेथे भिकारी झाले.

पण असे होऊनही ते जयचंद येथे हजर आहेत. इतिहासाने धडा शिकवला तरी तो आपण गिरवतो असे थोडेच आहे? 'स्वधर्मे निधनं श्रेय:' हे जर गीतेत सांगितले आहे, तर राठोडांनी आपला धर्म का सोडावा! शिवाय जयचंदांना तत्त्वज्ञान देणारे त्या जयचंदाचे आचार्य हजर आहेत. महात्मा गांधी व नेहरू गेले म्हणून या जयचंदांची थोडी अडचण झाली खरी, तरीही या जयचंदांना साहाय्यभूत होणारे अहिंसेचे पुजारी, जयप्रकाश आहेत, विनोबा आहेत. अन्य धर्मीयांबद्दल सहिष्णुता दाखवणारे आचार्य अजूनही मौजूद आहेत. माणूस हा देव होऊ शकेल या हट्टाने जी अनुमाने हे संत नेते योजतात त्याने रोगी बरा कसचा होणार! तो तर आता मरणोन्मुख झाला आहे. माणूस हा देव नाही, तसाच तो राक्षसही नाही. तो राक्षस होऊ पाहतो, तेव्हा त्याला विरोध करायला हवा.

पण देवत्वाचे काय? संयमाचे काय? हृदयपरिवर्तनाचे काय? अहिंसेचे काय? मानवी मनोव्यापारात ह्या सर्व गोष्टींना मर्यादित अर्थ आहे. संहार हा जेवढा भयानक, तेवढाच संयमही भयानक होऊ शकतो, हे आपण अनुभवले आहे. हिटलरने जेवढी माणसे मारली, तेवढीच माणसे गांधीनीही मारली,

गांधींनी म्हणजे गांधींच्या फाजील औदार्याने, फाजील लांगूलचालनाने मारली, म्हणून सारेच राजकारण मानवी मनाच्या मर्यादा सांभाळून व्हावयास हवे की नाही?

आणि म्हणूनच जयचंदांची औलाद आपण निर्वंश केली पाहिजे. स्वदेश, स्वधर्म, स्वबांधव वाईट असले व त्यांच्यात परस्परात वैर उद्भवले तरीही बाहेरच्यांना मदतीस घेऊन त्यांचा विनाश करणे अखेरी स्वनाशास कारणीभूत होते.

परवा इंदिरा गांधींनी मोरारजीभाईंची राजकीय हत्या केली तीही याच पद्धतीने.

इंदिराजी या अखेरी नेहरू रक्ताच्या आहेत, म्हणजे नेहरूंचे पुष्कळ अवगुण त्यांच्यावर कृपा करून आहेत. पण नेहरूंचे भाग्य असे की त्या पलीकडे त्यांना एक स्वतंत्र स्थान होते. स्वतंत्र भारताचे ते एक प्रतीक होते. त्यांचे सामर्थ्यच मुळी 'भारतीय' स्वातंत्र्यात होते. त्यांच्या चुका जरी फार मोठ्या असल्या व त्यांनी फार खोलवर अशा जखमा या देशाला केल्या असल्या, तरी ते देश विकून मोठे होणाऱ्या जयचंदी वृत्तीचे खचितच नव्हते. त्यांच्या सिंहासनाला त्यांच्या हयातीत कोणीही स्पर्श करू शकत नव्हते. पण इंदिरा नेहरू राजवंशाची वारस. तिचे काय? तिला भारतीय स्वातंत्र्याचे काय? तिला लोकशाहीच्या हितासाठी हौतात्म्य पत्करण्याचे कारण काय! आपल्या अत्यंत निष्ठावंत, इमानदार, मोरारजीसारख्या सचिवाची तिला काय मातबरी. मोरारजींची योग्यता ठरवण्याची सुलताना मलिकाची पात्रता तरी काय! फक्त नेहरूंचे रक्त, फक्त वारसा, काँग्रेसनिष्ठा ही काय वारसाने मिळते? काँग्रेसची प्रतिष्ठा ही काय चमत्काराने सिद्ध झाली? स्वतःचा बळी गेला तरी जगवावी अशी तिच्या लेखी काँग्रेस काय मोठी लागून गेली आहे. स्वतःच्या आयुष्यात फाजील महत्त्वाकांक्षेने पेटलेली, हिस्टेरियाने ग्रासलेली ती एक भटकभवानी आहे. तिला दादाभाई नौरोजी, सुरेंद्रनाथ बॅनर्जी, लोकमान्य टिळक, गांधी, पटेल, नेहरू यासारख्यांच्या रक्ताने सिद्ध झालेली काँग्रेस म्हणजे घरची इस्टेट वाटली. गुलजार प्रियकरासाठी उधळावी एवढी तिच्या लेखी या इस्टेटीची योग्यता. आज काँग्रेसला लोक विटले आहेत, ते काँग्रेस या संस्थेला नव्हे, तर काँग्रेसने गांधीयुगात पत्करलेल्या नपुंसक धोरणाला. स्वातंत्र्याच्या सर्व चळवळी ज्या संस्थेच्या हातून घडल्या, ती संस्था अशी वाऱ्यावर सोडण्याचा मलिका इंदिरेला काय अधिकार? आपल्या हयातीत नेहरूंनी तिला सत्तेपासून दूर ठेवले ते तिच्या फाजील महत्त्वाकांक्षेचा अंदाज घेऊनच. पण नेहरूभक्तांनी, नेहरू परवलीच्या शब्दासाठी बला आपल्या पदरात घेतली. कामराजासारख्या इमानदार काँग्रेसवाल्यानेही मोरारजीसारख्या तत्त्वनिष्ठ माणसाचा पाडाव करावयासाठी हे नाजूक शस्त्र वापरले. पण आज

तेच सर्वांच्या मानगुटीवर बसले आहे आणि देशावर 'हातोडा-कोयत्याची' सावट हळूहळू पक्की करते आहे.

इंदिराजींचे सारे पवित्रे काही एका गृहीत कृत्यावर आधारलेले आहेत. काँग्रेसनाश की स्वत:चे स्थान अशा निर्णायक क्षणी एक स. का. पाटील सोडून सर्व काँग्रेसवाले काँग्रेस संघटनेच्या स्थैर्यासाठी सर्वस्व सोडून देतील. पण काँग्रेस बुडू देणार नाहीत, हे इंदिराजींनी ओळखले आहे. मोरारजींनी परवा राजीनामा देताना सारी इभ्रत पणाला लावली असती तर काँग्रेसची शकले उडतीही; पण कामराज, निजलिंगप्पा, देसाई, चव्हाण यांची काँग्रेसनिष्ठा मोठी आहे. काँग्रेस नसेल तर आपण कोणीच नाही, हे त्यांनी ओळखले आहे. थोडे शहाणपण त्यांच्याजवळ आहे. काँग्रेसची परंपरा व तिचा इतिहास त्यांना ज्ञात आहे, आणि म्हणूनच इंदिराजींच्या बेताल आणि असभ्य वर्तणुकीकडे कानाडोळा करून त्यांनी पड खाल्ली. ते तशी पड खाणार, हे इंदिराजींने ओळखले होते. निर्लज्ज माणसाला पहिल्या फेरीत जय मिळतोच. आज आपल्या सहकाऱ्यांची पक्षनिष्ठा लक्षात घेऊन त्यांनी पहिला घाव घातला. हा घाव सर्वांपेक्षा चव्हाणांच्या मर्मी बसला आहे. चव्हाणांना मोरारजी-कामराज नकोच आहेत. कारण तशा अर्थाने ते इंदिरा गांधींपेक्षाही पुरोगामी आहेत. पण इंदिरा गांधींचे पुरोगामीत्व म्हणजे पदर दुसऱ्याच्या हाती ठेवून पळण्यासारखे आहे. त्यांची पुढे जाण्याची उडी पदराच्या लांबीएवढी. तोंडदेखले उदार बोलणे किंवा डोळे दिपवणाऱ्या अफाट गोष्टी हे काही क्रांतीतत्व नाही. क्रांतीमागे हवी जाज्ज्वल्य तत्त्वनिष्ठा आणि तिचा तर इंदिराजींशी कधीच संबंध नव्हता. 'बँक राष्ट्रीयीकरण' म्हणजे आपण फार पराक्रम केला असा जो बकवा इंदिरा गांधी व त्यांचे गुलजार तरुण नोकरदार सहकारी कोंबडे (वाटल्यास टर्क म्हणा) करतात, त्यात कसला म्हणून अर्थ नाही. राष्ट्रीयीकरण करण्यास तत्त्वत: विरोध कोणाचाच नव्हता. अगदी मोरारजींचा नव्हता. मोरारजी हे भांडवलवाल्यांचे हस्तक आहेत– हे सडलेल्या करंजिया-अत्रे मेंदूचे अपत्य आहे. सर्व उद्योगांना वाऱ्यावर सोडायचे तर या देशाचा कारभार चालवणार कसा? अप्रामाणिक नोकरशाही, अनिवार बेजबाबदार कामगारवर्ग आणि सत्तालोलुप पुढारीवर्ग यामुळे सरकारी कामकाज दिवसेंदिवस महागडे आणि बेभरवशाचे होत आहे. राष्ट्रीयीकरण हवे तर अगोदर तत्त्वनिष्ठ राज्यकर्ते हवेत, राष्ट्रहिताची तळमळ असणारे श्रमप्रेमी कामगार व कामगार नेते हवेत आणि त्याहूनही हवा कार्यक्षम आणि प्रामाणिक नोकरवर्ग. पण या सर्वांचीच बोंब असताना राष्ट्रीयीकरणाच्या टिऱ्या बडवण्यात काय अर्थ आहे! समाजातील

महत्त्वाची सर्व संपत्तीकेंद्रे सरकारी असावीत, हे तत्त्व अगदी भांडवलशाही राष्ट्रांनीही पत्करले आहे. पण अविकसित देशाला न झेपणारी कारखानदारी व उद्योग सरकारने चालवून राष्ट्राचे नुकसान करण्यात स्वारस्य काय? टाळ्या मिळवण्यापेक्षा असल्या तकलादू पुरोगामी राष्ट्रीयीकरणाने अधिक काही साधत नाही. आहेत तेच सरकारी कारखाने सरकारला चालवता येत नाहीत. तेथे दरवर्षी अमाप नुकसानी येते आहे. असे असताना नव्या बिलामती गळ्यात घेण्यापेक्षा सामाजिक नियंत्रणाने सरकारने केवळ नफ्यात हिस्सेदारी पत्करणे हेच फायद्याचे होते. पण समाजवादाची भांग पिणारे आणि कल्पनेच्या वारूवर बसून जगाची सफर करणारे हे पुरोगामी कोंबडे आणि कोंबड्या यांना मुळी राष्ट्रहिताची कदर आहेच कोठे? बँकेतला सर्व पैसा सरकारला मिळाला, तरी तो वापरण्याची अक्कल जर या राज्यकर्त्यांजवळ असती तर देश असा कर्जबाजारी आणि भुकेकंगाल राहिलाच नसता. कुबेरालासुद्धा भिकारी करण्याची ताकद असणाऱ्या आताच्या सरकारने शांतपणानेच असले जीवघेणे प्रयोग केले पाहिजेत. राष्ट्रीयीकरण हवे, पण ते केव्हा, कधी, याबाबत तारतम्य हवेच हवे.

पण वारा प्यालेल्या वासराचा उत्साह अंगी येऊन इंदिराजी आणि तरुण टर्क यांनी बँकांचे राष्ट्रीयीकरण तर करून टाकले. मोरारजीला प्रतिगामी ठरवण्यासाठी राष्ट्रीयीकरणाचा वारू त्यांनी वेठीला धरला. बळी जाणाऱ्या कोकराचा आक्रोश ऐकू येऊ नये किंवा सती जाणाऱ्या स्त्रीच्या किंकाळ्या ऐकू येऊ नयेत म्हणून ताशेवाजंत्र्या लावाव्यात तसेच एका निष्ठावान, प्रामाणिक जुन्या कार्यकर्त्याचा खून करताना राष्ट्रीयीकरणाचा ताशा वाजवण्यात आला आहे.

कितीतरी वर्षे, अगदी पंडितजी काळापासून मोरारजींचा फटकळपणा आणि निष्ठा या चटोर कारट्यांना खुपत आलेली आहे. हा विकत घेण्यासारखा माणूस नव्हे, हे साऱ्यांनी ओळखले आहे. त्याचबरोबर हा असेपावेतो नागडे होऊन नाच करता येणार नाही, हे ओळखून मोरारजींचा राजकीय वध करण्याचा डाव आखण्यात आला होता.

मालवीय, पटनाईक, मोहन धारिया किंवा त्या सर्वांची मलिका सुलताना इंदिरा यापेक्षा मोरारजी सर्वच अर्थाने तत्त्वनिष्ठ आहेत. होय, ते कडवट धार्मिक आहेत. सुधारणा सांभाळून अंगीकाराव्यात असे त्यांना वाटते. व्यापारी व उद्योगपती यांच्याबद्दल सतत अप्रिय किंवा खुळचट विधाने करावयाची त्यांना सवय नाही. कांतीलाल प्रकरणात काही टक्के दोष त्यांच्या पदरात पडेलही. पण काँग्रेसमधला कोण हरीचा लाल तितका तरी स्वच्छ आहे. खुद्द इंदिराबाईंनी ज्या कोंबड्यांच्या

बळावर पहाट झाल्याची बांग दिली ते सर्व कोंबडे एकजात पापीच आहेत. अगदी मोहन धारिया हे तरी काय किंमतीचे तत्त्वनिष्ठ आहेत? सत्तेसाठी आणि खासदारीसाठी ज्या माणसाने पक्षांतर केले त्याने काय म्हणून हे बेगडी पुरोगामीत्व मिरवावे?

पण माझी व्यथा निराळीच आहे. चव्हाणांच्यापायी मोरारजी बळी गेले तरी हा पोलादी छातीचा पोकळ सह्याद्री खुर्चीला चिकटून आहे. अजून वेळ आली नाही, असे अन्य म्हाताऱ्या सिंडिकेटच्या सहकाऱ्यांप्रमाणे याही पोकळ सह्याद्रीला वाटते काय? रा. स्व. संघवाले सांगत असत की आपण एकजूट केली पाहिजे आणि वेळ आली म्हणजे... आता ही वेळ कधीच आली नाही. खरे तर पराक्रमासाठी वेळ कधी तुमच्याकडे येत नाही, आपणच संधीला सामोरे जावयाचे असते. ज्या तऱ्हेने मोरारजींच्या पाठीत मलिका इंदिराने सुरा खुपसला, त्याविरुद्ध उभे राहण्याची हिंमत अन्य कोणात नसली तरी चव्हाणातही नसावी, हाय रे दुर्दैवा! हा कसला सह्याद्री! वेळ येणार केव्हा आणि चव्हाणांचा पुरुषार्थ उभा होणार केव्हा? लोकशाही हवी तर पक्षनिष्ठा हवी आणि पक्षाची इभ्रत विकू पाहणारी ही पोरकट पंतप्रधान आवरता येत नसेल, तर हे असले बेगडी पुरुषसिंह हवेत कशाला. सारी सभ्यता, विवेक आणि समंजसपणा पर्समध्ये गुंडाळून ठेवून बहकणाऱ्या वा चेकाळलेल्या राजकन्येला आवरता येत नसेल, तर थू: तुमच्या साऱ्या कर्तबगारीवर.

आणि इंदिराजींनी स्वकीयांचा नायनाट करण्यासाठी कोसिजिनला जे खुणावले आहे त्यासाठी तरी सारी शक्ती आणि संघटना आमच्या नेत्यांनी खर्च करून या वेडावलेल्या राजकन्येला दिल्लीच्या तख्तावरून खेचून काढले पाहिजे. आम्ही काँग्रेसप्रेमी खचित नाही. काँग्रेसचा नाश झालेला आम्हाला जरूर हवा आहे, पण काँग्रेसचा नाश म्हणजे कम्युनिस्टांना संधी असा जर पर्याय असेल, तर काँग्रेसच्या पाठी उभे राहणे हेच राष्ट्रवाद्यांचे कर्तव्य होय. सोशालिस्टाप्रमाणे कोणत्याही साध्यसाधनांनी काँग्रेसचा नाश करायला उद्युक्त होणे म्हणजे ज्योती बसू, नंबुद्रीपाद यांची हुकमत दिल्लीवर आणण्यासारखे आहे. स्वत:चा पक्ष, देशाचे स्वातंत्र्य, मानवी व्यक्तिस्वातंत्र्याचे आणि कम्युनिझमचे असलेले नाते हे सारे काही विसरून, उडाणटप्पू आणि केवळ शब्दांत पुरोगामी असणाऱ्या तथाकथित यंग टर्क्सच्या नादाने इंदिराजी चेकाळल्या आहेत, आणि त्यांची सारी मदार इथल्या कम्युनिस्ट भाईबंदावर आहे. ज्योतिबसू आणि नंबुद्रीपाद यांची उद्धट, अहंमन्य आणि देशघातक वक्तव्ये त्या खपवून घेत आहेत. तेही सारे

जयचंदी अवलाद अजून जिवंत आहे! / २३५

सूचक आहे. भारतीय भूमीवरील सिंहासनाच्या प्राप्तीसाठी रूसमधून कुमक मागविणाऱ्या या अवलक्षणी बाईला काय म्हणावे! जे मागे घडले तेच इथे पुन्हा घडणार. कम्युनिस्टांना ज्या देशात खड्यासारखे फेकून देतात, तिथेच गेल्या दहा वर्षांत दोन कम्युनिस्ट राज्ये निर्माण झाली आणि सुलताना इंदिरेच्या नव्या धोरणाने 'हातोडा - कोयता' आता अधिक आवाजही करू लागला आहे. इंदिराजींना जर हुसकून काढले नाही, तर भवितव्यता बिकट आहे. संजीव रेड्डी जर निवडून आले तर आपण रस्त्यावरच प्रश्न नेऊ, असे डांगे महाशय सांगतात आणि नंबुद्रीपाद तर उघडउघड कबूल करतात की, घटना वगैरे आपण मानतच नाही. किंबहुना ती मोडणे हेच आपले पवित्र कर्तव्य आहे. झेकोस्लोव्हाकिया, हंगेरी आदी राष्ट्रांवर कम्युनिस्ट रशियाने कसे पाशवी अत्याचार केले, हे समोर असताना कम्युनिझमला येथे निमंत्रणे देणारी सुलताना एकतर धडधडीत मूर्ख तरी असली पाहिजे किंवा फाजील महत्त्वाकांक्षेने वेडी झाली असली पाहिजे. आपला देश जसा अमेरिकन वर्चस्वापासून दूर राहावा, असे आम्हाला वाटते, त्याहुनही अधिक तो रशियन अस्वलाच्या पंजापासून दूर राहावा, असे वाटते. जिथे जिथे अमेरिकेने हस्तक्षेप केला तिथे तिथे कम्युनिझम लवकर आला. म्हणून अमेरिकेच्या आर्थिक गुलामगिरीतून आपण लवकर सुटका करून घ्यायला हवी. इथे घरभेदे पुष्कळ आहेत आणि रशियन पैसा इथे नुसता कोसळतो आहे. अत्र्यांच्या साऱ्या समृद्धीतही डांग्यांचा पैसा गुंतला होता, हे आता उघड झाले आहे. अत्र्यांच्यासारख्या बलदंड माणसालासुद्धा कम्युनिस्ट विकत घेऊ शकले हे पाहिल्यावर आपण कम्युनिस्टांपासून किती दक्ष असायला हवे, हे लक्षात यायला हरकत नाही; आणि म्हणून दिल्लीत परवा जो सत्तासंघर्ष घडला, त्याचे स्वरूप यानुसार पारखले पाहिजे. जयचंद राठोडची अवलाद या देशात नांदते आहे. परकीय सामर्थ्याने स्वधर्म-स्वदेश-स्वातंत्र्य यांना खच्ची करीत ही अवलाद स्वतःचे सिंहासन सुरक्षित ठेवीत आहे. पण मागे जयचंदाचे काय झाले! भारत नुकता कोठे एका साम्राज्यशाहीतून मुक्त झाला. त्याला पुन्हा दुसऱ्या साम्राज्यशाही खाली ढकलण्याचा हा डाव सर्वांनी एक होऊन हाणून पाडला पाहिजे.

(१० ऑगस्ट १९६९)

-०-०-०-